# శ్రీ రామకోటి

రామకోటి రాస్తే ఫలితం ఏమిటి?

రామకోటి రాయడం ద్వారా సకలసంపదలు చేకూరుతాయి. రామకోటి రాయడం ద్వారా సంకల్పం ప్రాప్తిస్తుంది.

ఎలా రాయాలి..? పద్ధతులేంటి?

రామకోటి రాయాలనుకుంటే.. ముందుగా దైవ సన్నిధిలో సంకల్పం చేసుకోవాలి. మంచి రోజు చూసుకుని రామకోటి పుస్తకాన్ని రాయడం ప్రారంభించాలి. రామకోటి రాసేందుకు కలం విడిగా పెట్టుకోవడం మంచిది. రామకోటి రాసేటప్పుడు ఇతర వ్యాపకాలు ఉండకూడదు. ఏకాంత ప్రదేశం ఎంచుకోవాలి.

రాసే పుస్తకానికి పసుపు, కుంకుమ రాసి దేవుని సన్నిధిలో ఉంచి పుష్పాలతో పూజించాలి. శ్రీ రామ అష్టోత్తరశతనామావళి చదివి రాయడం ప్రారంభించాలి. లక్ష నామాలు రాయటం పూర్తయిన ప్రతిసారీ శక్తి కొలది పూజ, నివేదన చేసి ఆ ప్రసాదాన్ని నలుగురికీ పంచాలి. అలాగే కోటి నామాలు రాసిన తర్వాత కూడా చేయాలి.

పూర్తయిన రామకోటి పుస్తకాన్ని పసుపు బట్టలో కట్టి భద్రాచలంలోని రామయ్యకు లేదా ఏదైనా రామాలయంలో అప్పగించాలి. అదీ వీలుకాకుంటే ప్రవహించే నదిలో వదిలిపెట్టాలని పండితులు అంటున్నారు.

# శ్రీ రామచంద్ర మూర్తి అష్టోత్తర శతనామావళి

ఓం శ్రీరామాయ నమః
ఓం రామభద్రాయ నమః
ఓం రామచంద్రాయ నమః
ఓం శాశ్వతాయ నమః
ఓం రాజీవలోచనాయ నమః
ఓం శ్రీమతే నమః
ఓం రాజేంద్రాయ నమః
ఓం రఘుపుంగవాయ నమః
ఓం జానకివల్లభాయ నమః
ఓం జైత్రాయ నమః
ఓం జితామిత్రాయ నమః
ఓం జనార్దనాయ నమః
ఓం విశ్వామిత్రప్రియాయ నమః
ఓం దాంతాయ నమః
ఓం శరణత్రాణ తత్పరాయ నమః
ఓం వాలిప్రమదనాయ నమః
ఓం వంగ్మినే నమః
ఓం సత్యవాచే నమః
ఓం సత్యవిక్రమాయ నమః
ఓం సత్యవ్రతాయ నమః || 20 ||
ఓం వ్రతధరాయ నమః
ఓం సదాహనుమదాశ్రితాయ నమః
ఓం కోసలేయాయ నమః
ఓం ఖరధ్వసినే నమః
ఓం విరాధవధపందితాయ నమః
ఓం విభీష ణపరిత్రాణాయ నమః
ఓం హరకోదండ ఖండ నాయ నమః
ఓం సప్తతాళ ప్రభేత్య్రే నమః
ఓం దశగ్రీవశిరోహరాయ నమః
ఓం జామదగ్న్యమహాదర్పదళనాయ నమః
ఓం తాతకాంతకాయ నమః
ఓం వేదాంత సారాయ నమః
ఓం వేదాత్మనే నమః
ఓం భవరోగాస్యభే షజాయ నమః
ఓం త్రిమూర్త యే నమః
ఓం త్రిగుణాత్మకాయ నమః
ఓం త్రిలోకాత్మనే నమః || 40 ||

ఓం త్రిలోకరక్షకాయ నమః
ఓం ధన్వినే నమః
ఓం దండ కారణ్యవర్తనాయ నమః
ఓం అహల్యాశాపశమనాయ నమః
ఓం పిత్ర భక్తాయ నమః
ఓం వరప్రదాయ నమః
ఓం జితేంద్రి యాయ నమః
ఓం జితక్రోధాయ నమః
ఓం జిత మిత్రాయ నమః
ఓం జగద్గురవే నమః
ఓం వృక్షవానరసంఘాతే నమః
ఓం చిత్రకూటసమాశ్రయే నమః
ఓం జయంత త్రాణవర దాయ నమః
ఓం సుమిత్రాపుత్ర సేవితాయ నమః
ఓం సర్వదేవాద్ దేవాయ నమః
ఓం మృత వానరజీవనాయ నమః
ఓం మాయామారీ చహంత్రే నమః
ఓం మహదేవాయ నమః
ఓం మహాభుజాయ నమః
ఓం సర్వదే వస్తుతాయ నమః || 60 ||
ఓం సౌమ్యాయ నమః
ఓం బ్రహ్మణ్యాయ నమః
ఓం మునిసంస్తుతాయ నమః
ఓం మహాయోగినే నమః
ఓం మహోదరాయ నమః
ఓం సుగ్రీవే ప్సిత రాజ్యదాయ నమః
ఓం సర్వ పుణ్యాదేక ఫలినే నమః
ఓం స్మృత స్వర్వేఘనాశనాయ నమః
ఓం ఆది పురుషాయ నమః
ఓం పరమపురుషాయ నమః
ఓం మహా పురుషాయ నమః
ఓం పుణ్యోద యాయ నమః
ఓం దయాసారాయ నమః
ఓం పురుషోత్తమాయ నమః
ఓం స్మితవక్తాయ నమః
ఓం అమిత భాషిణే నమః
ఓం పూర్వభాషిణే నమః
ఓం రాఘవాయ నమః
ఓం అనంత గుణ గంభీరాయ నమః
ఓం ధీరోదాత్త గుణోత్తమాయ నమః || 80 ||

ఓం మాయామానుషచారిత్రాయ నమః
ఓం మహాదేవాది పూజితాయ నమః
ఓం సేతుకృతే నమః
ఓం జితవారాశియే నమః
ఓం సర్వ తీర్ధ మయాయ నమః
ఓం హరయే నమః
ఓం శ్యామాంగాయ నమః
ఓం సుంద రాయ నమః
ఓం శూరాయ నమః
ఓం పీత వాసనే నమః
ఓం ధనుర్ధ రాయ నమః
ఓం సర్వయజ్ఞాధిపాయ నమః
ఓం యజ్వినే నమః
ఓం జరామరణ వర్జ తాయ నమః
ఓం విభేషణప్రతిష్ఠాత్రే నమః
ఓం సర్వావగునవర్జ తాయ నమః
ఓం పరమాత్మనే నమః
ఓం పరస్మై బ్రహ్మణే నమః
ఓం సచిదానందాయ నమః
ఓం పరస్మైజ్యోతి షే నమః || 100 ||
ఓం పరస్మై ధామ్నే నమః
ఓం పరాకాశాయ నమః
ఓం పరత్పరాయ నమః
ఓం పరేశాయ నమః
ఓం పారాయ నమః
ఓం సర్వదే వత్మకాయ నమః
ఓం పరస్మై నమః || 108 ||

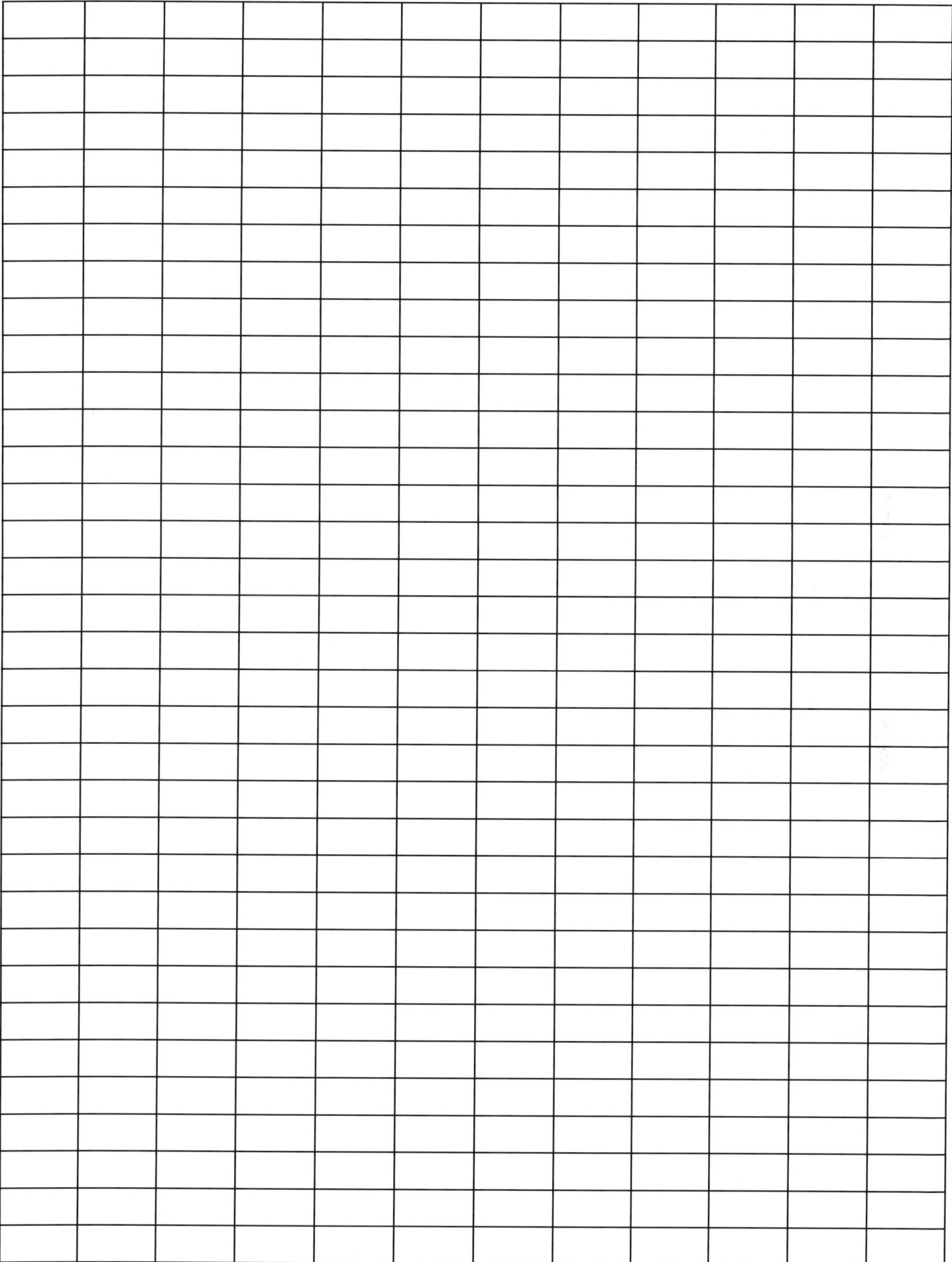

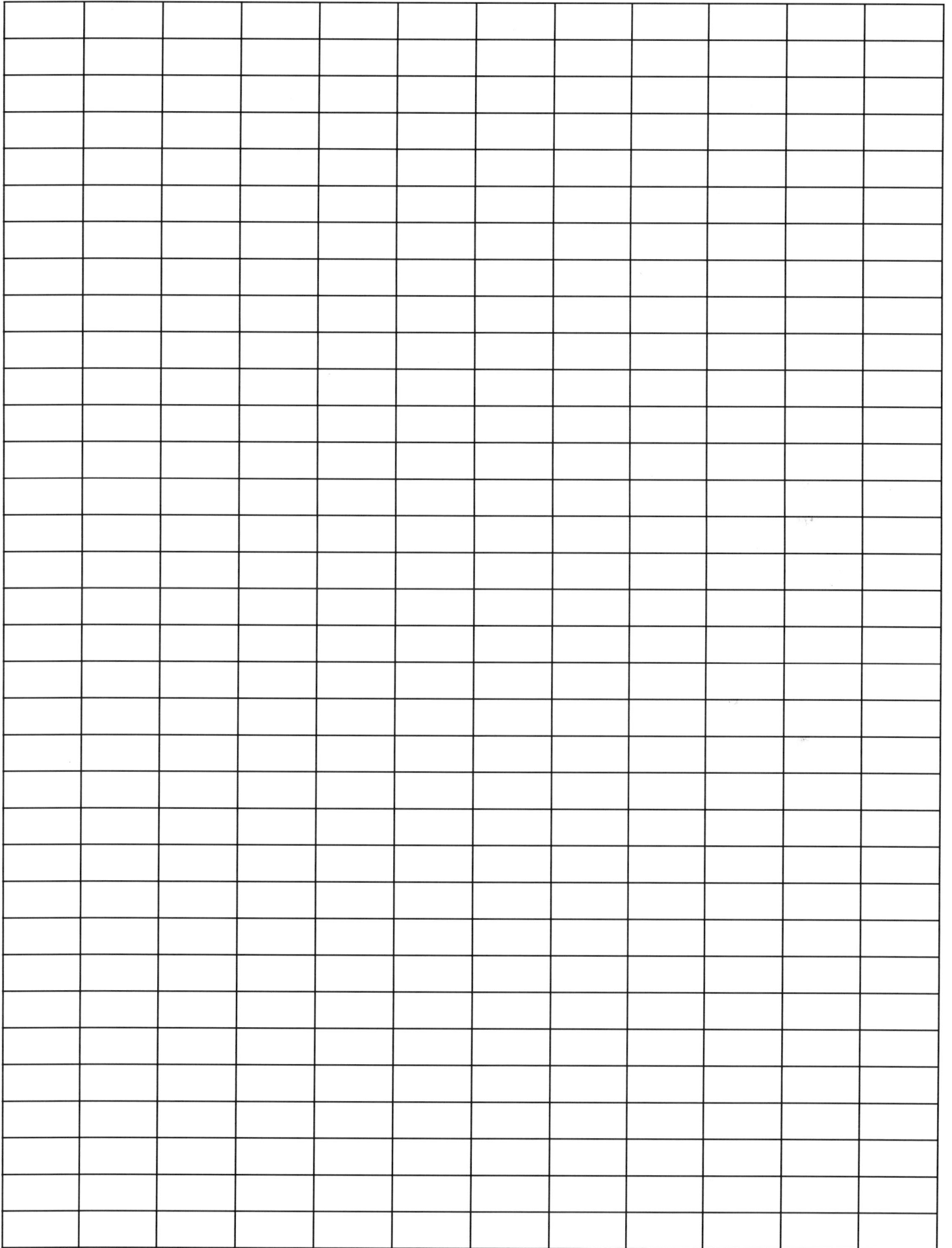

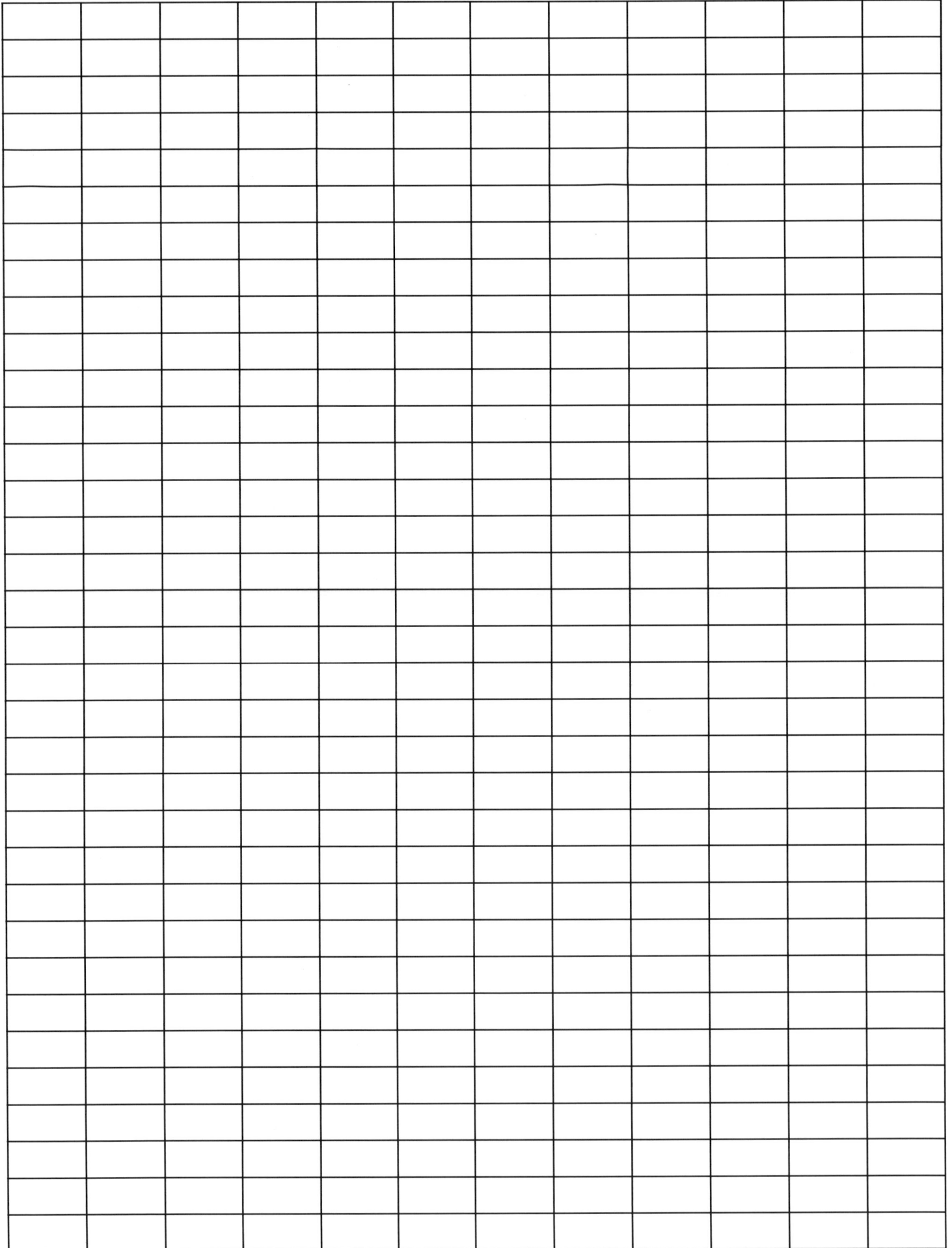

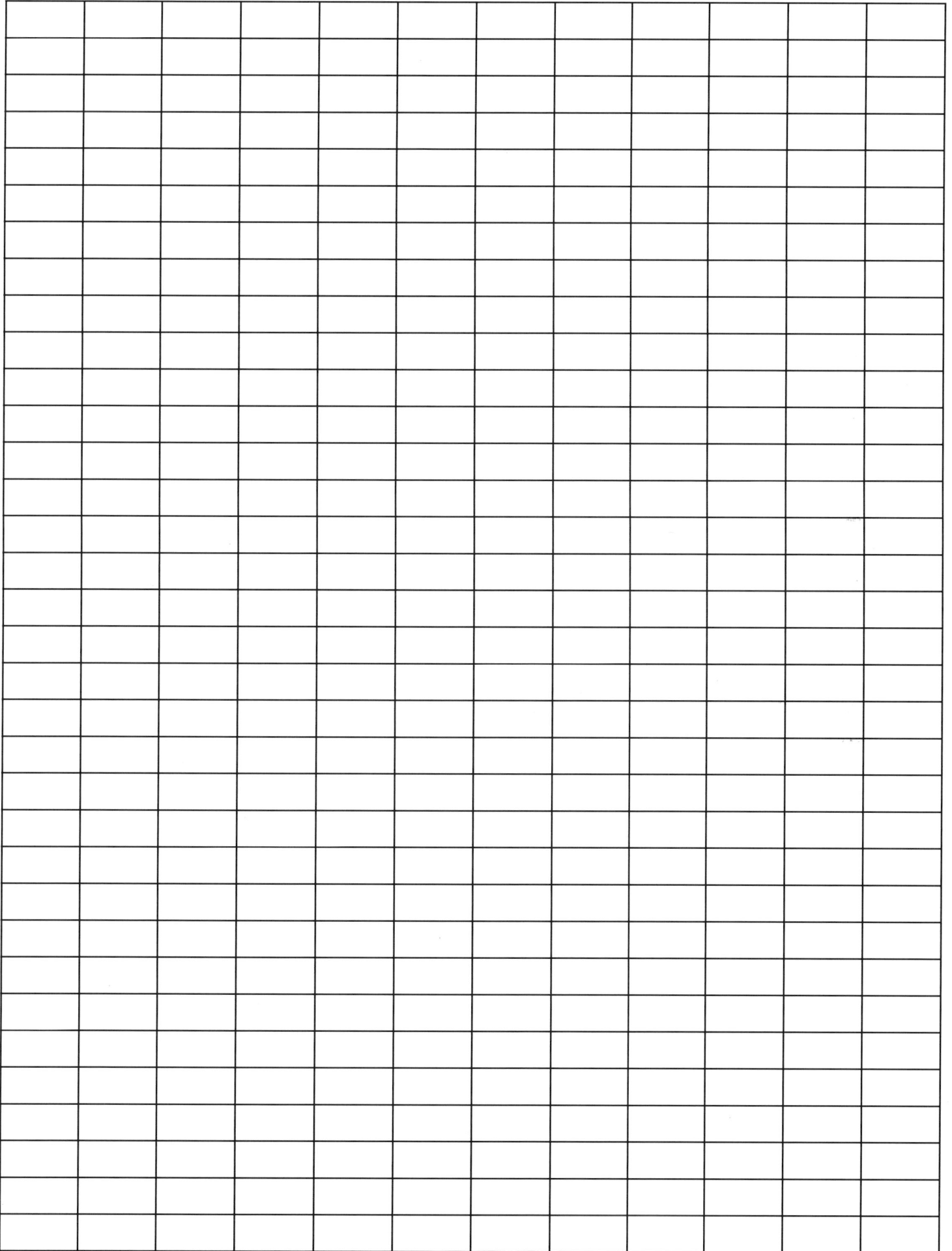

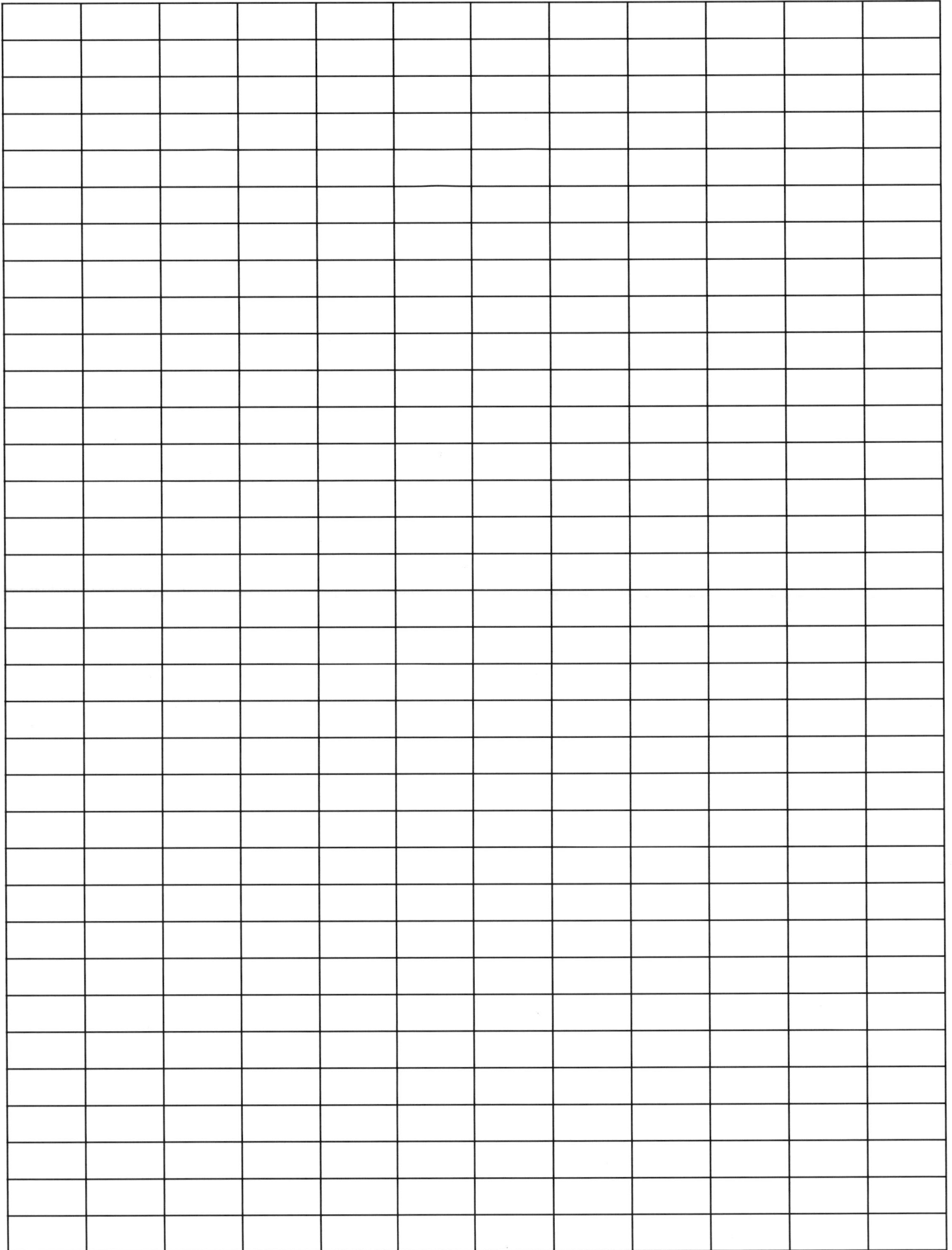

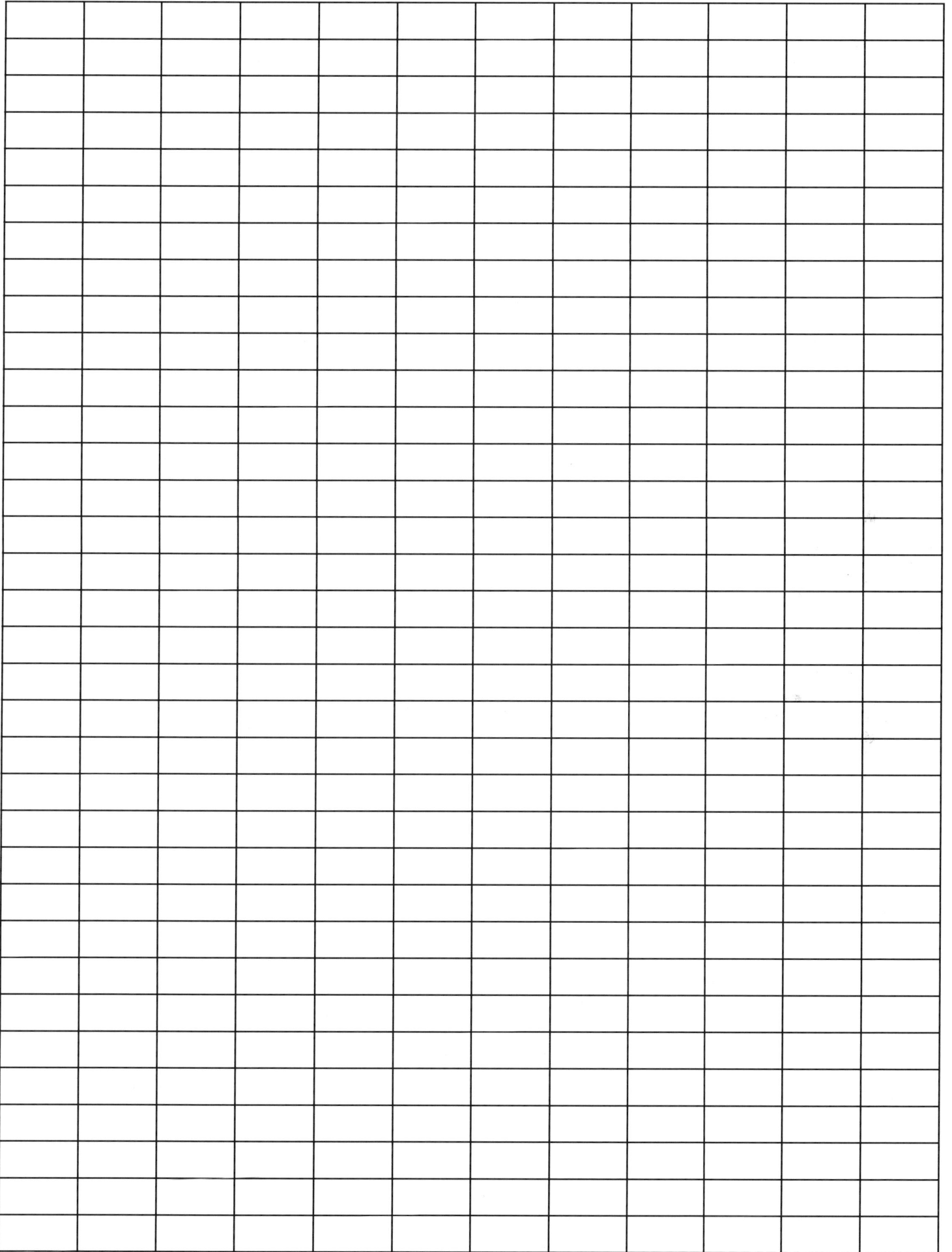

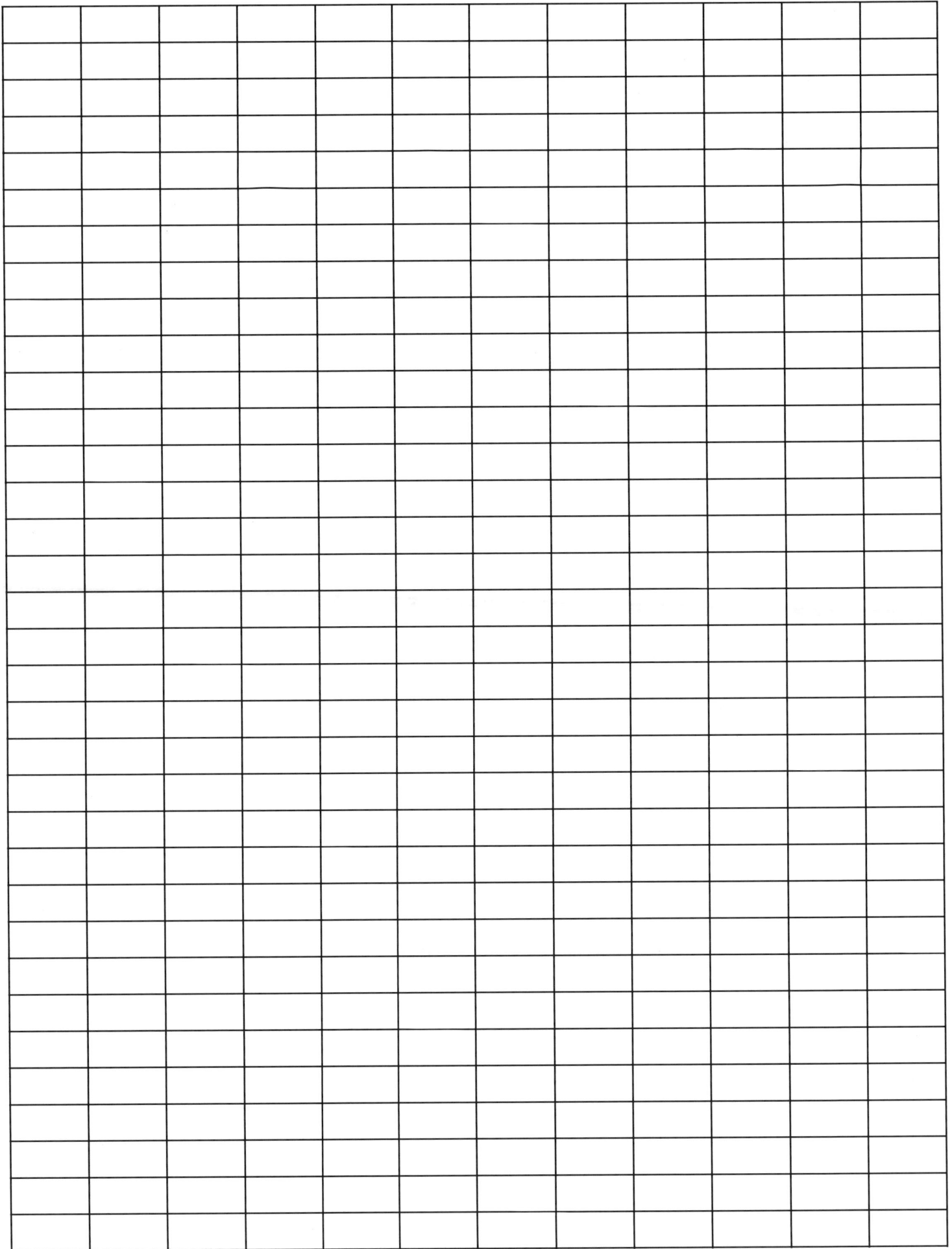

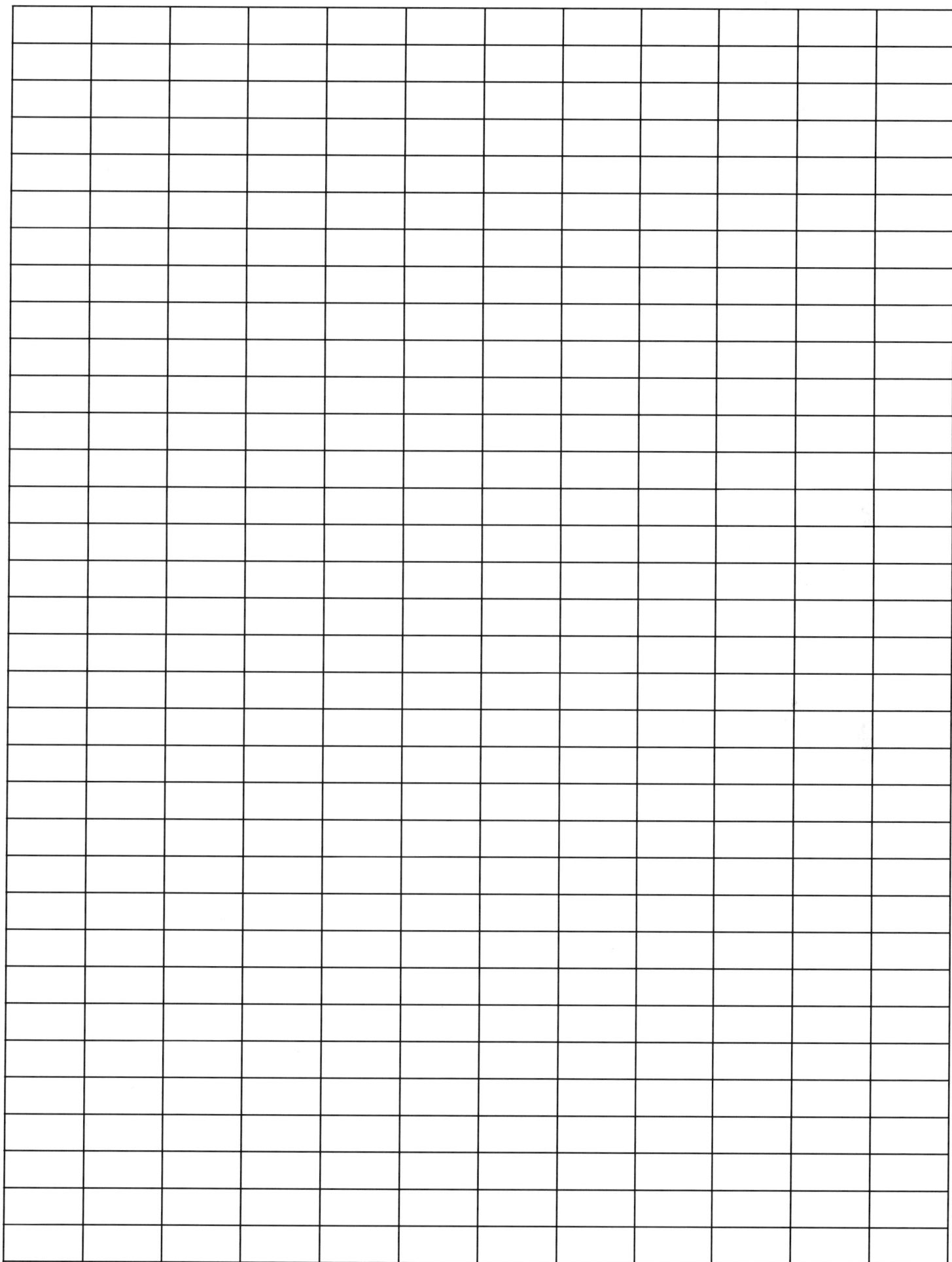

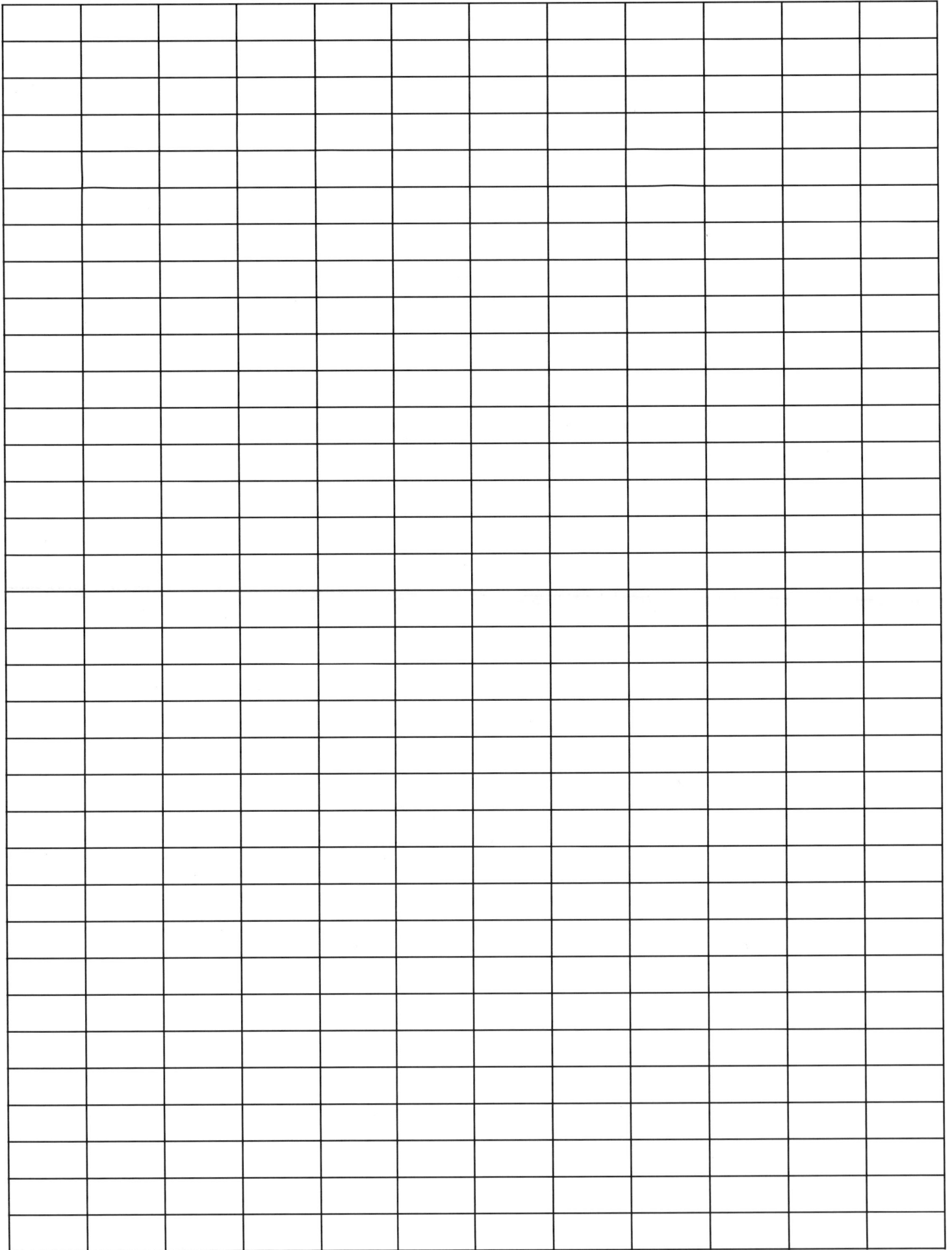

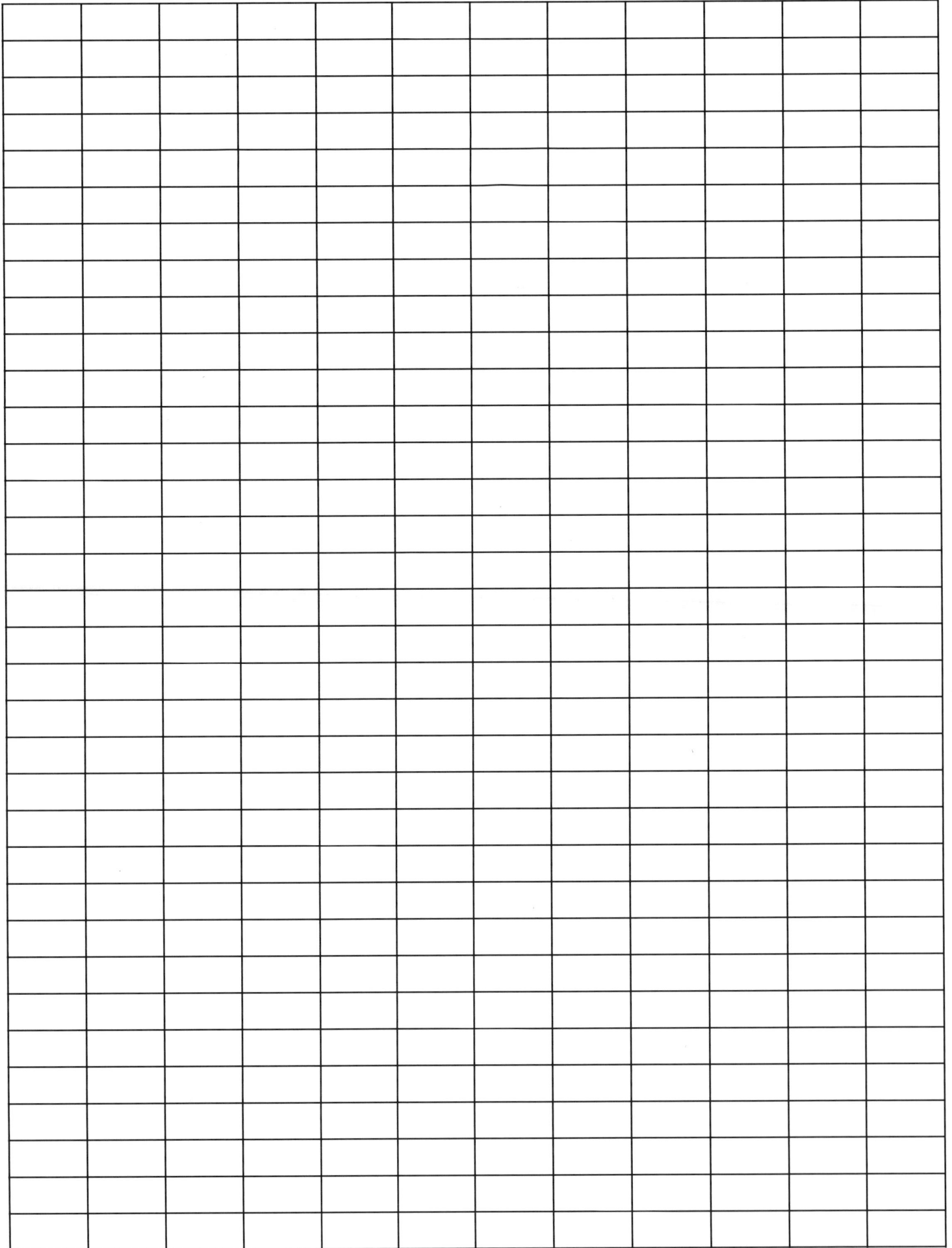

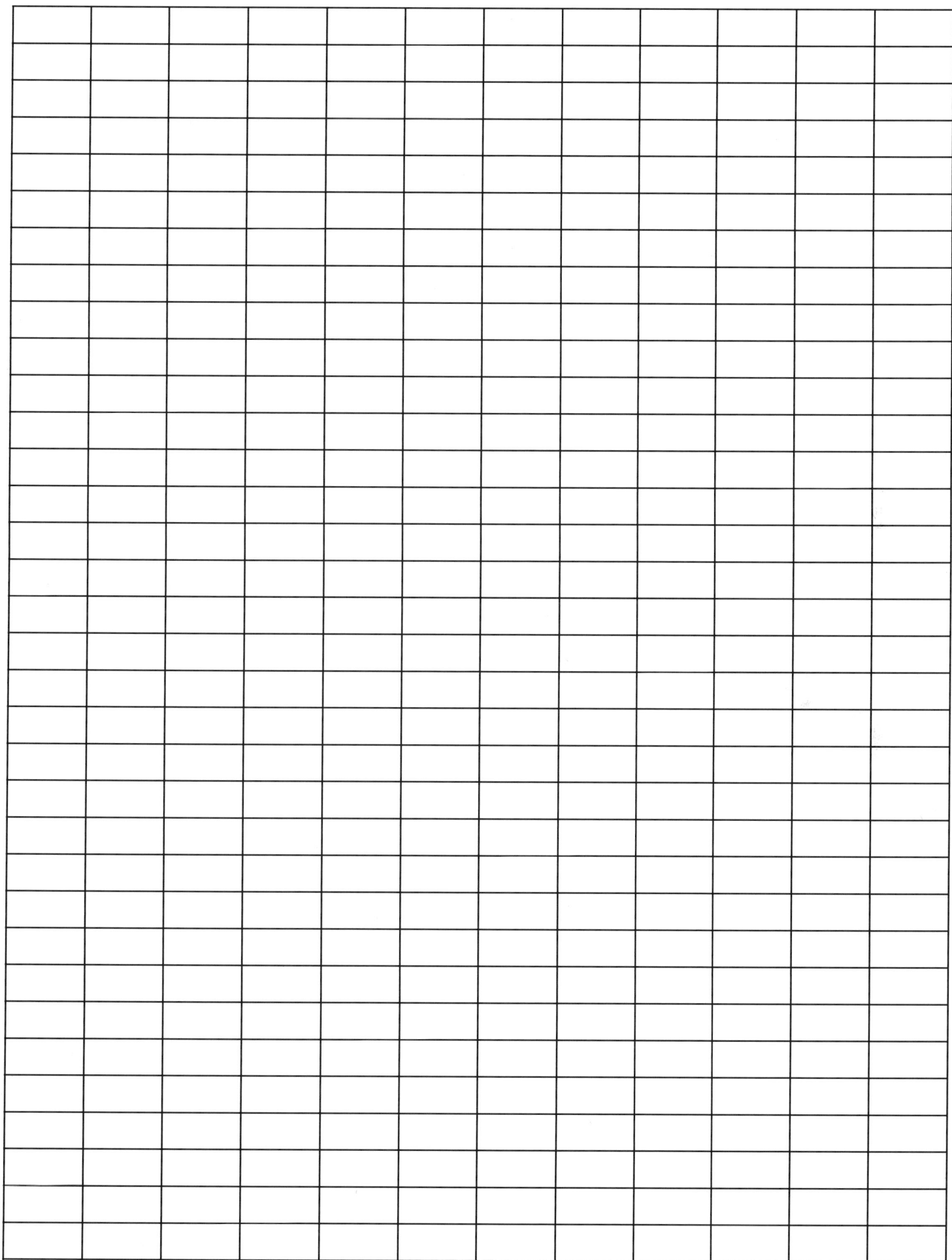

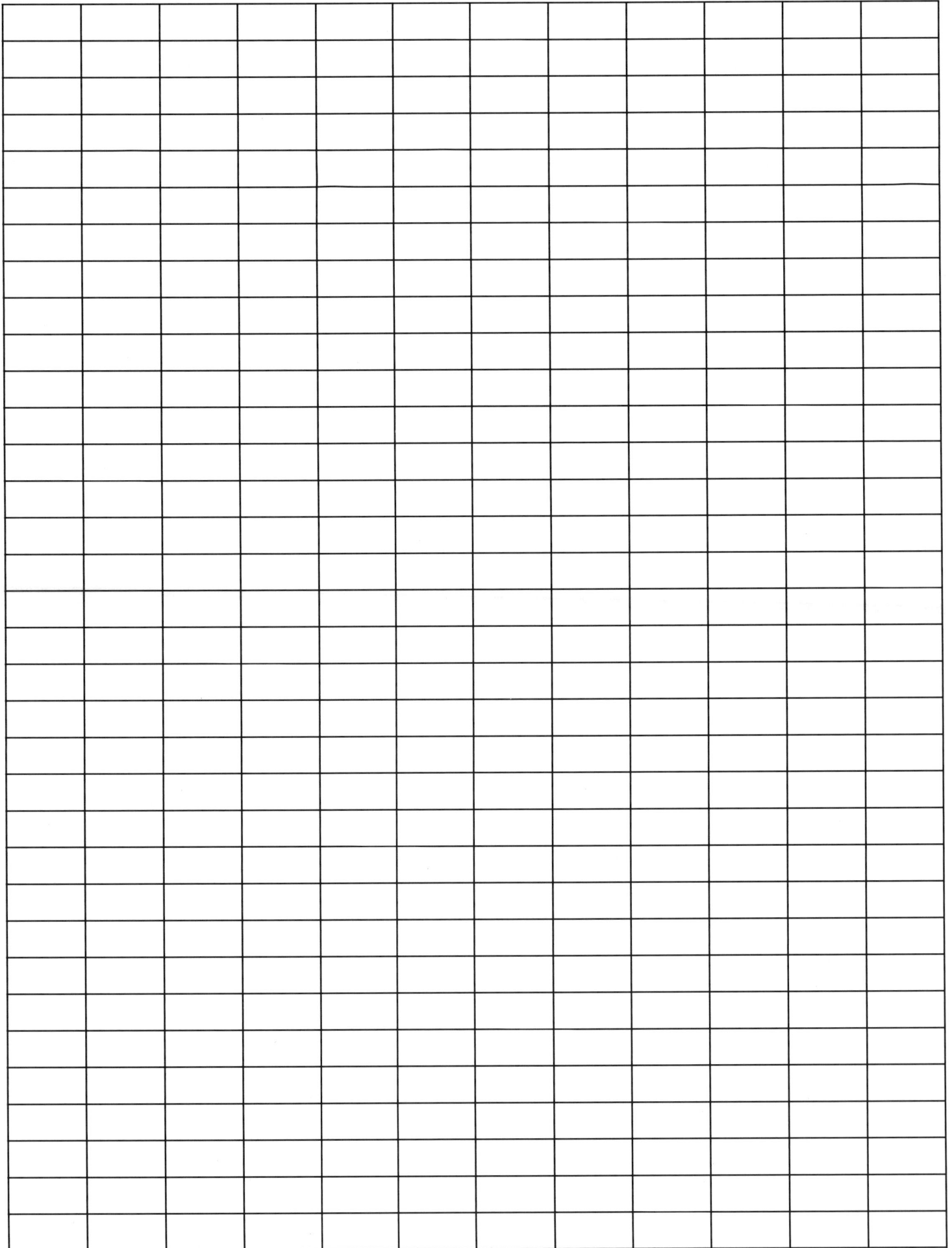

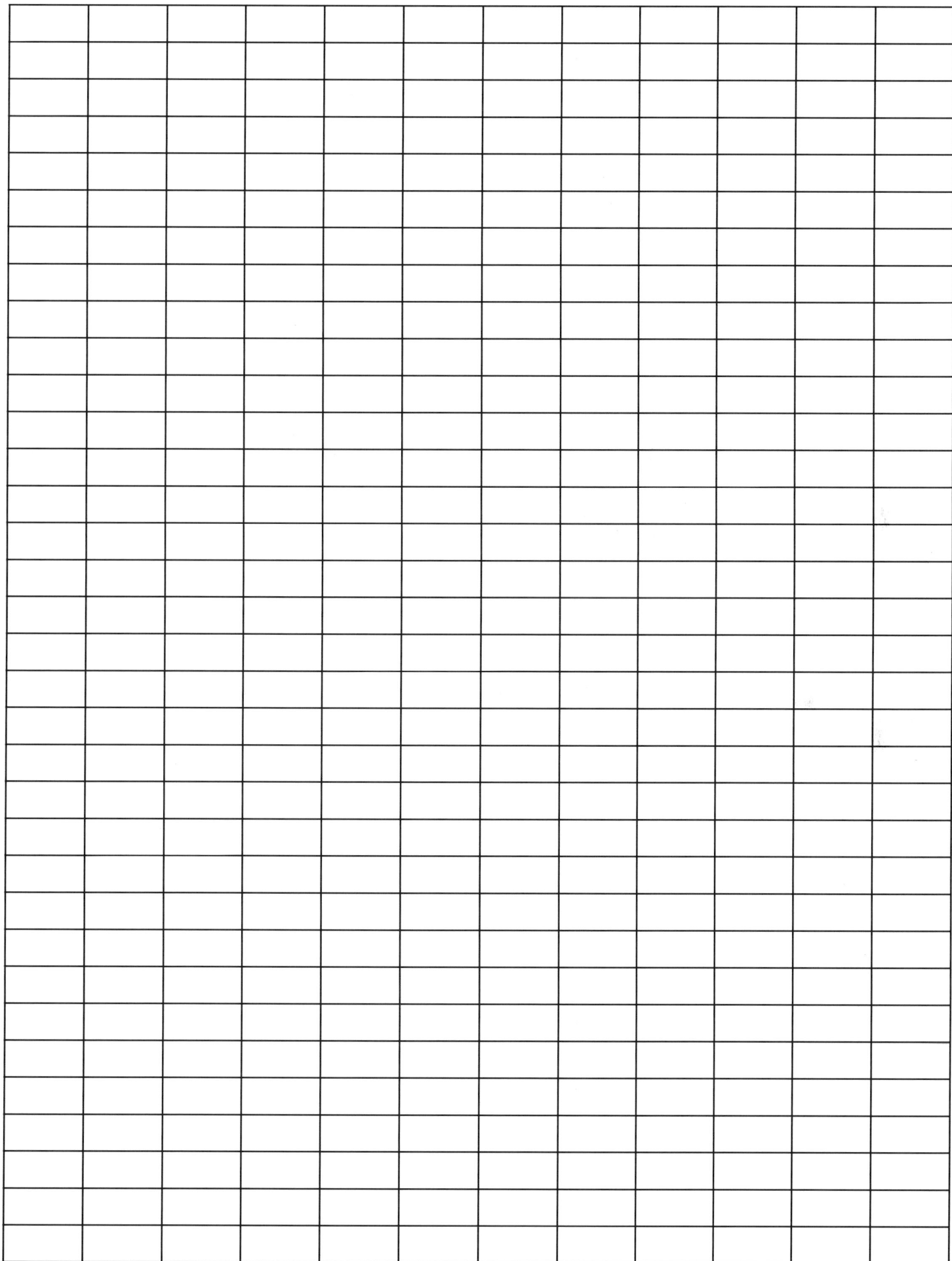

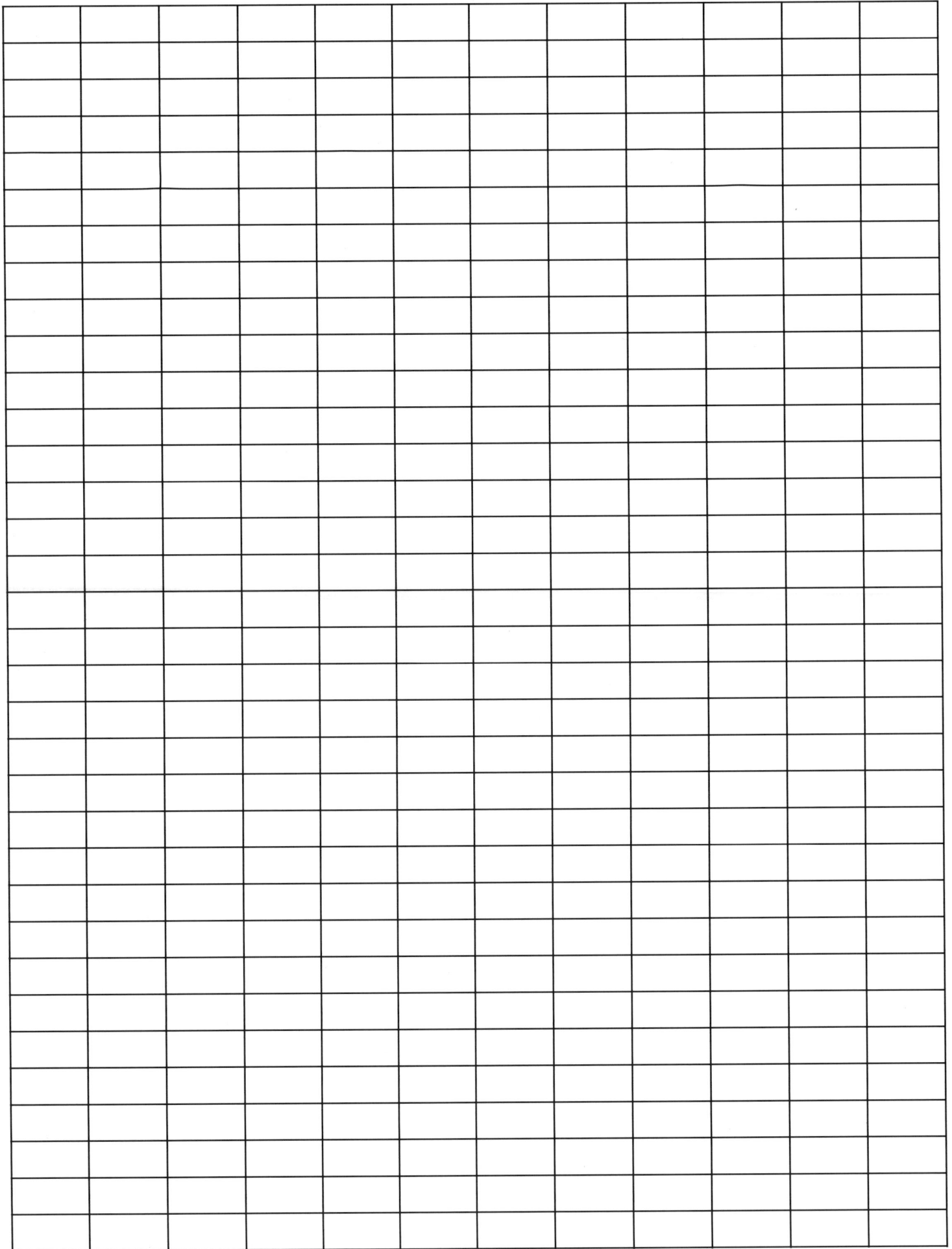

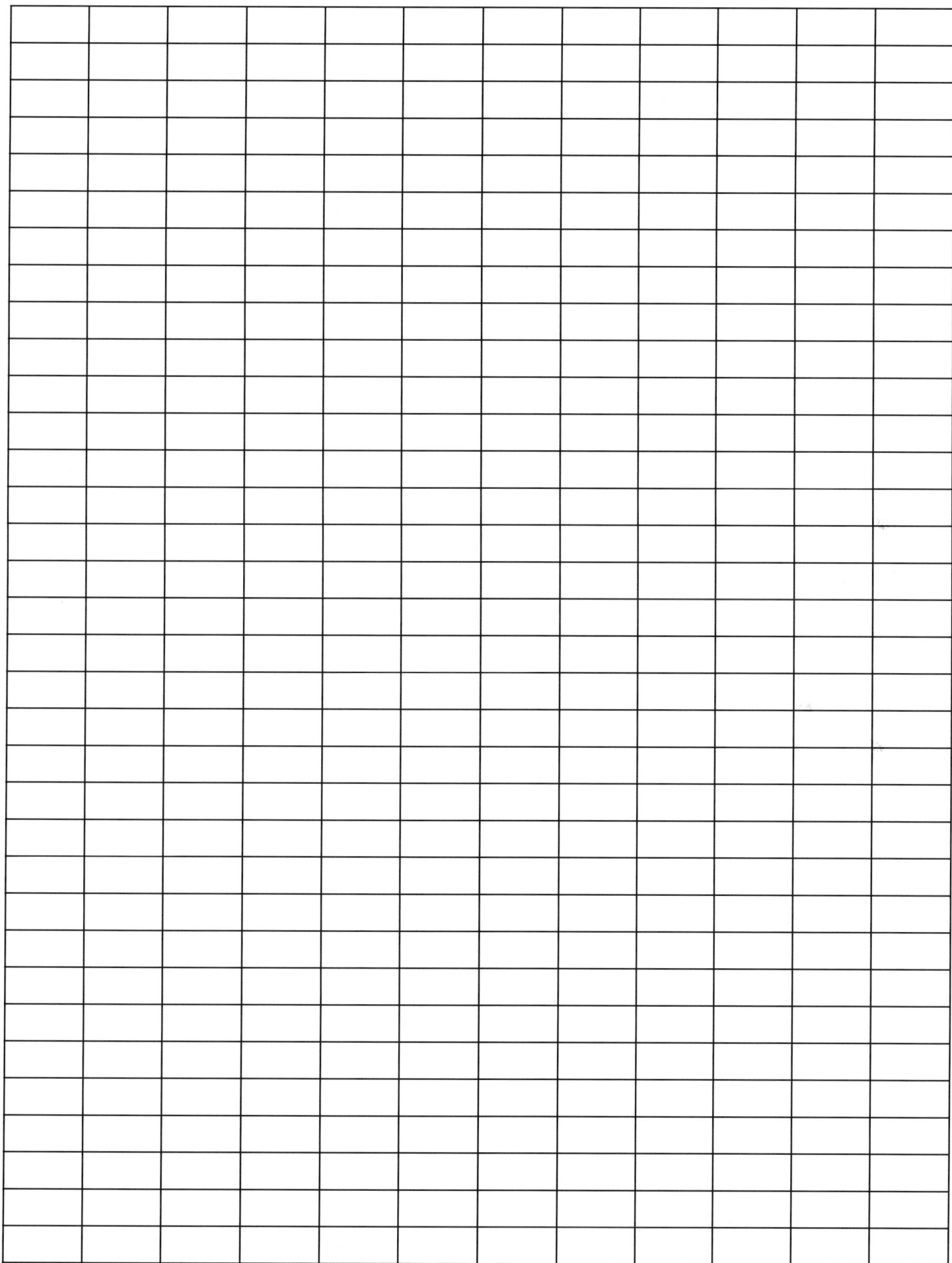

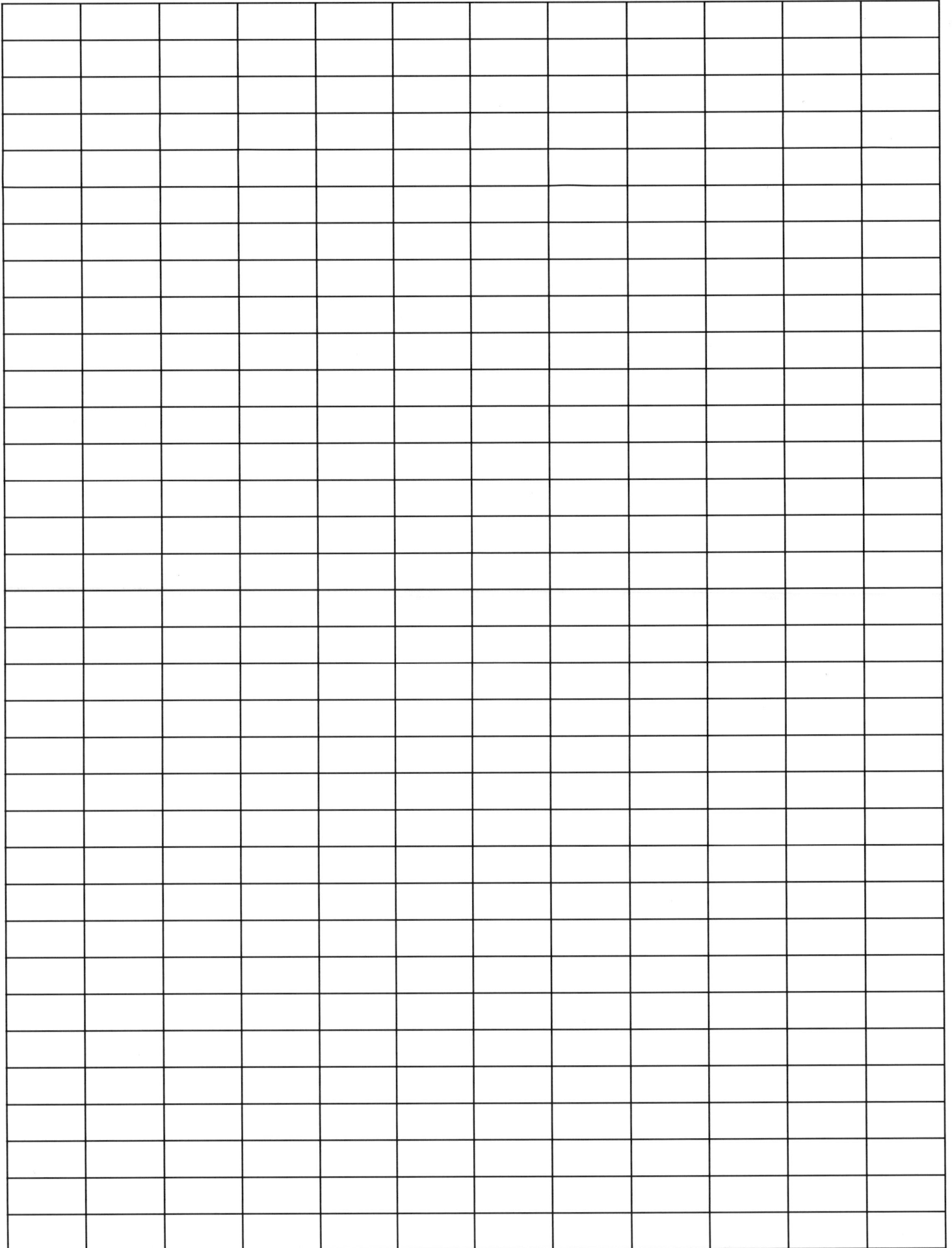

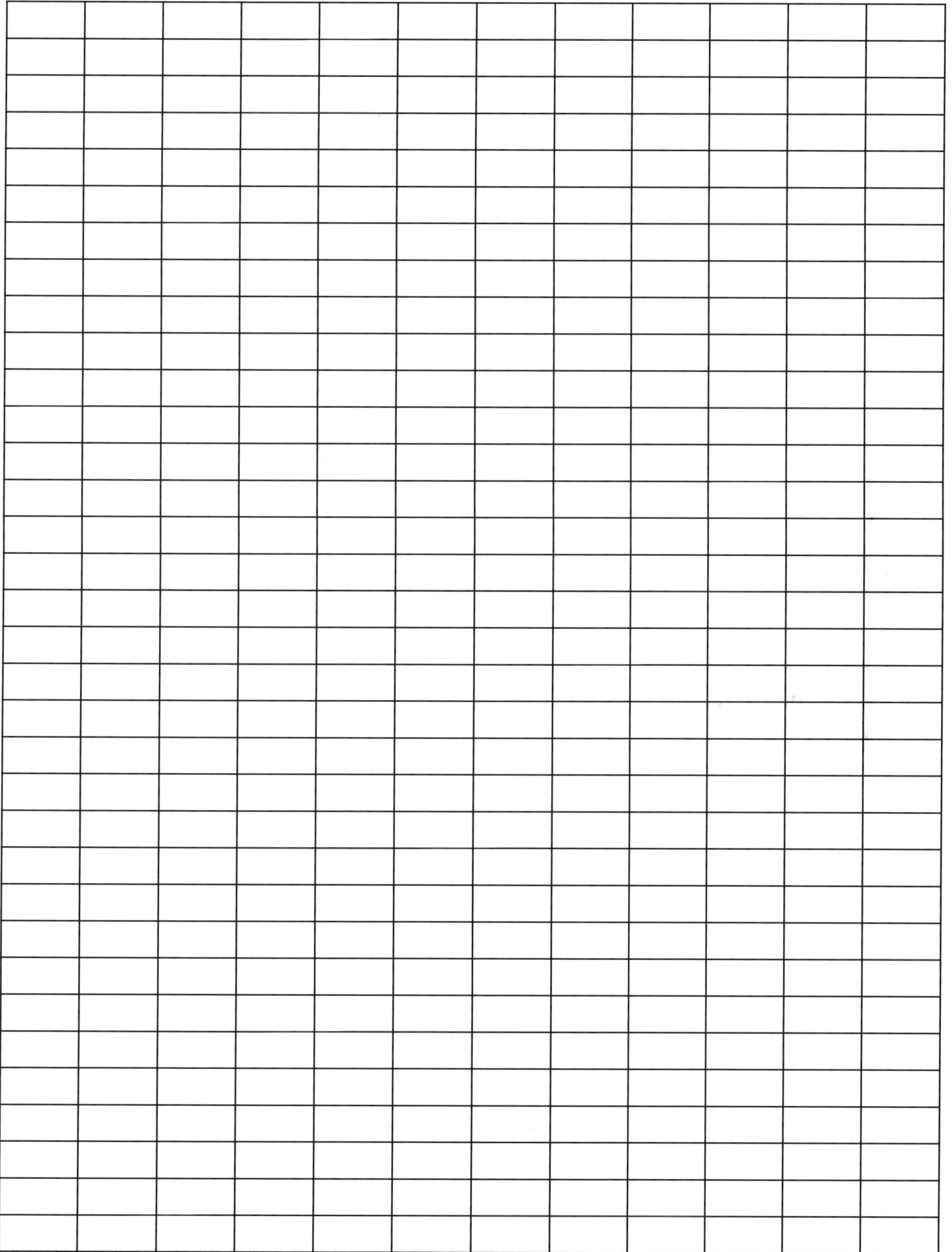

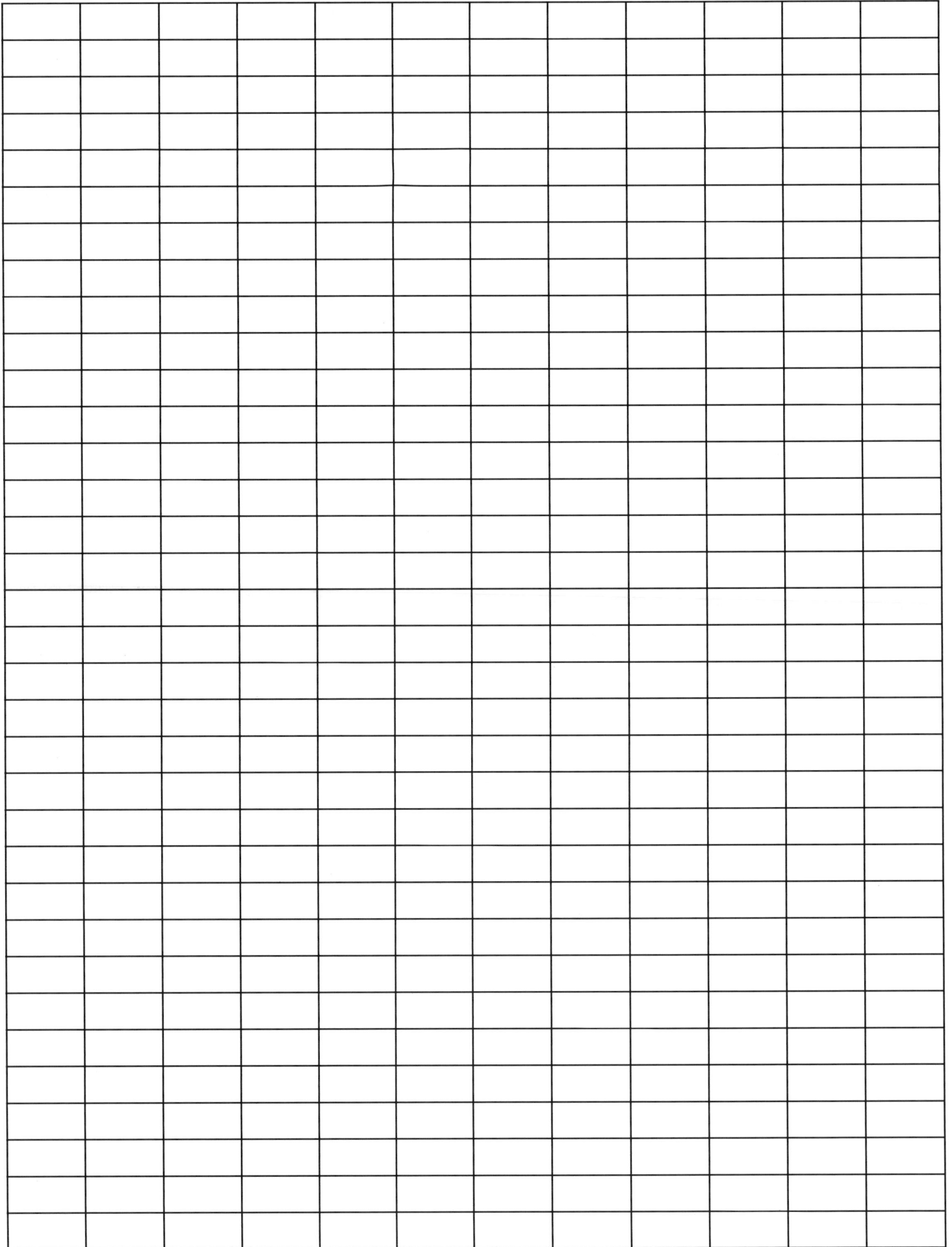

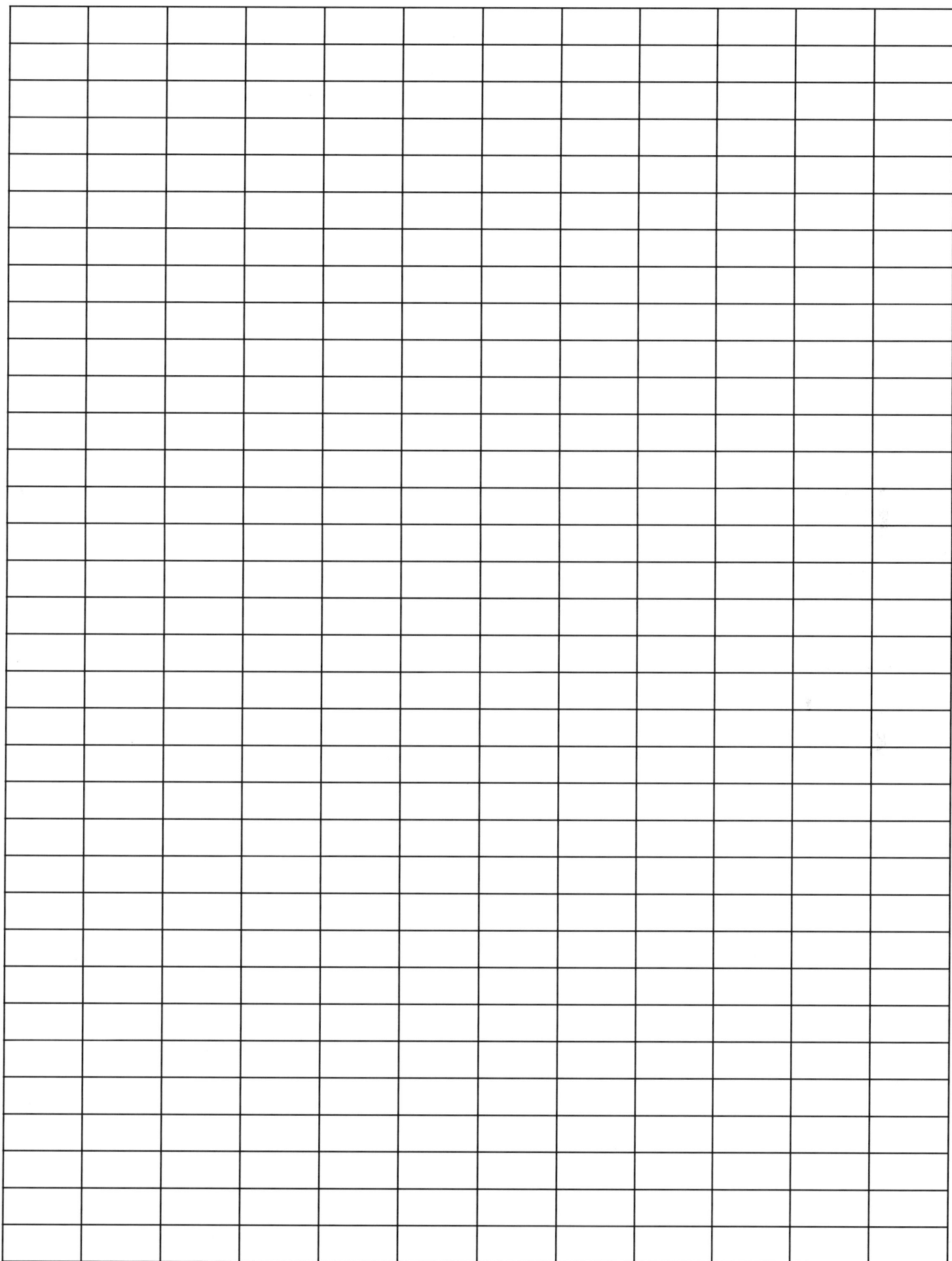

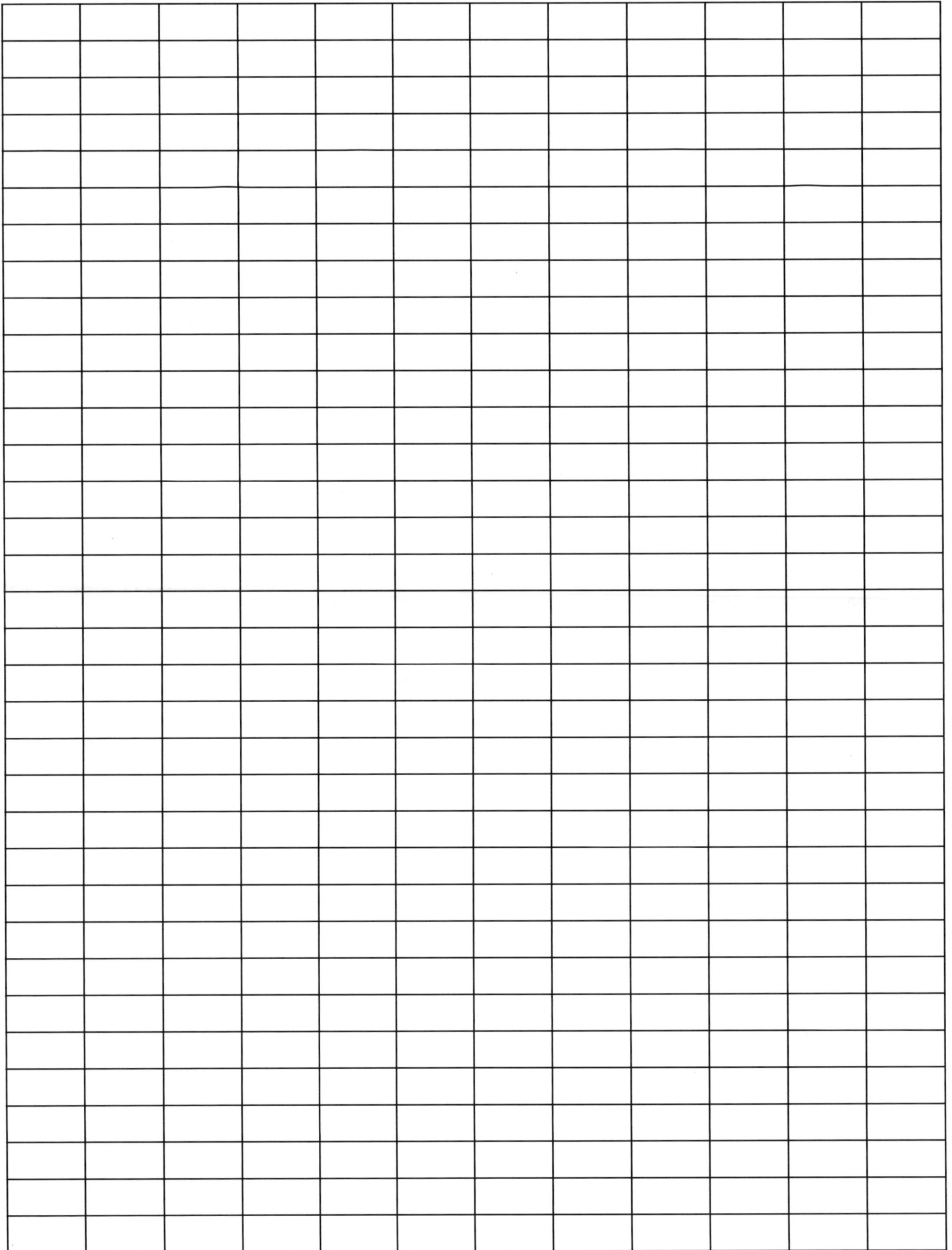

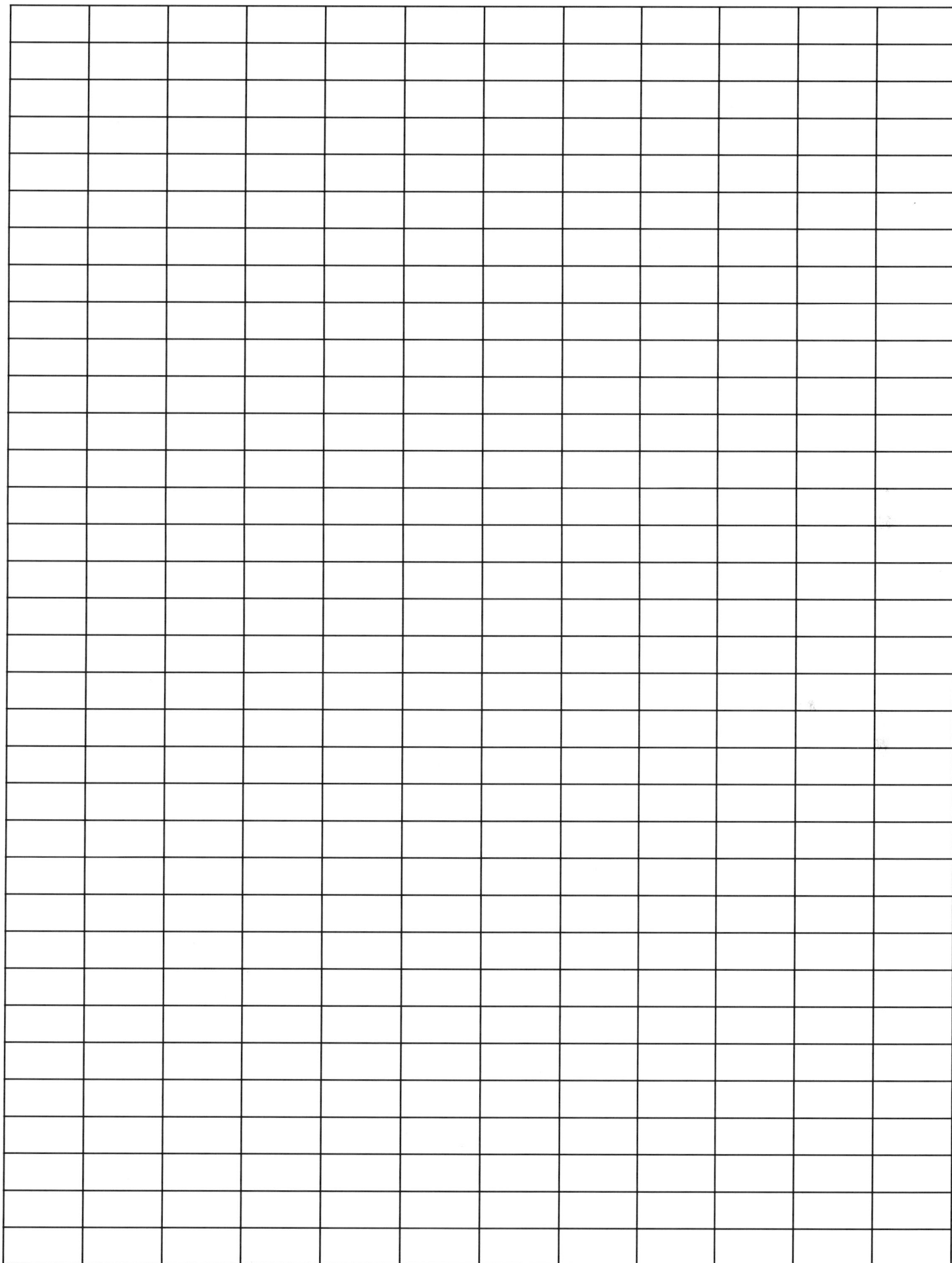

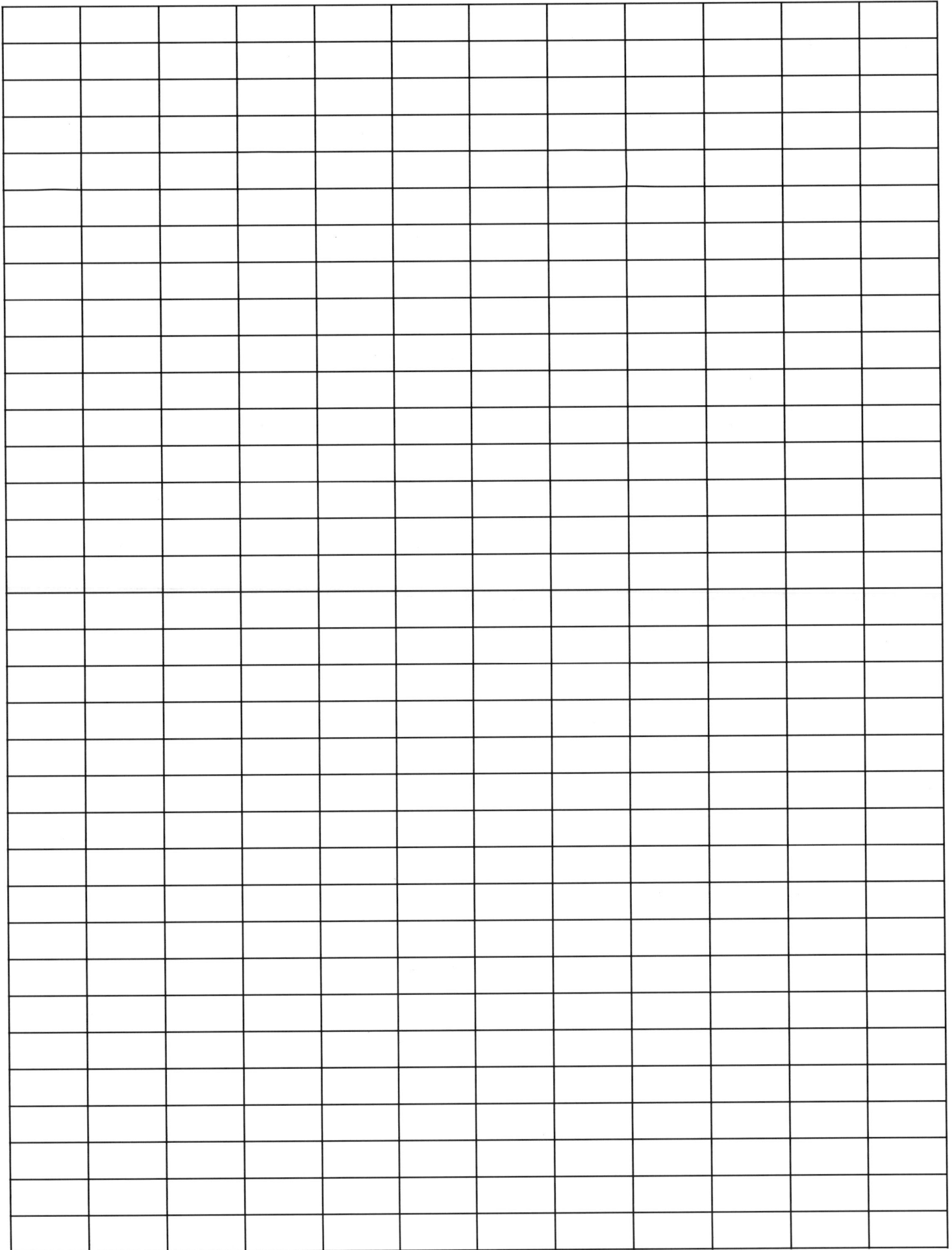

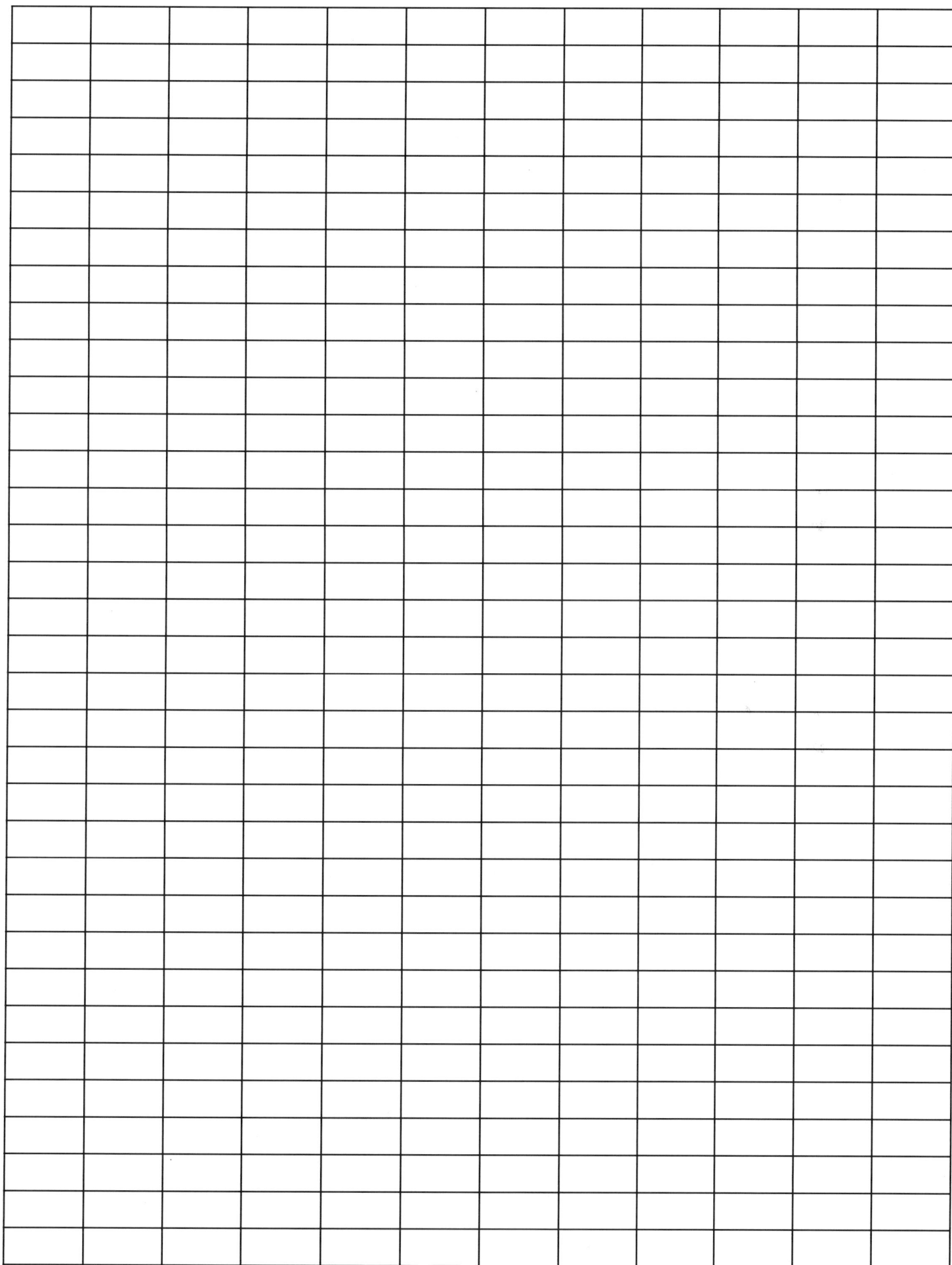

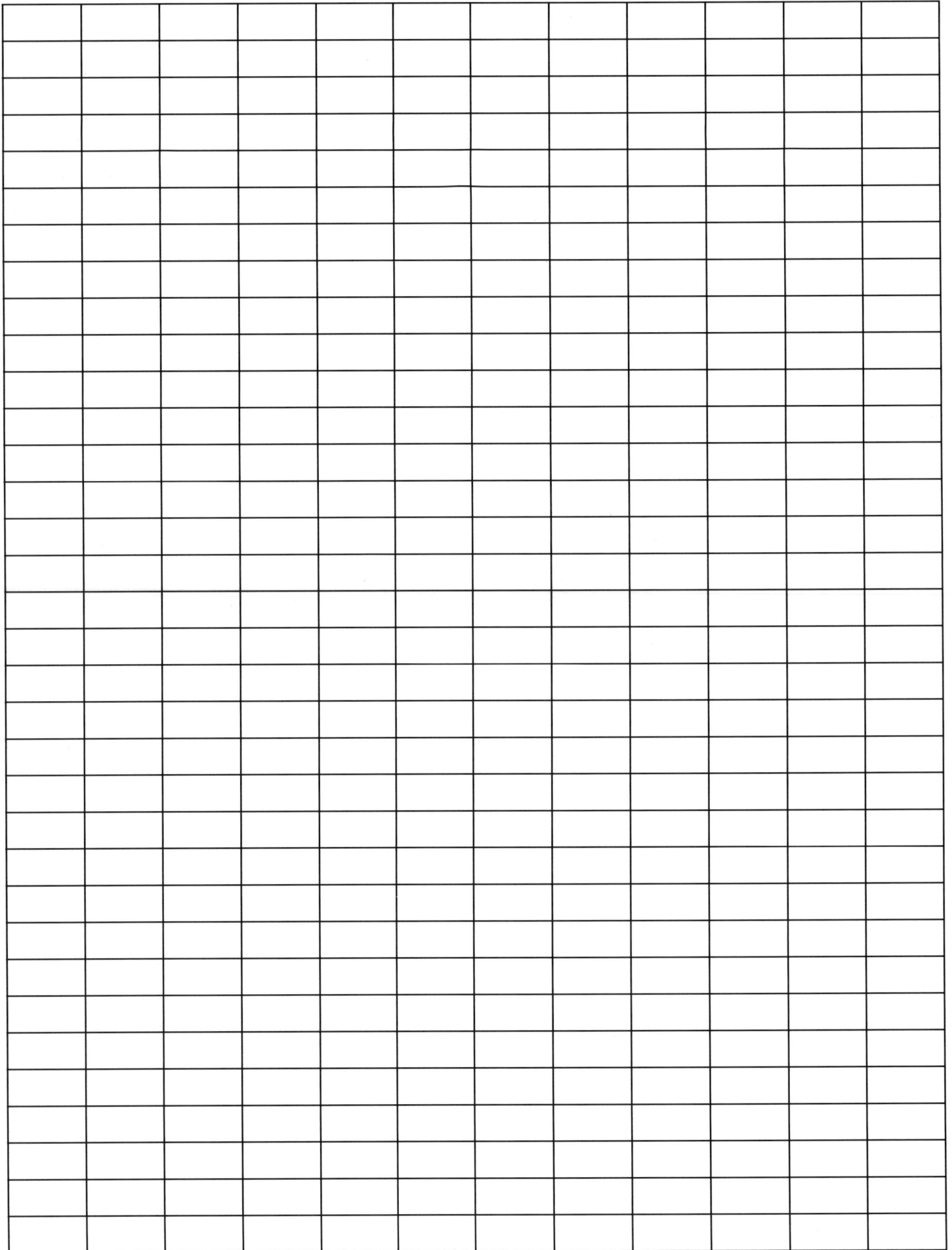

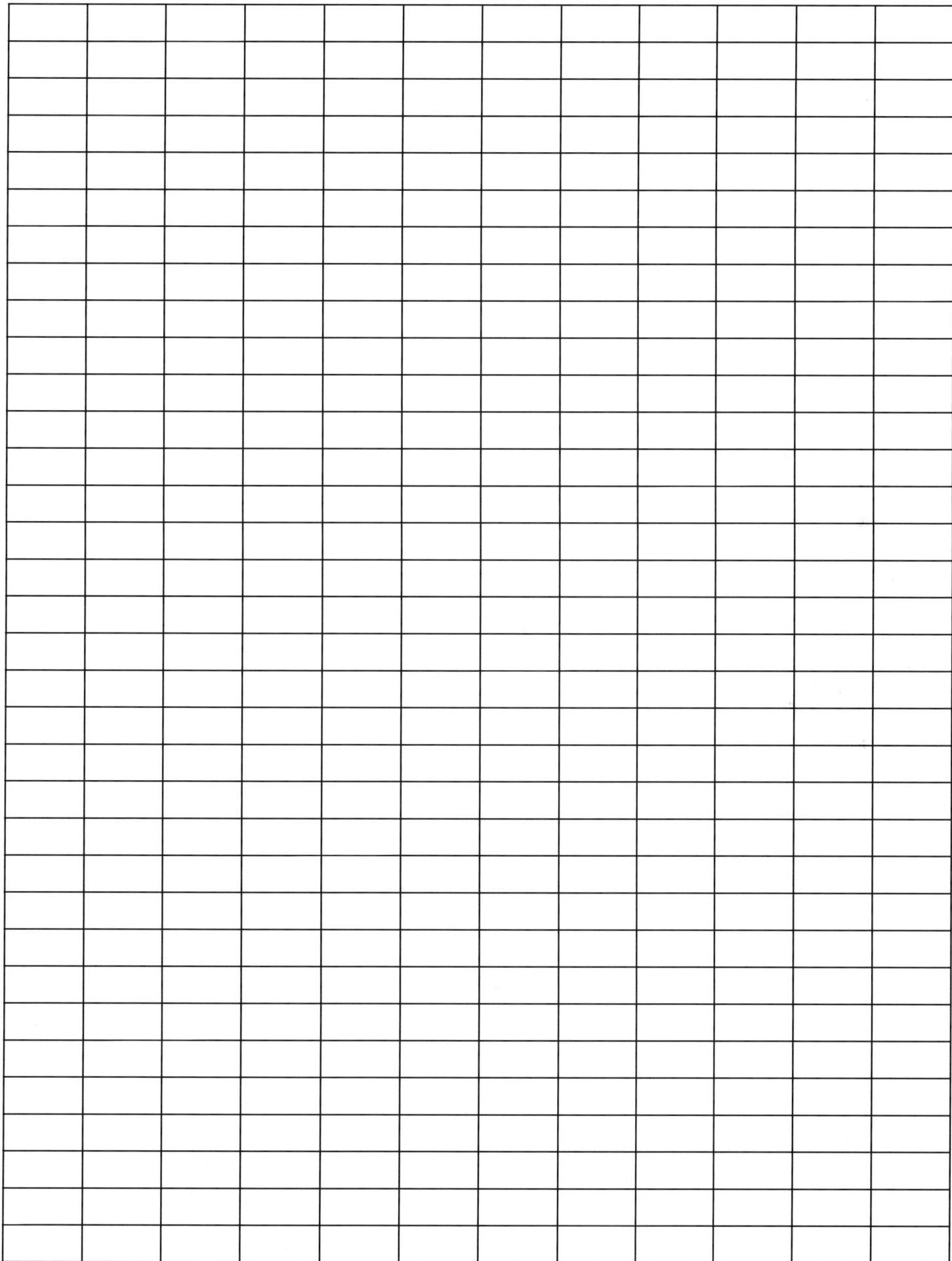

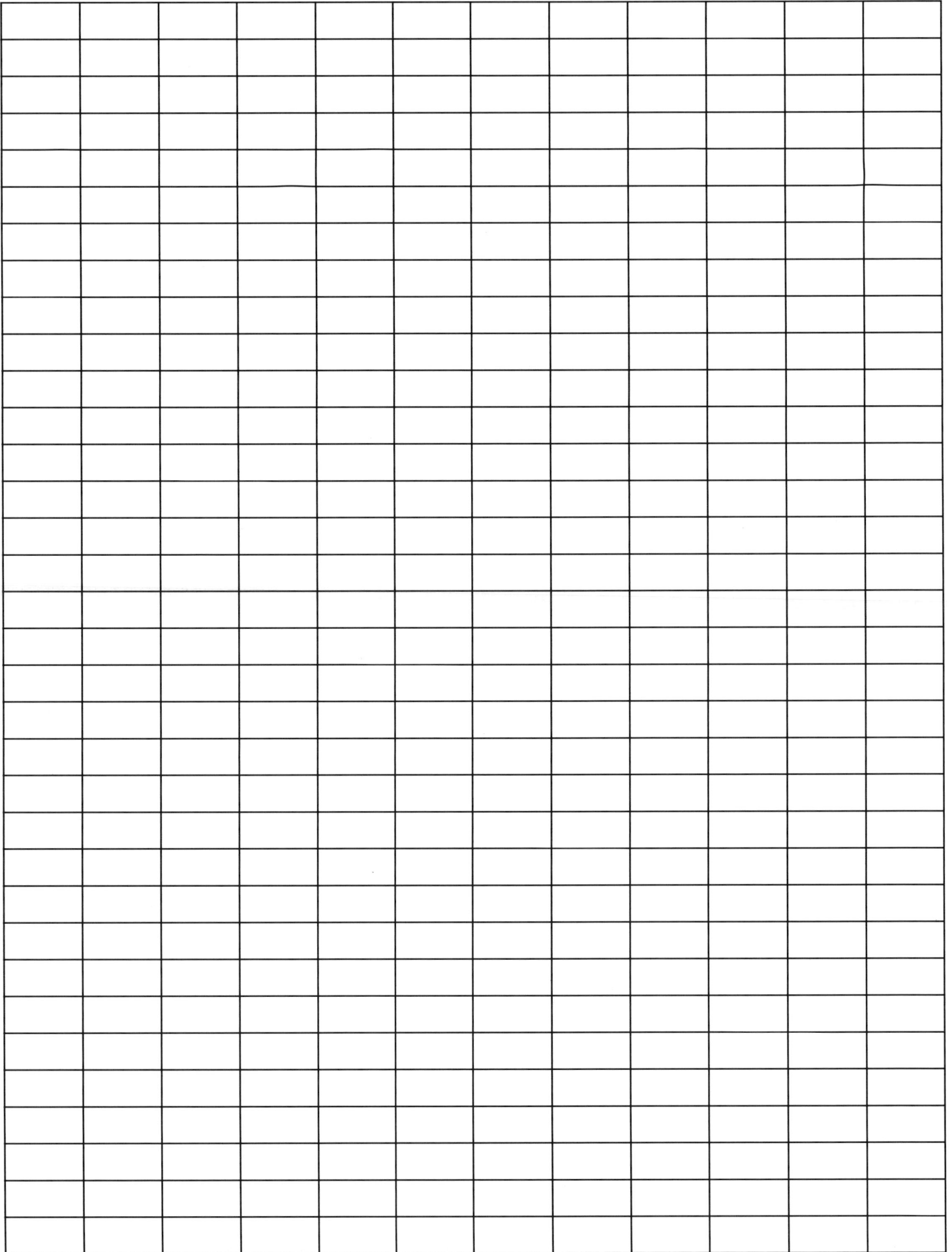

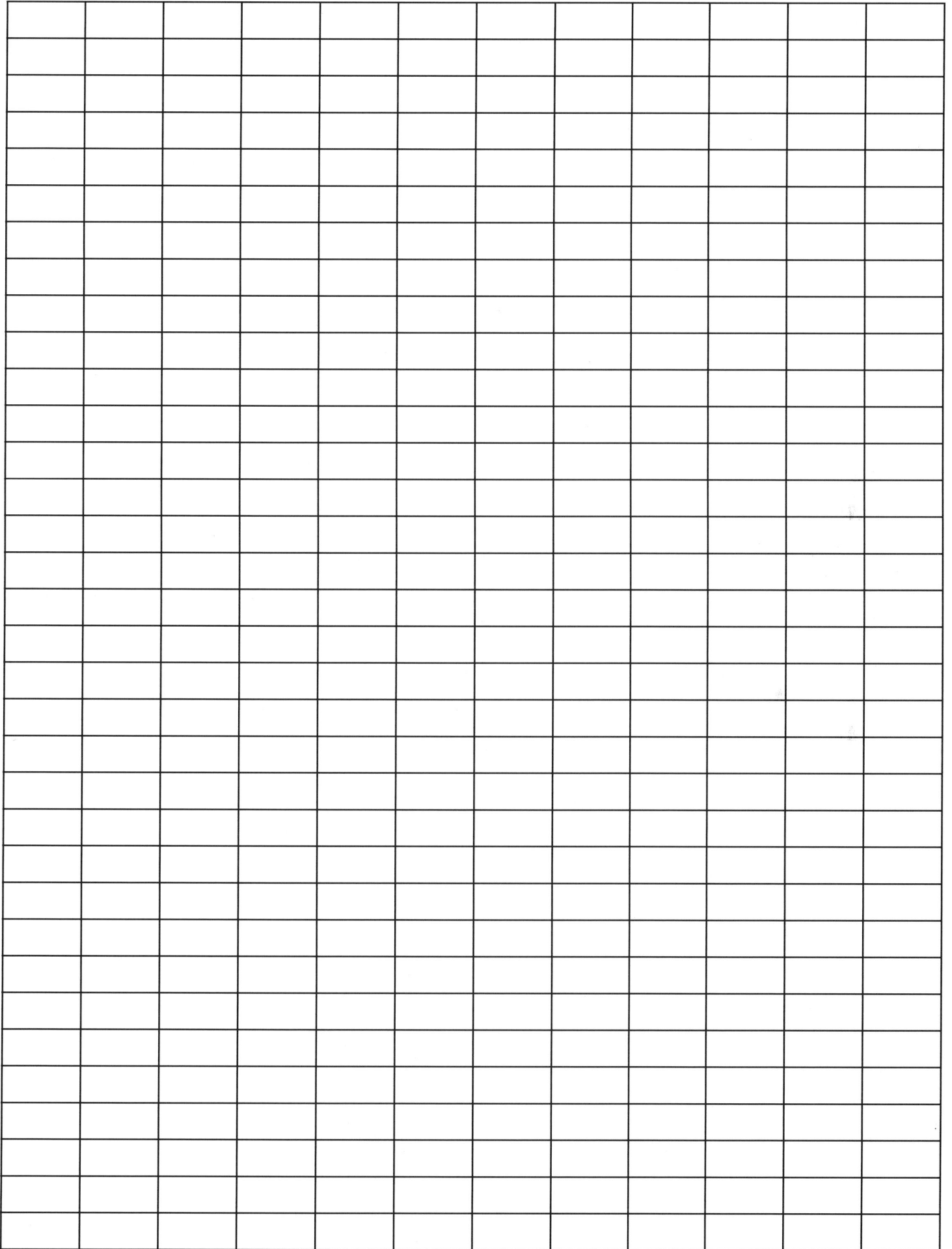

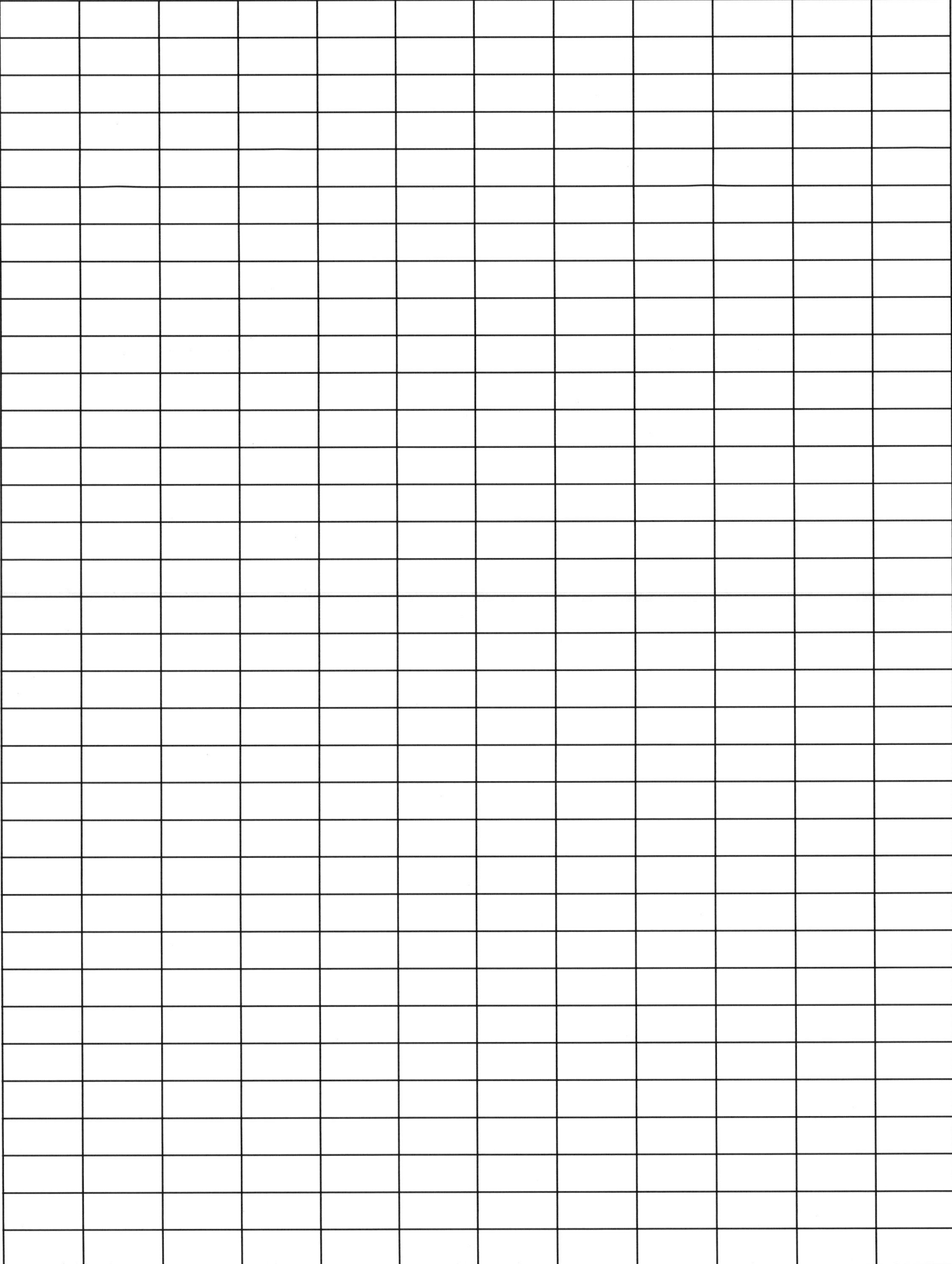

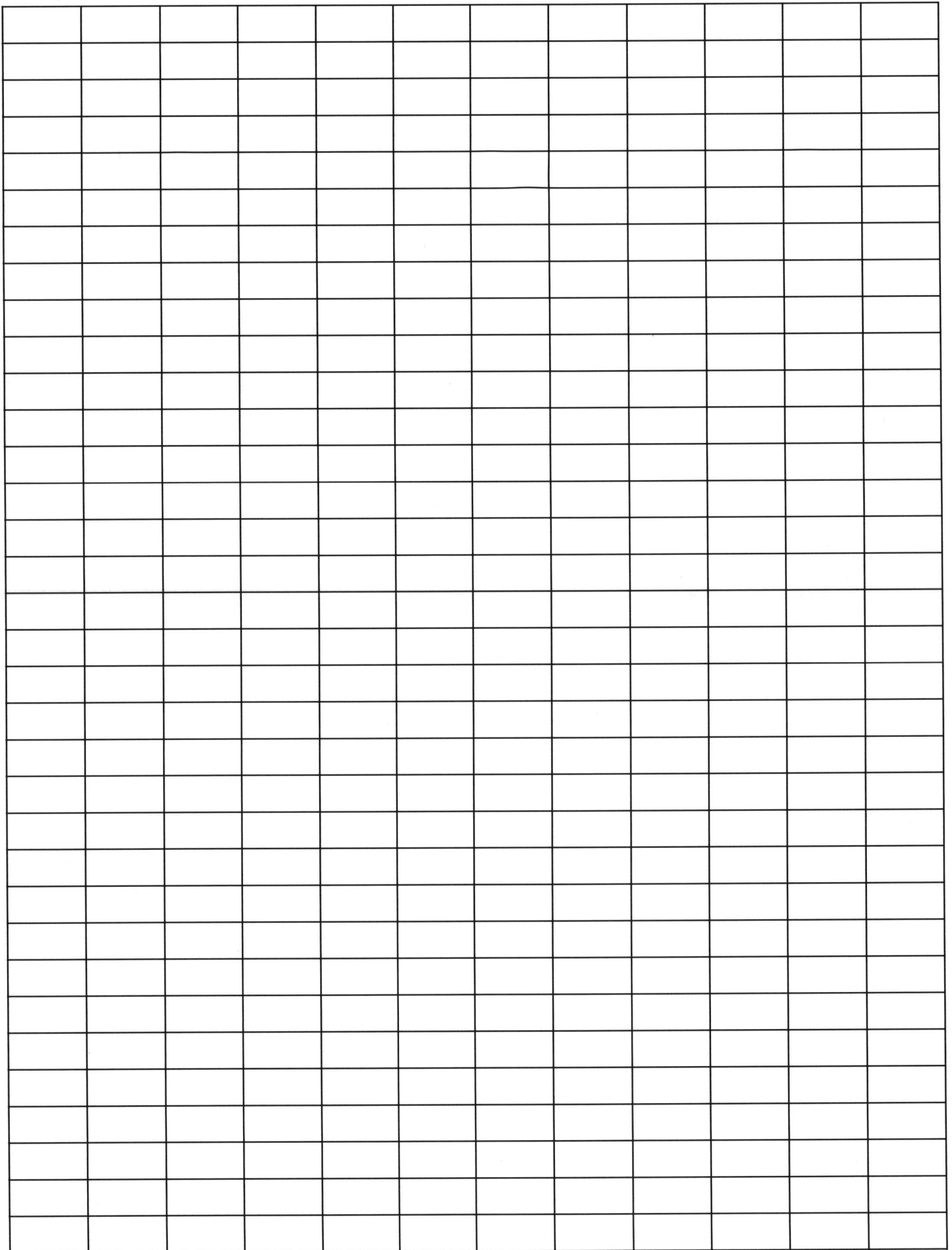

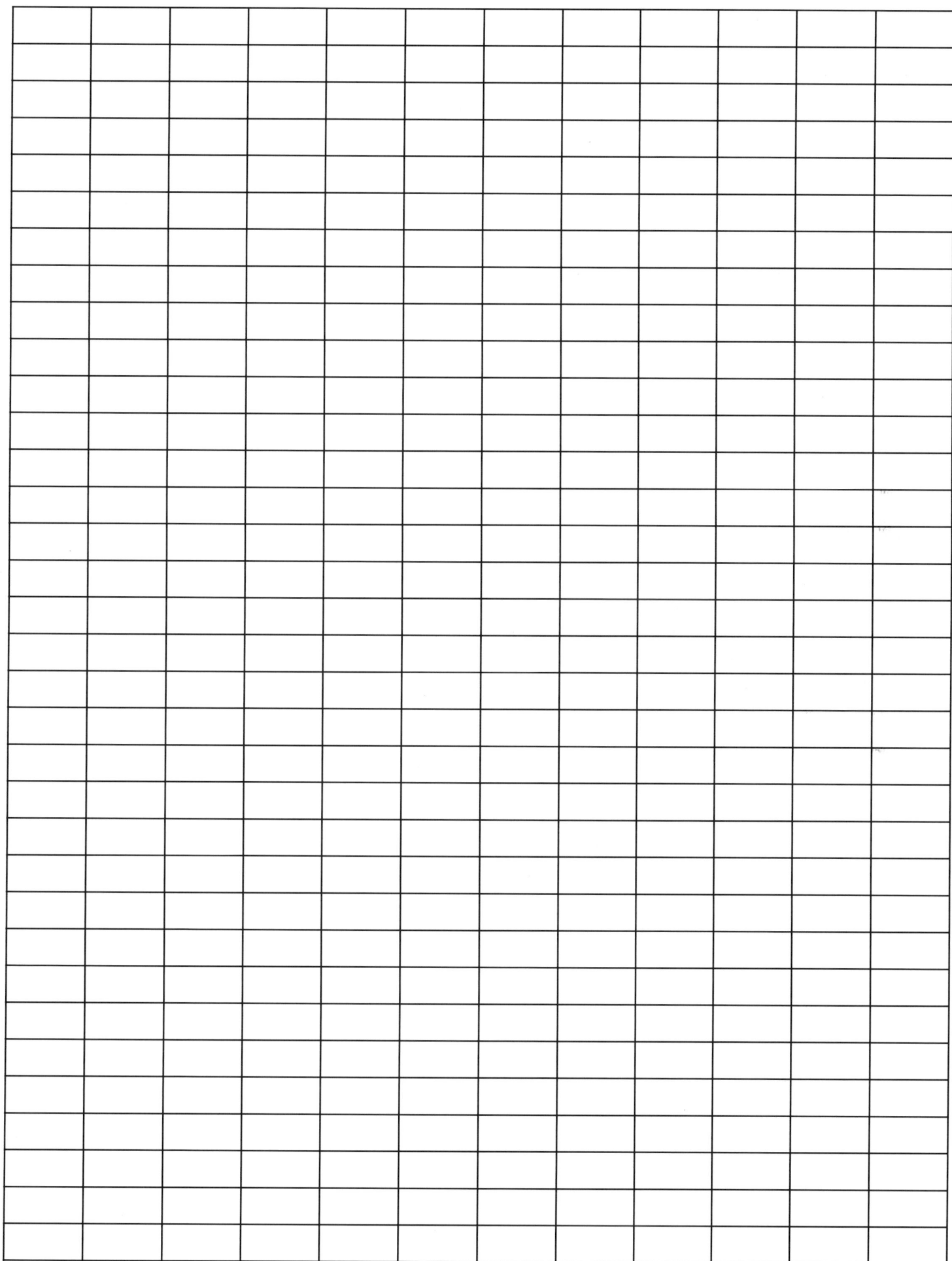

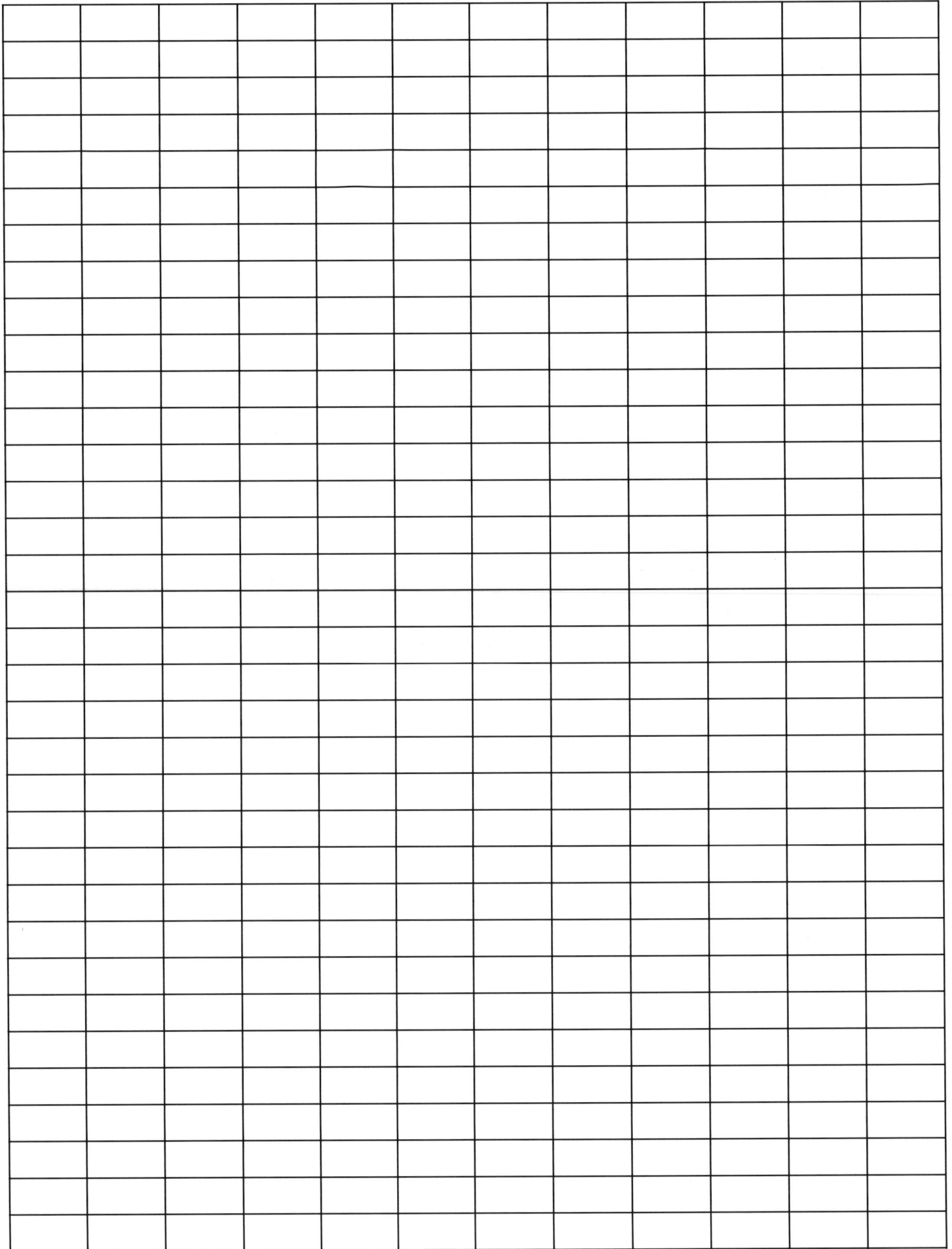

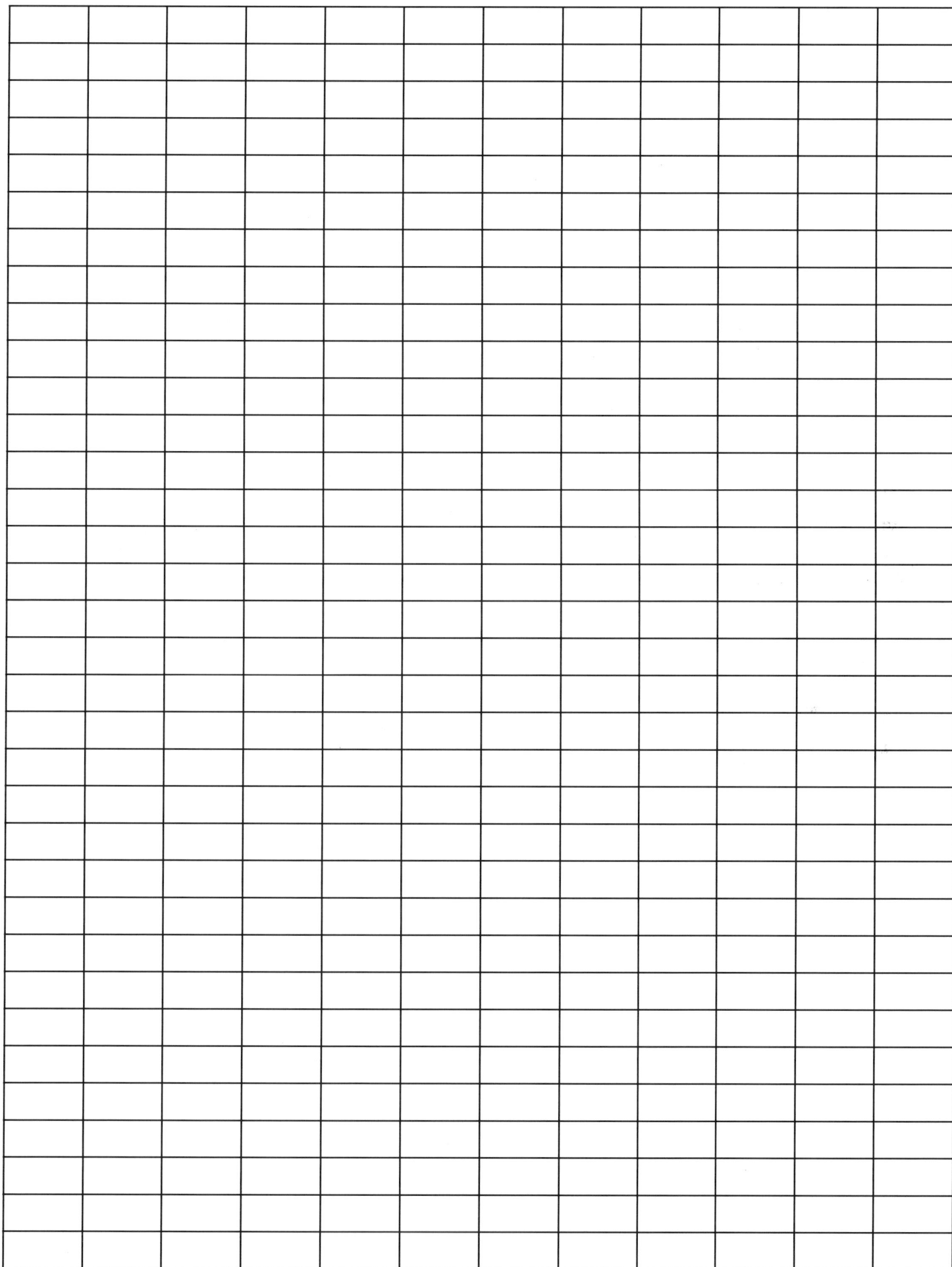

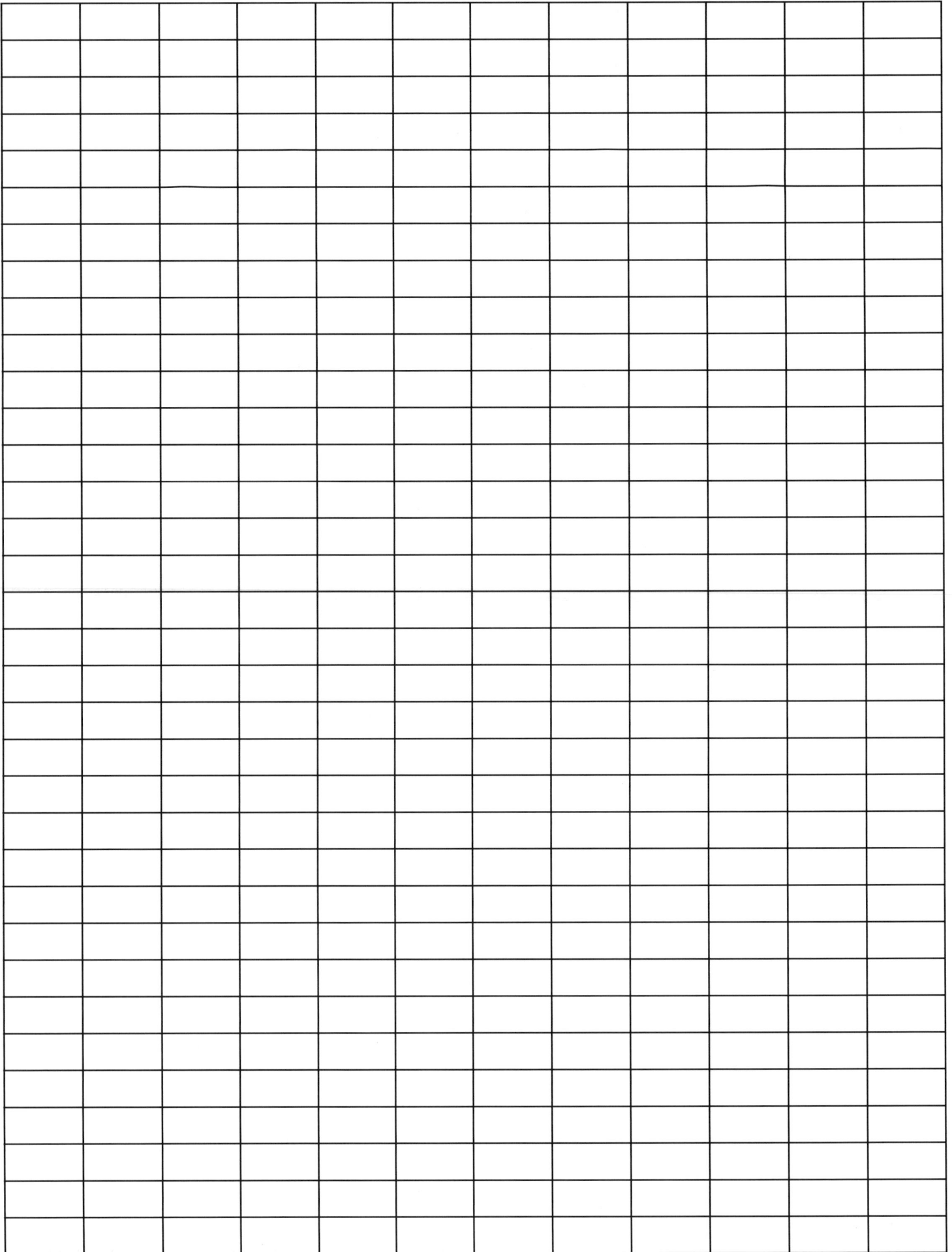

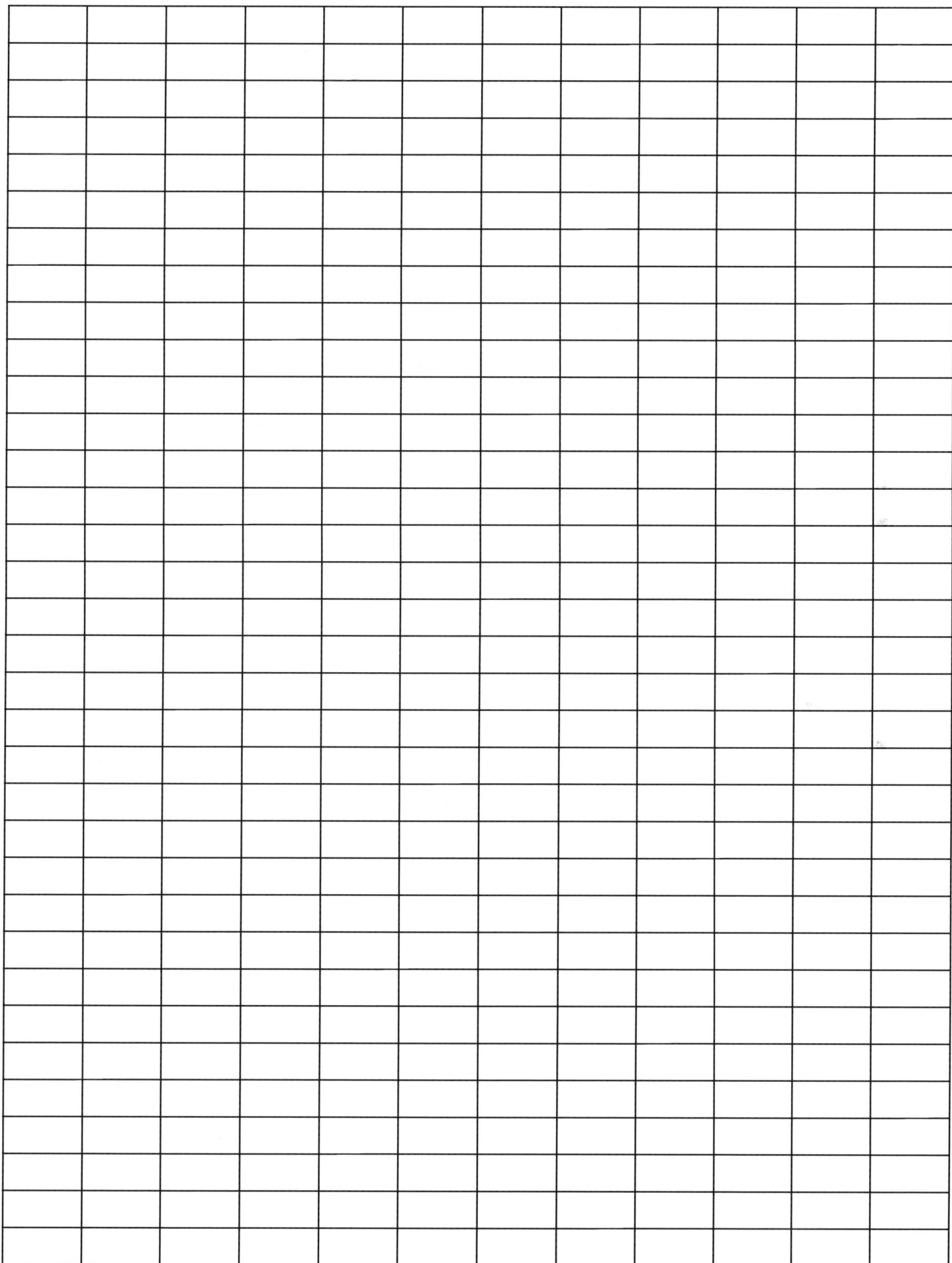

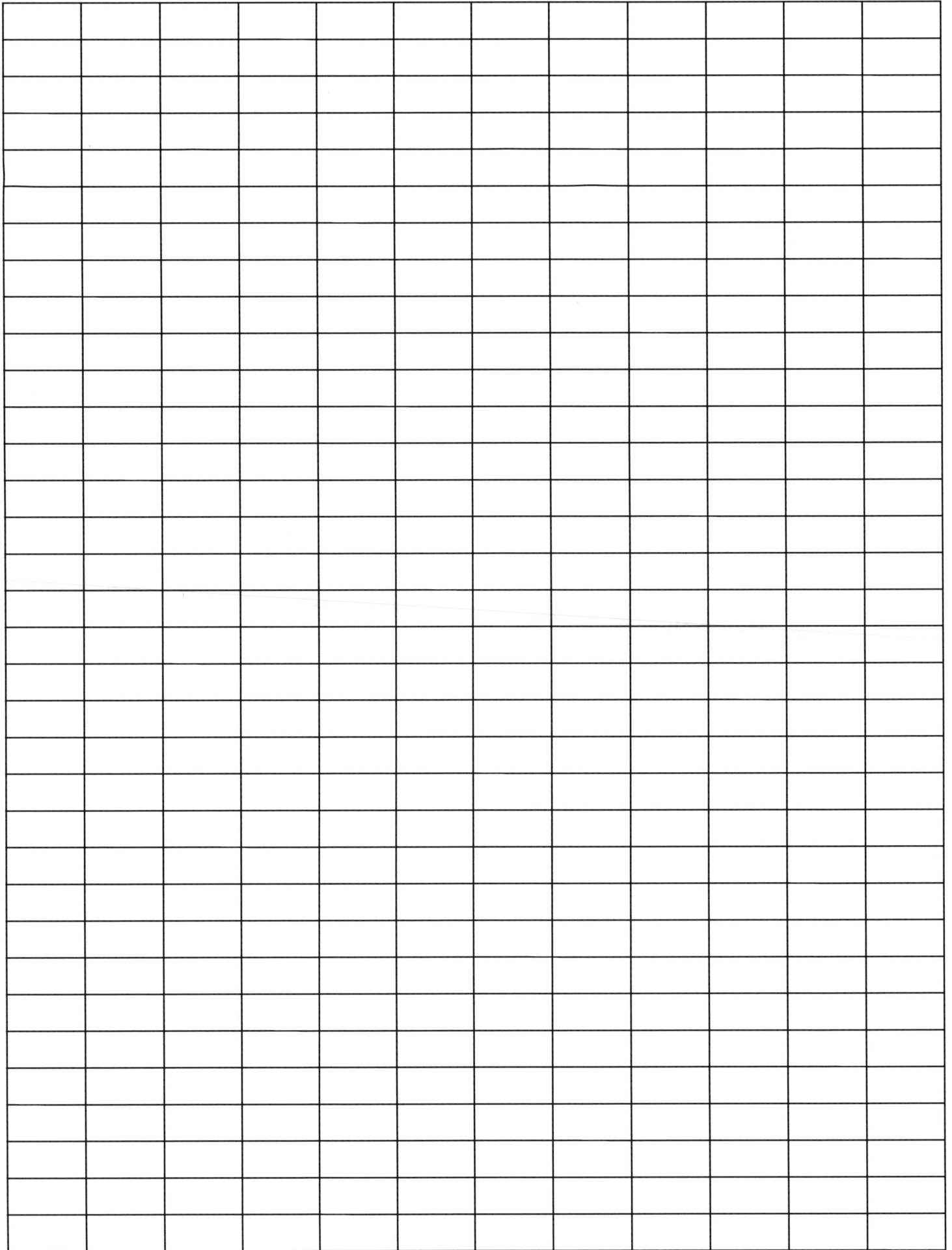

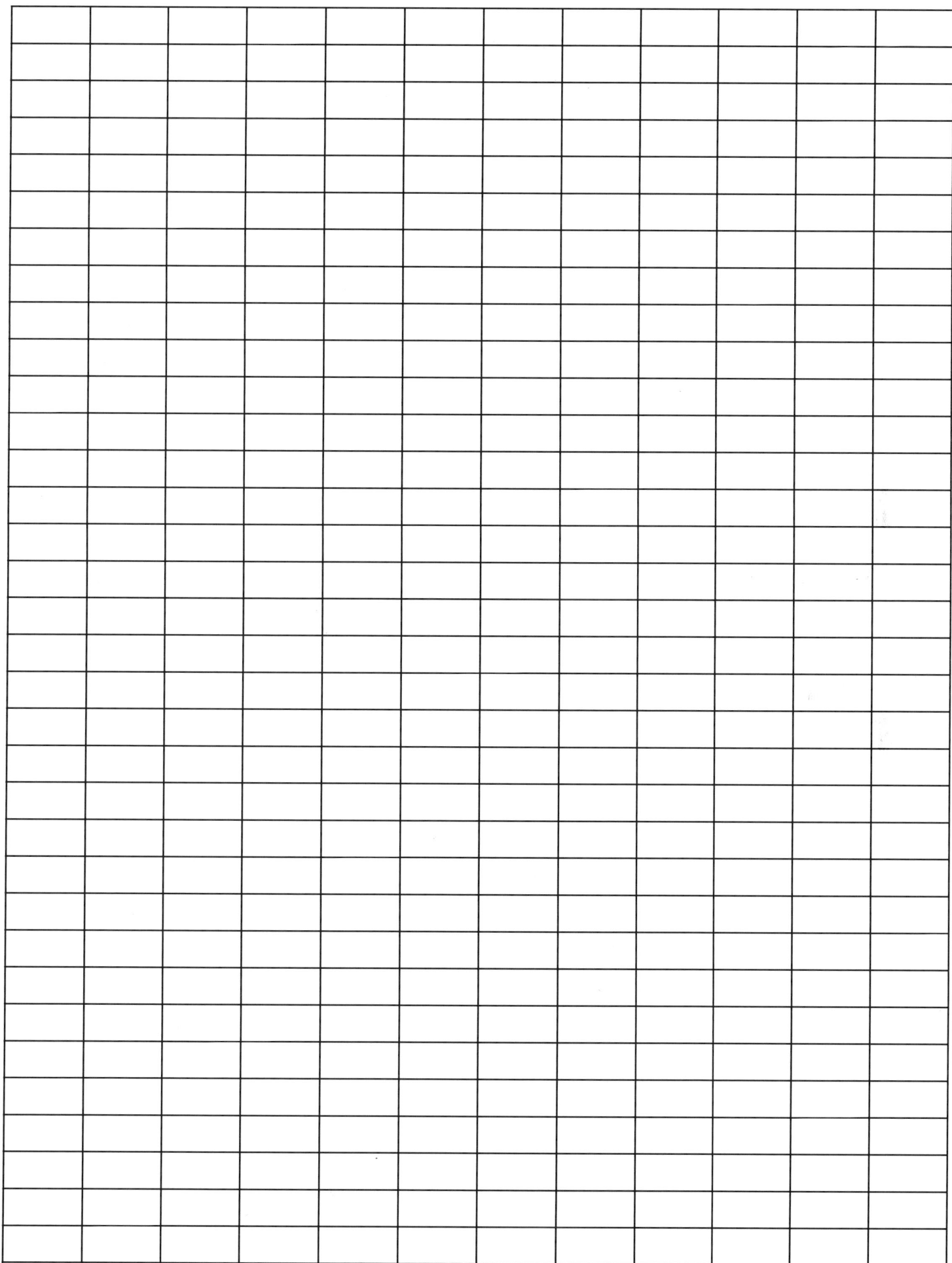

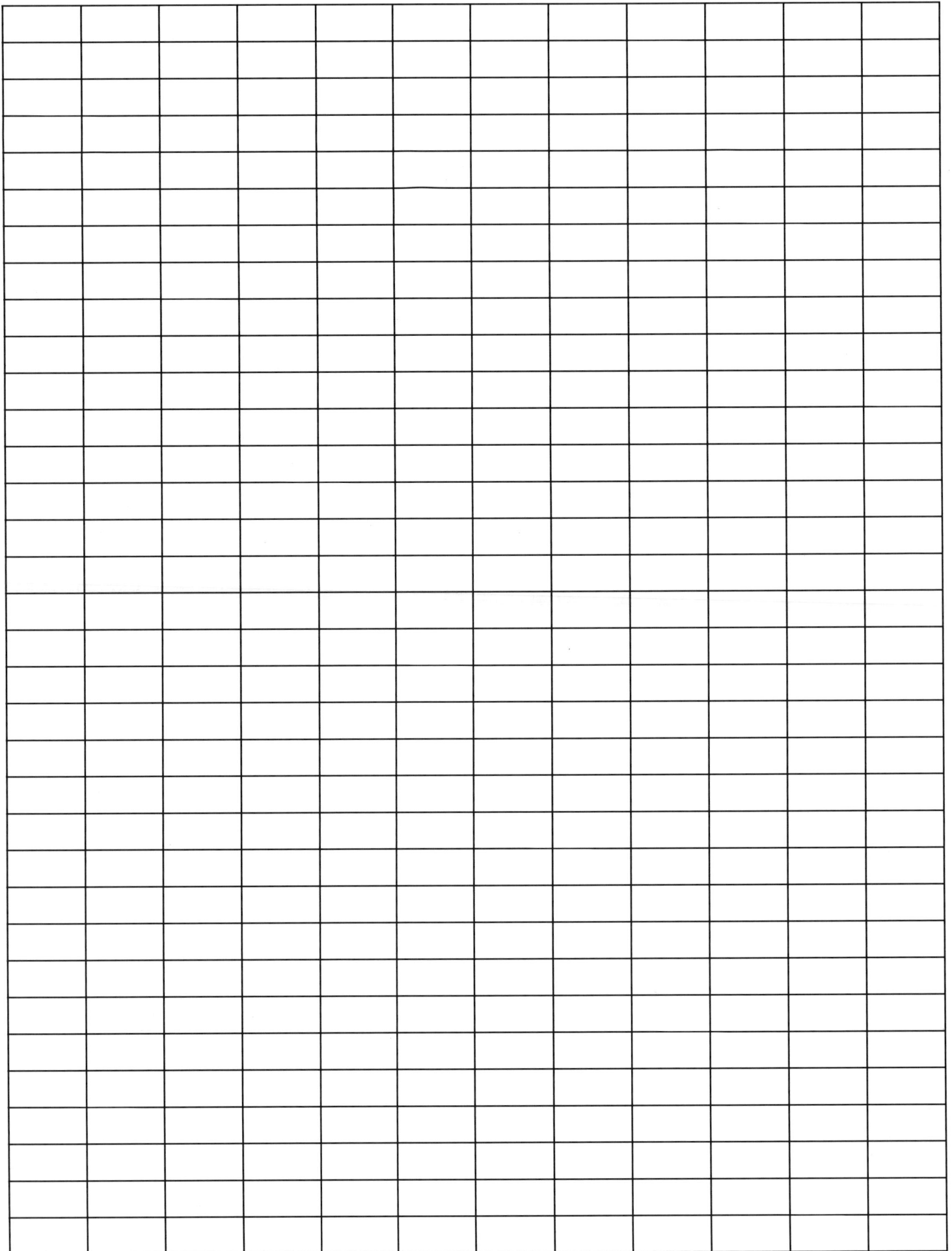

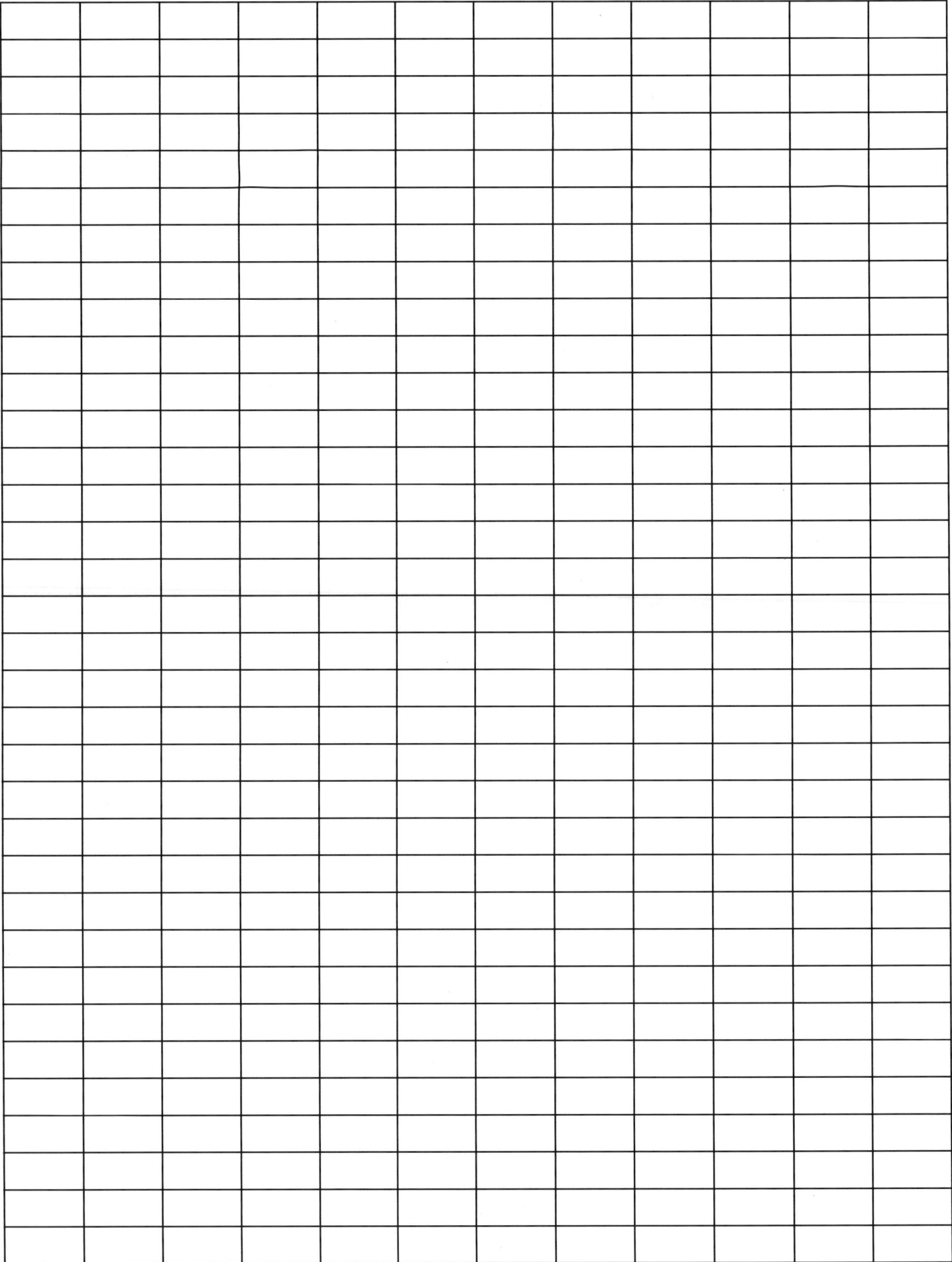

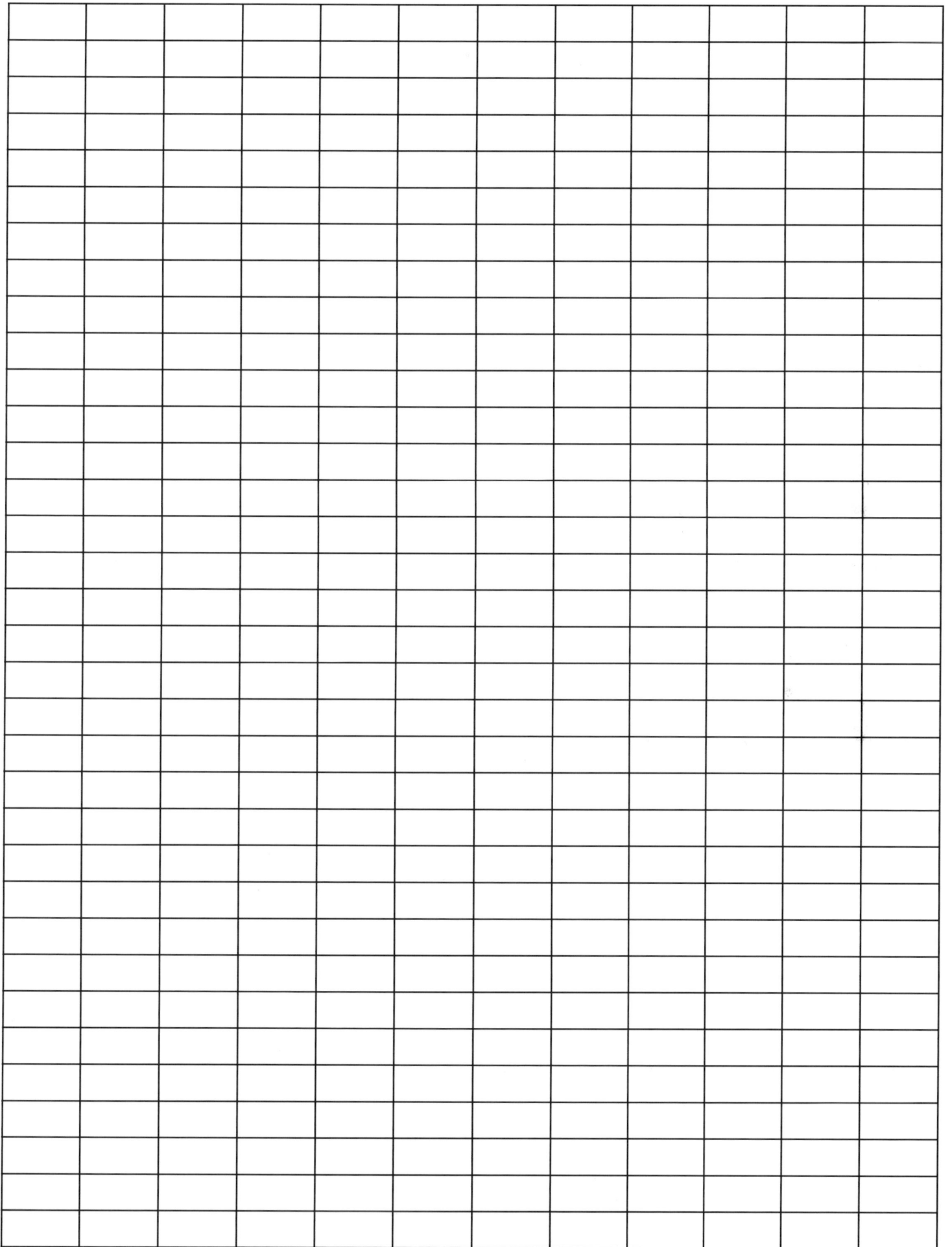

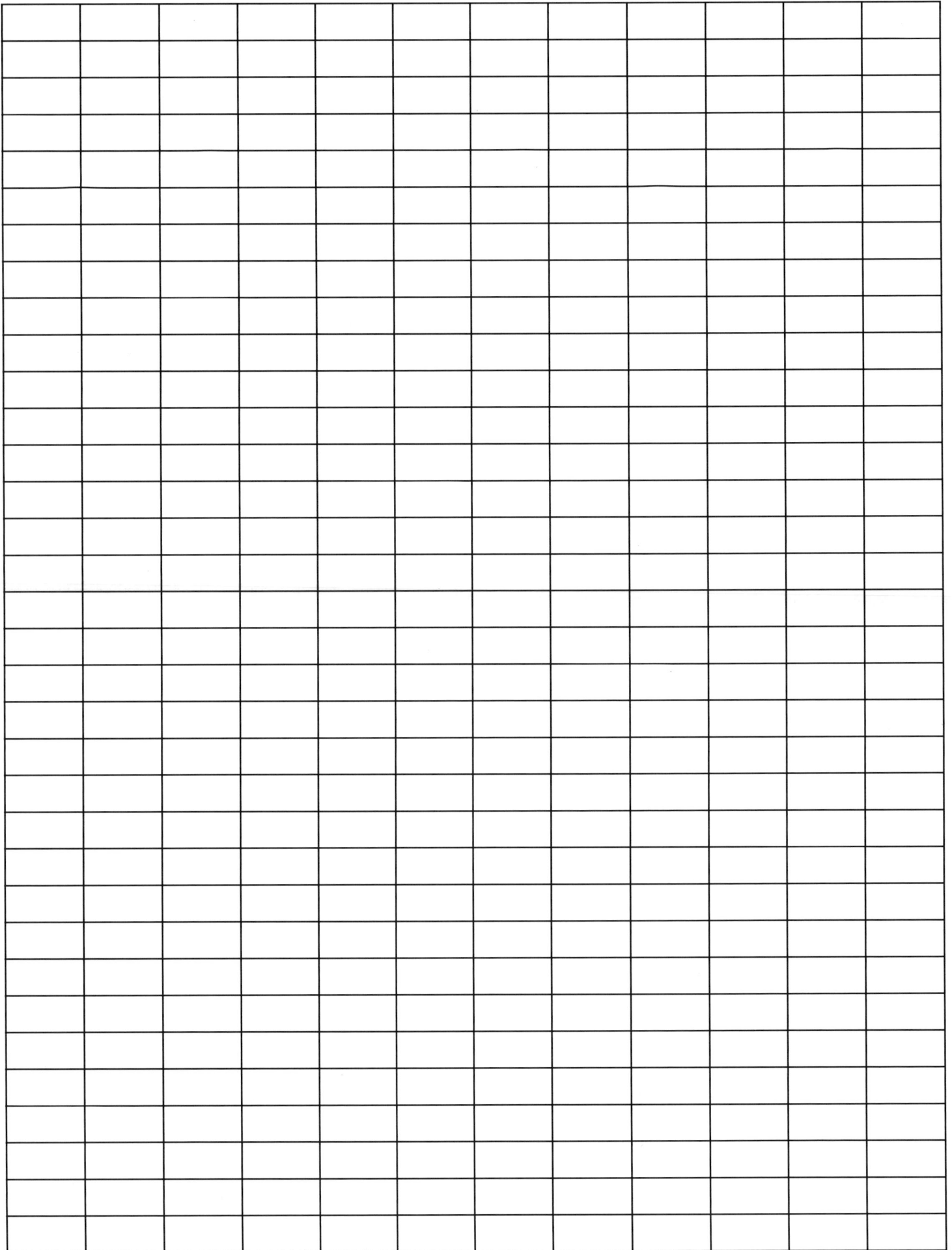

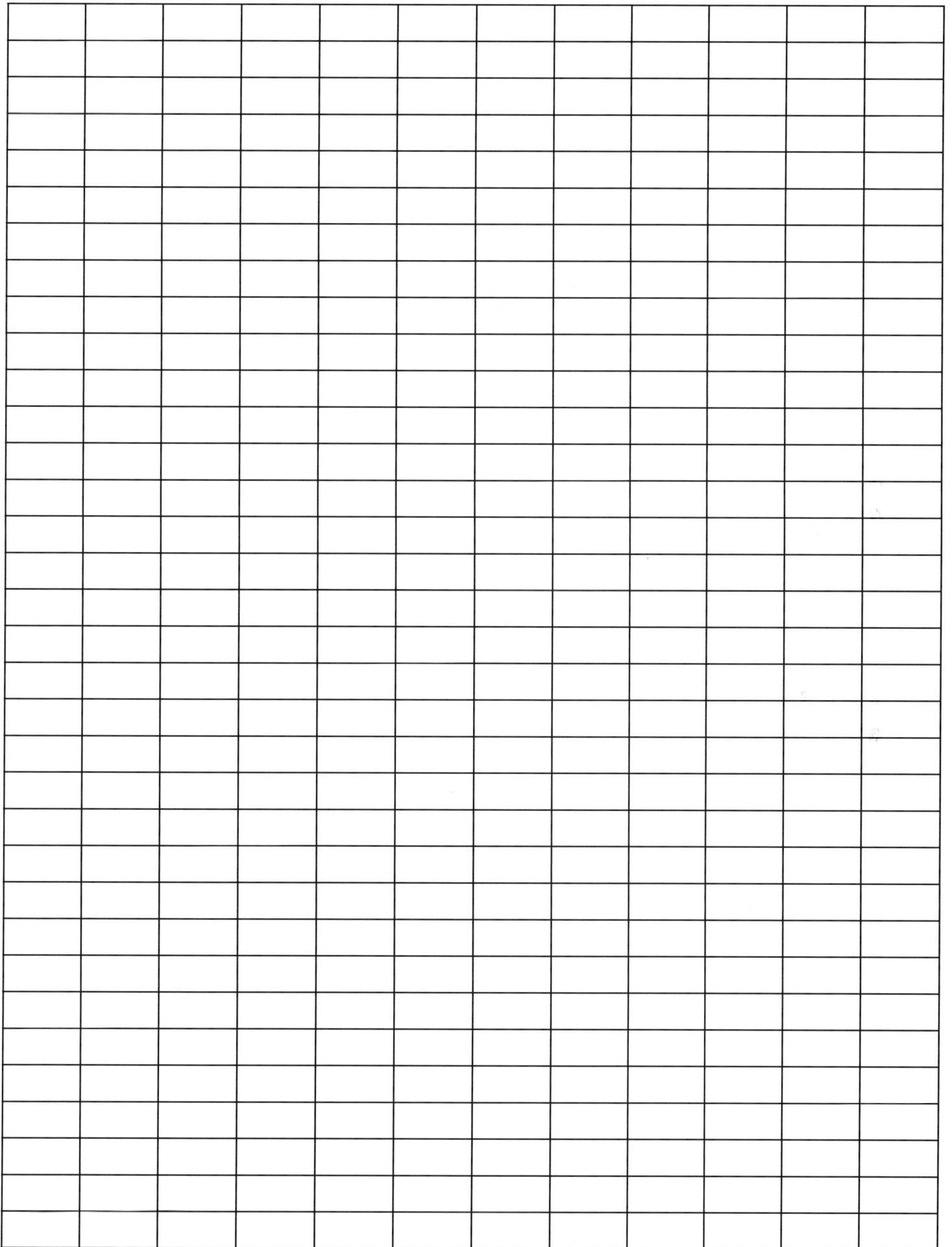

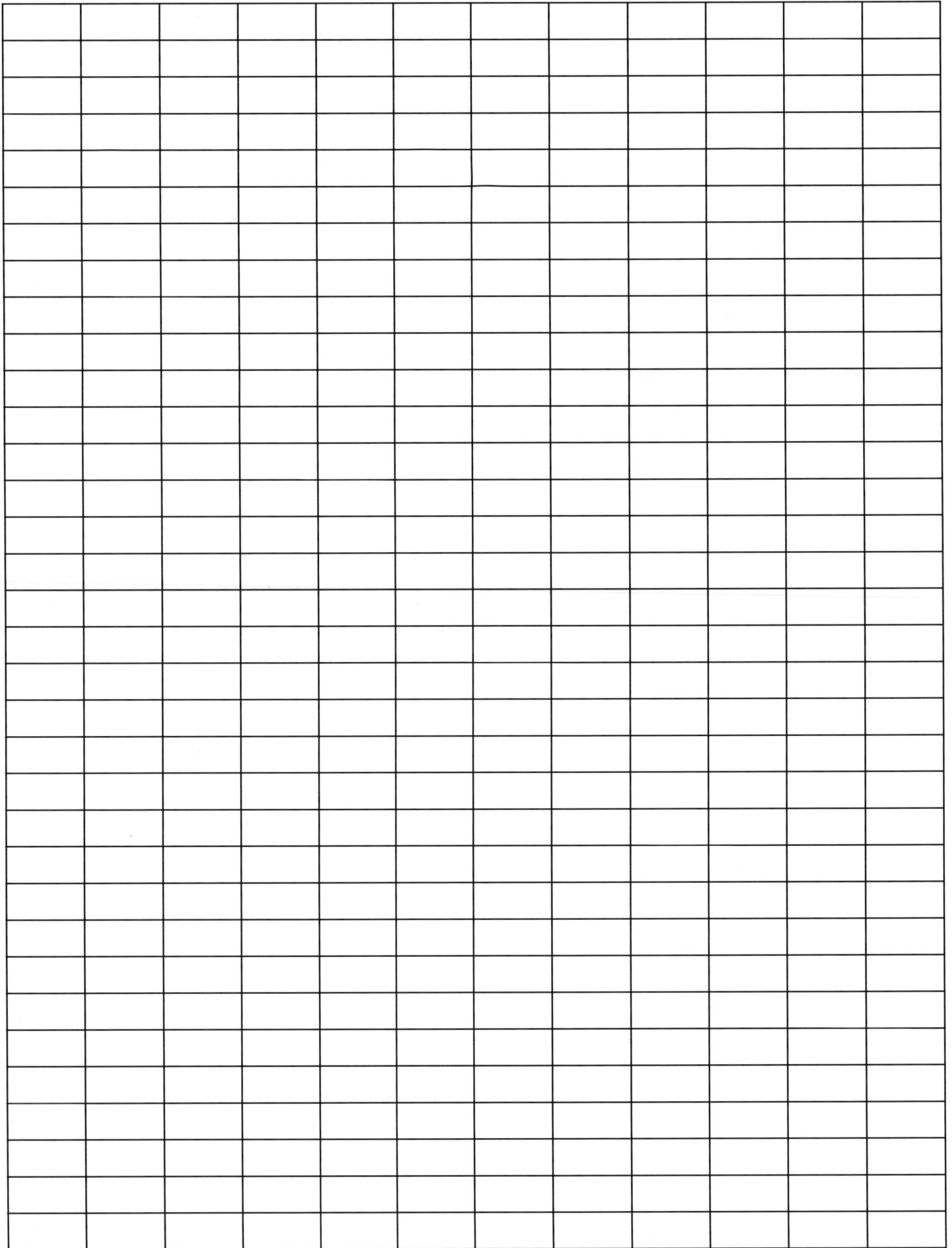

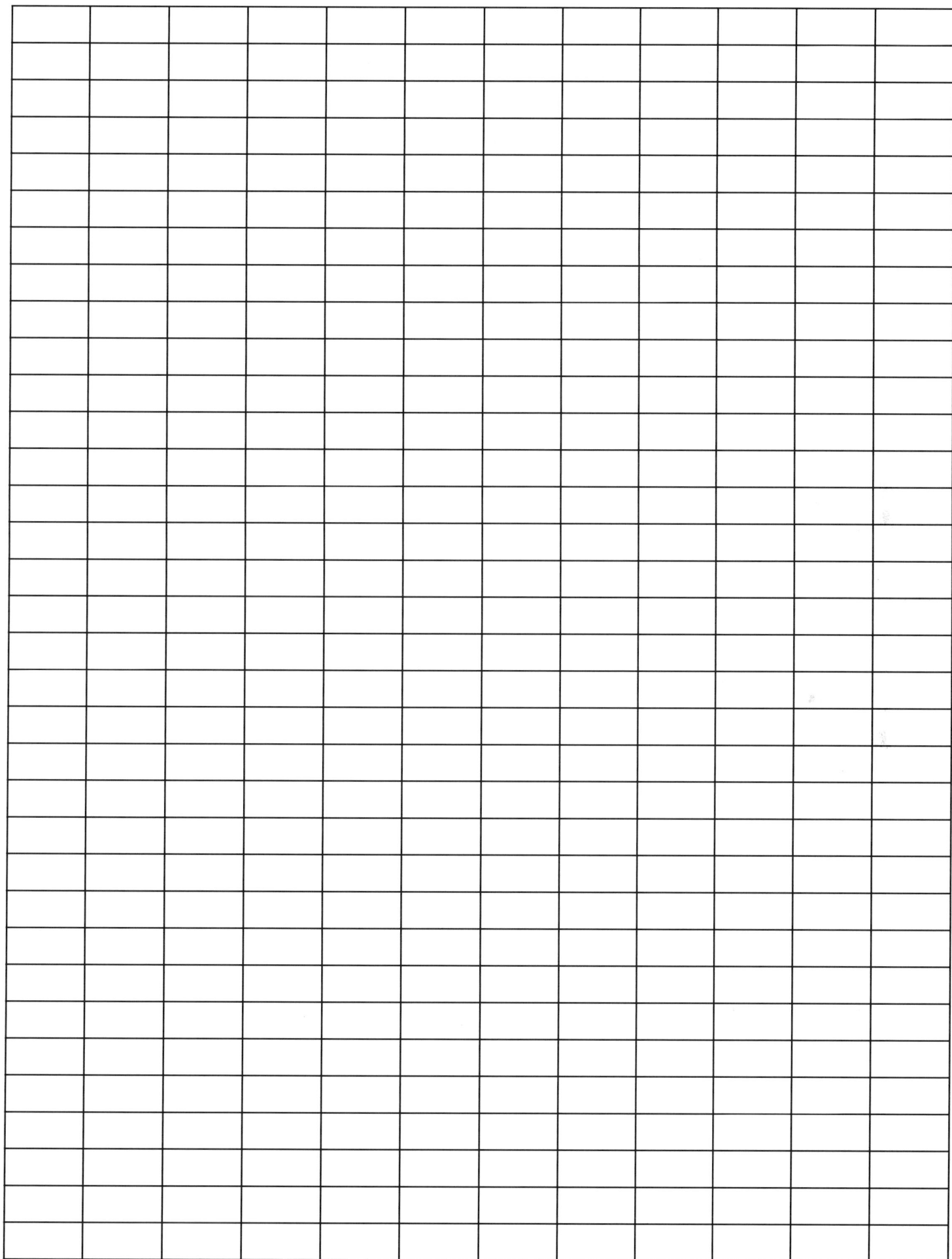

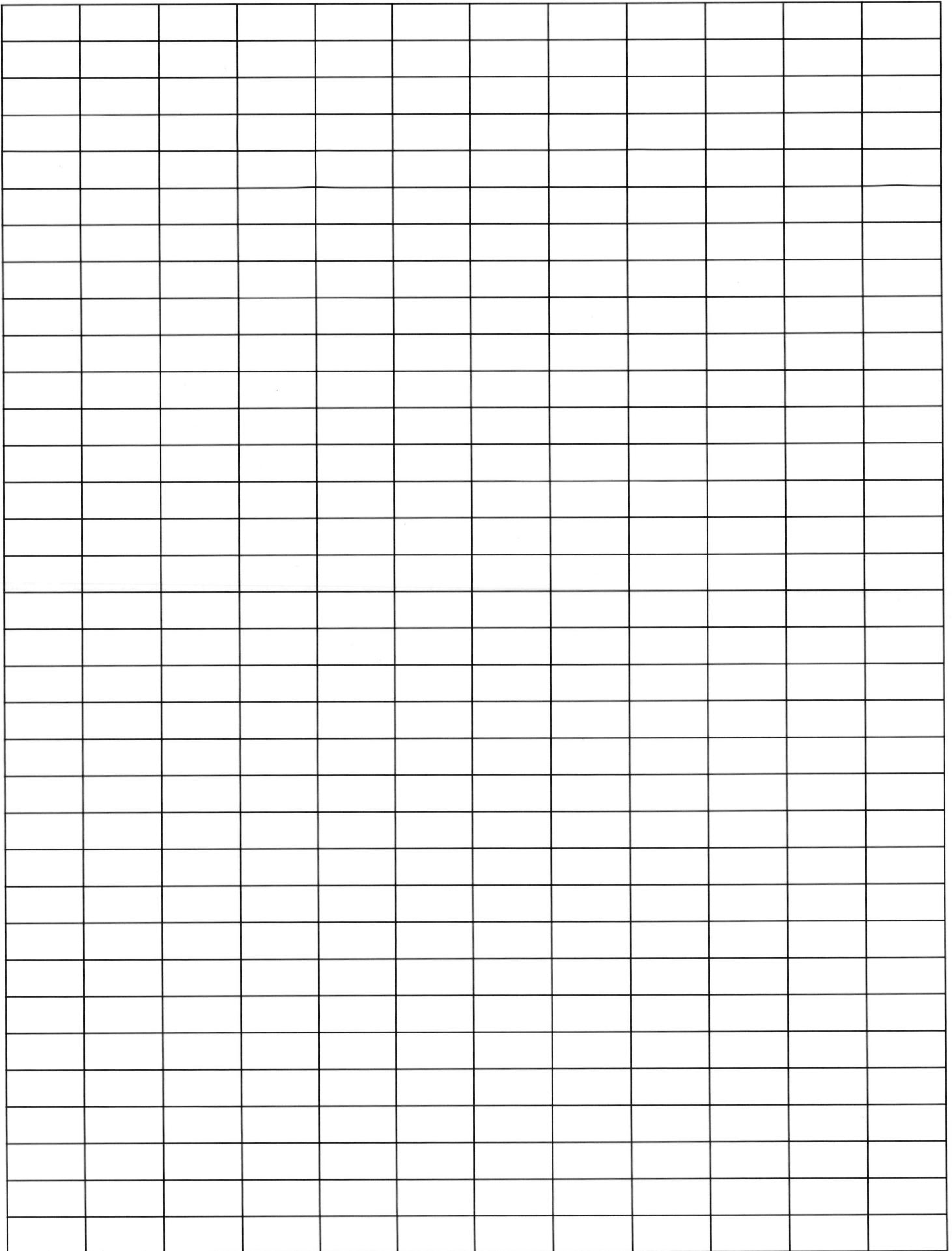

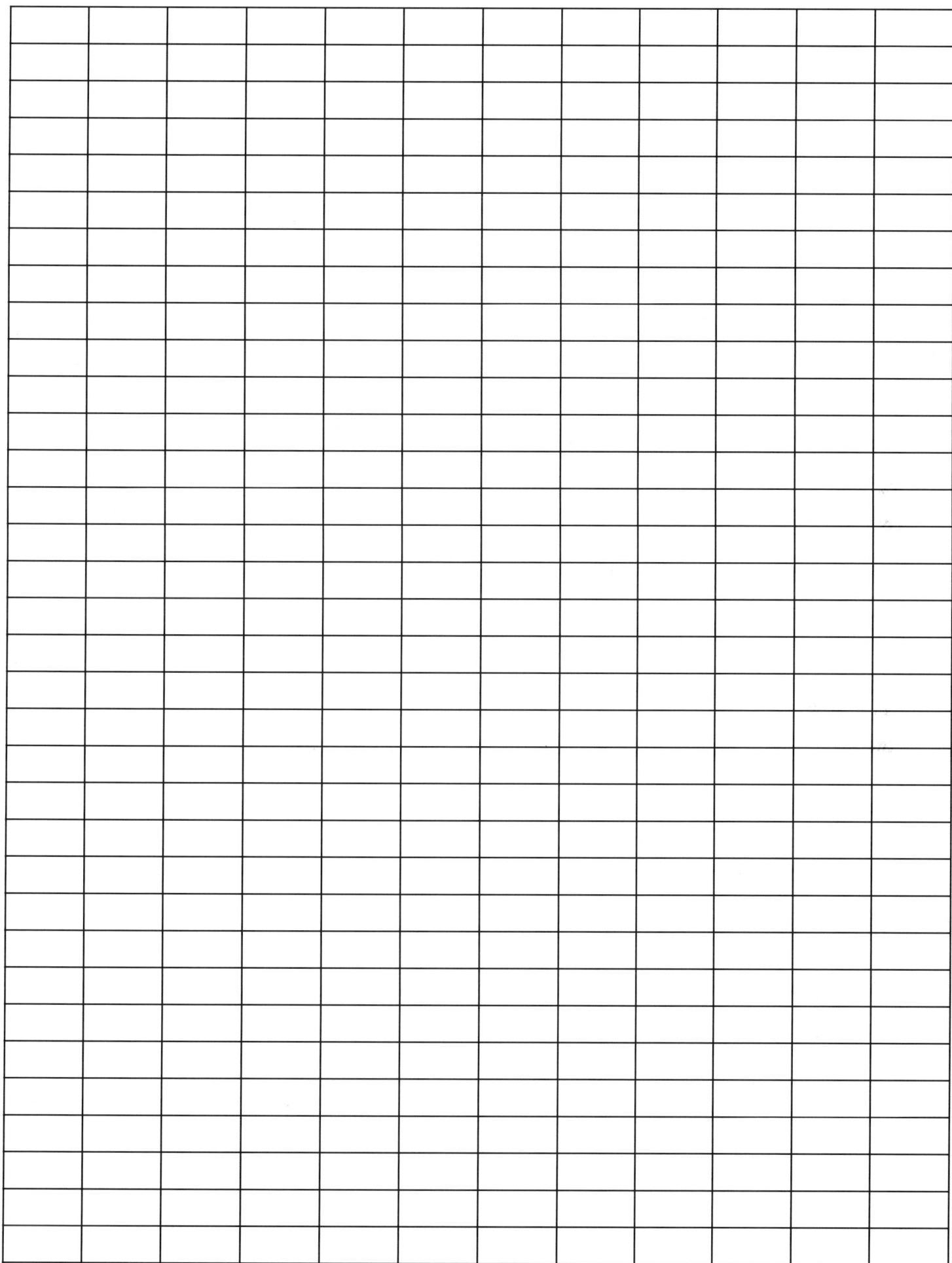

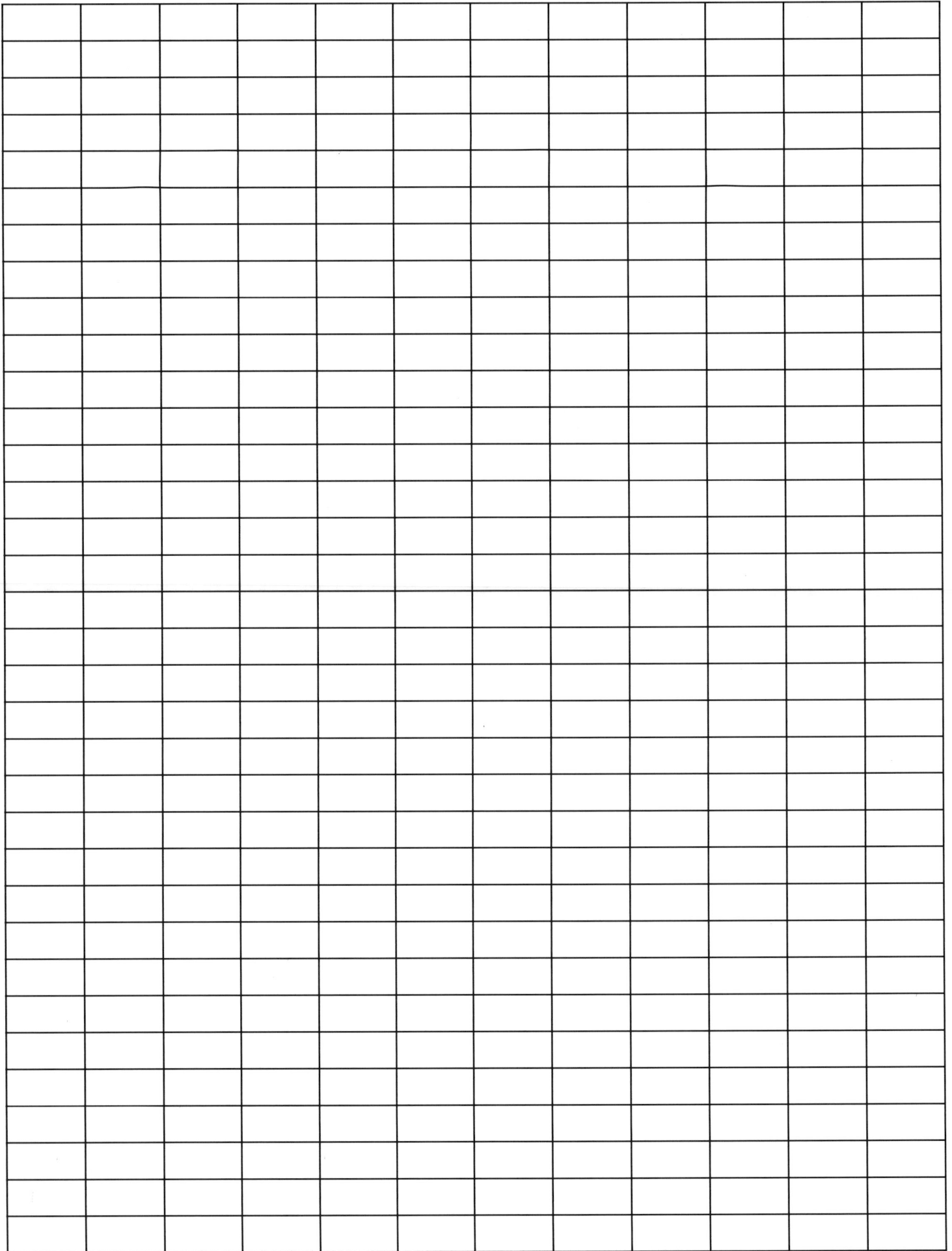

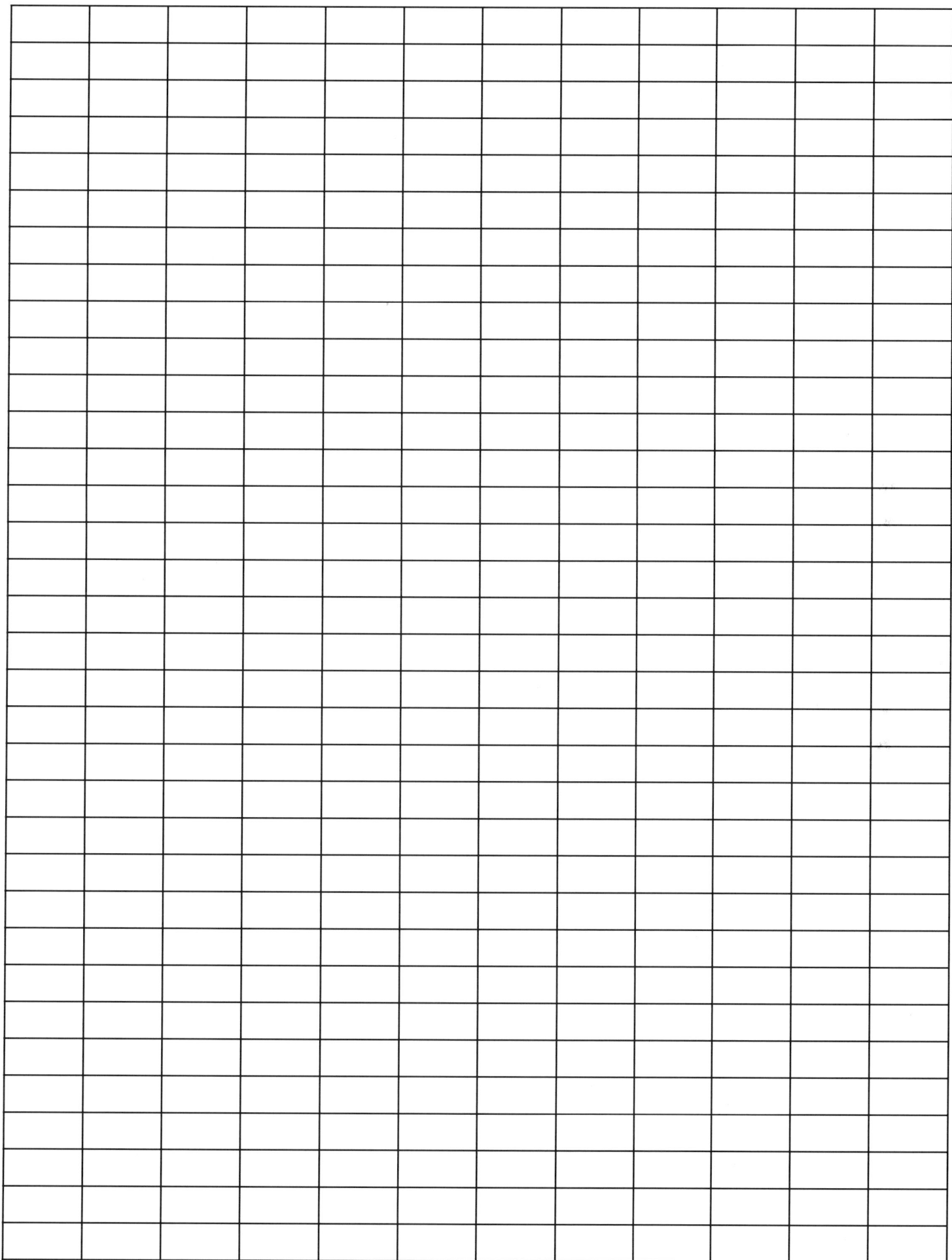

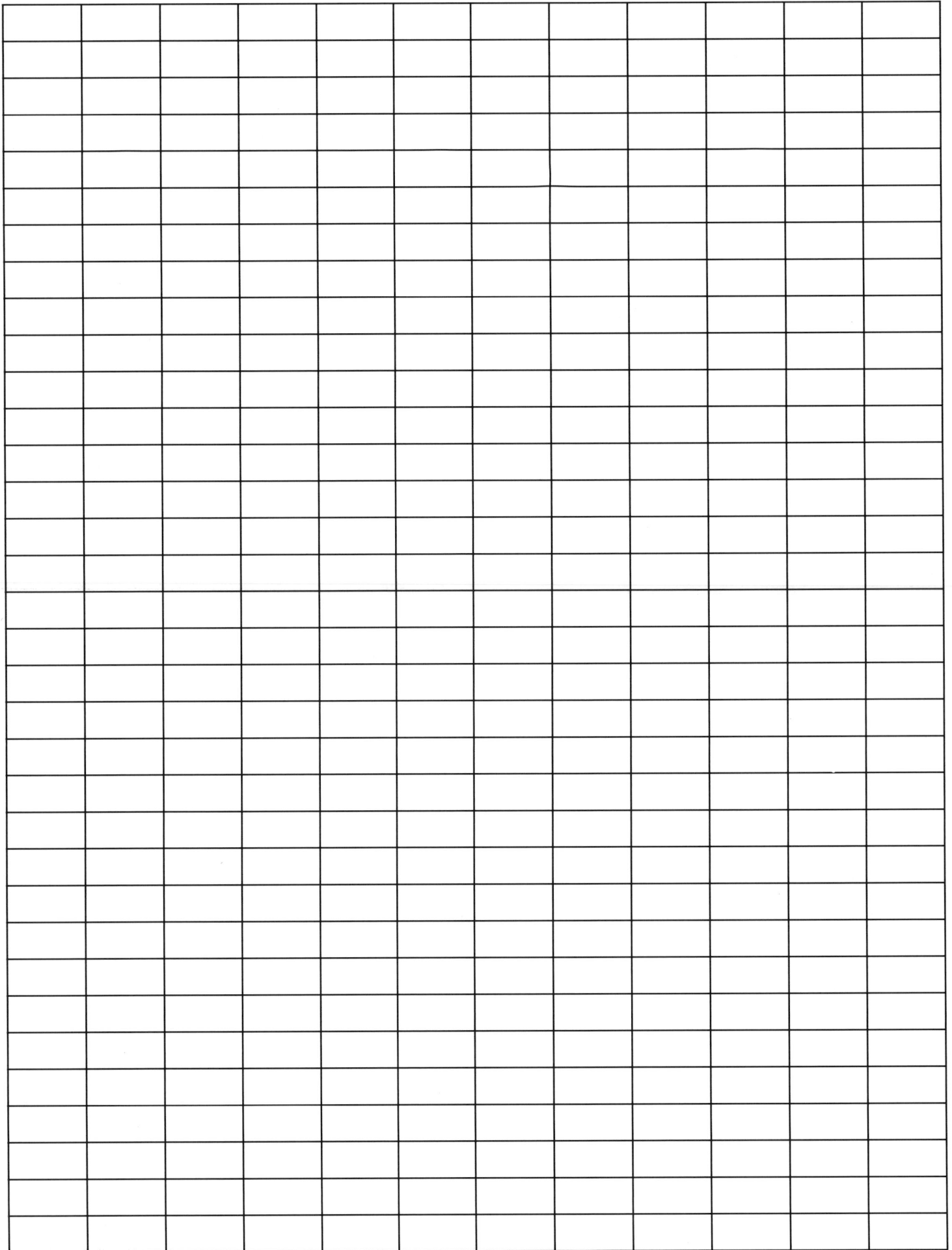

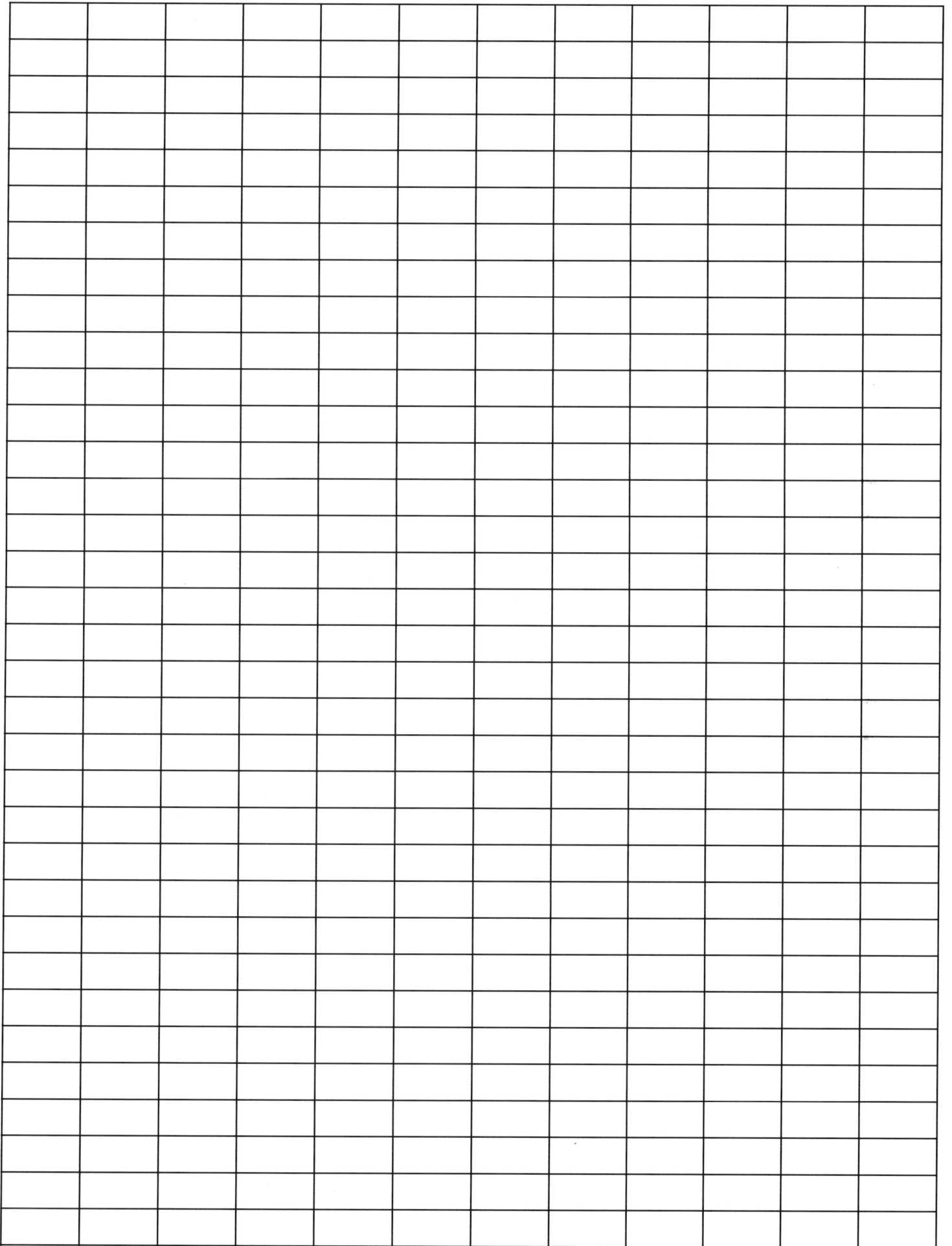

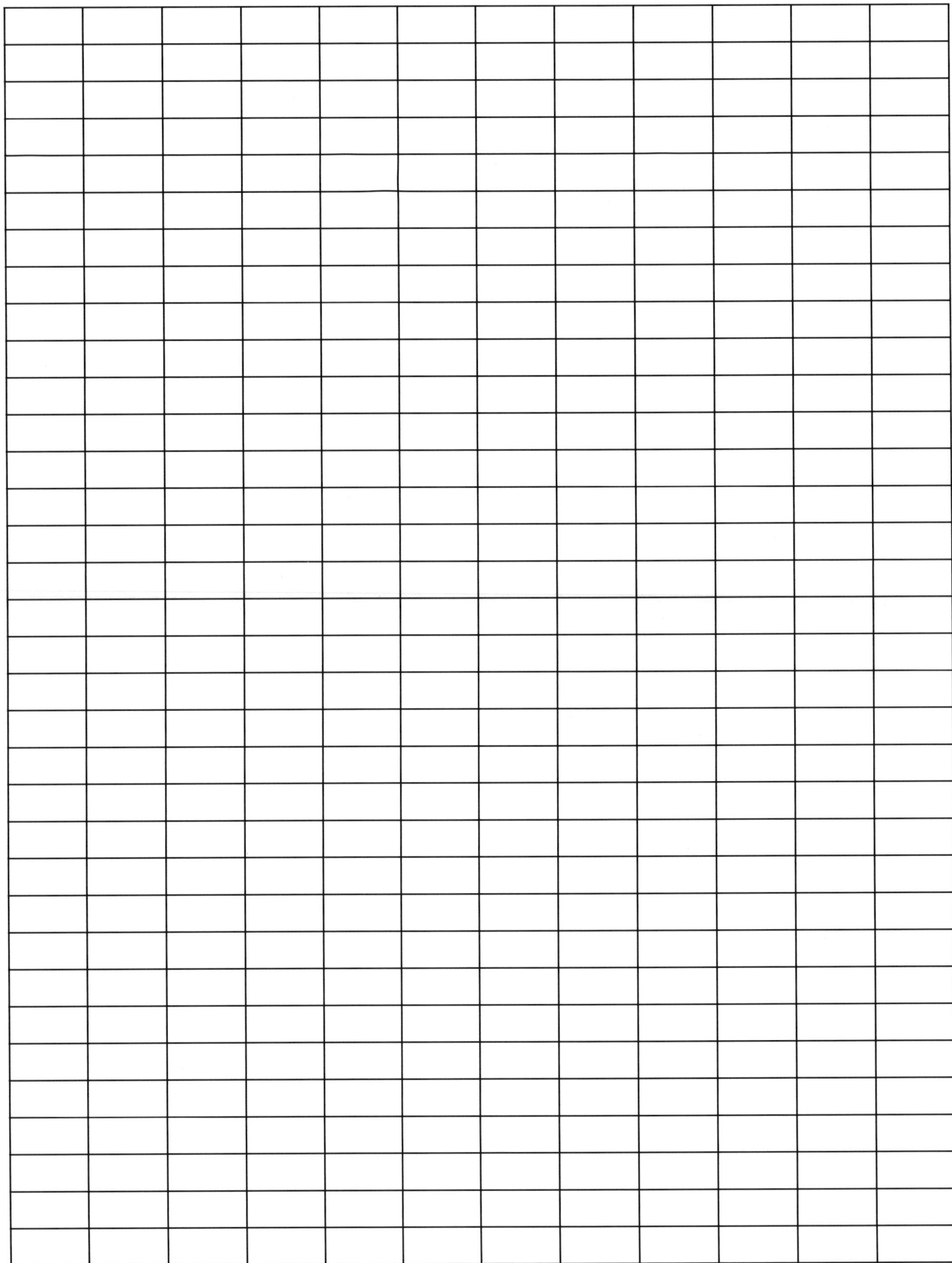

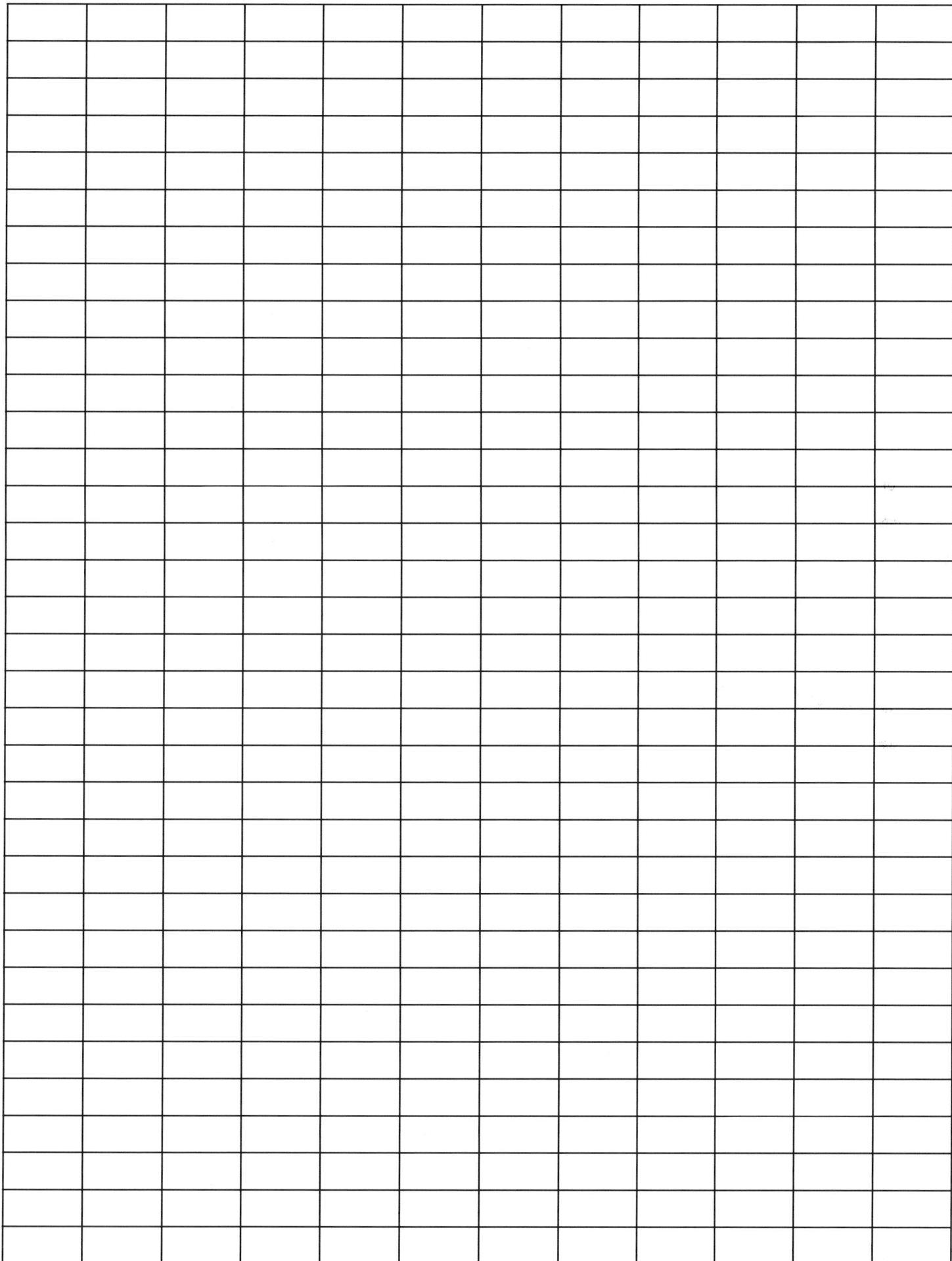

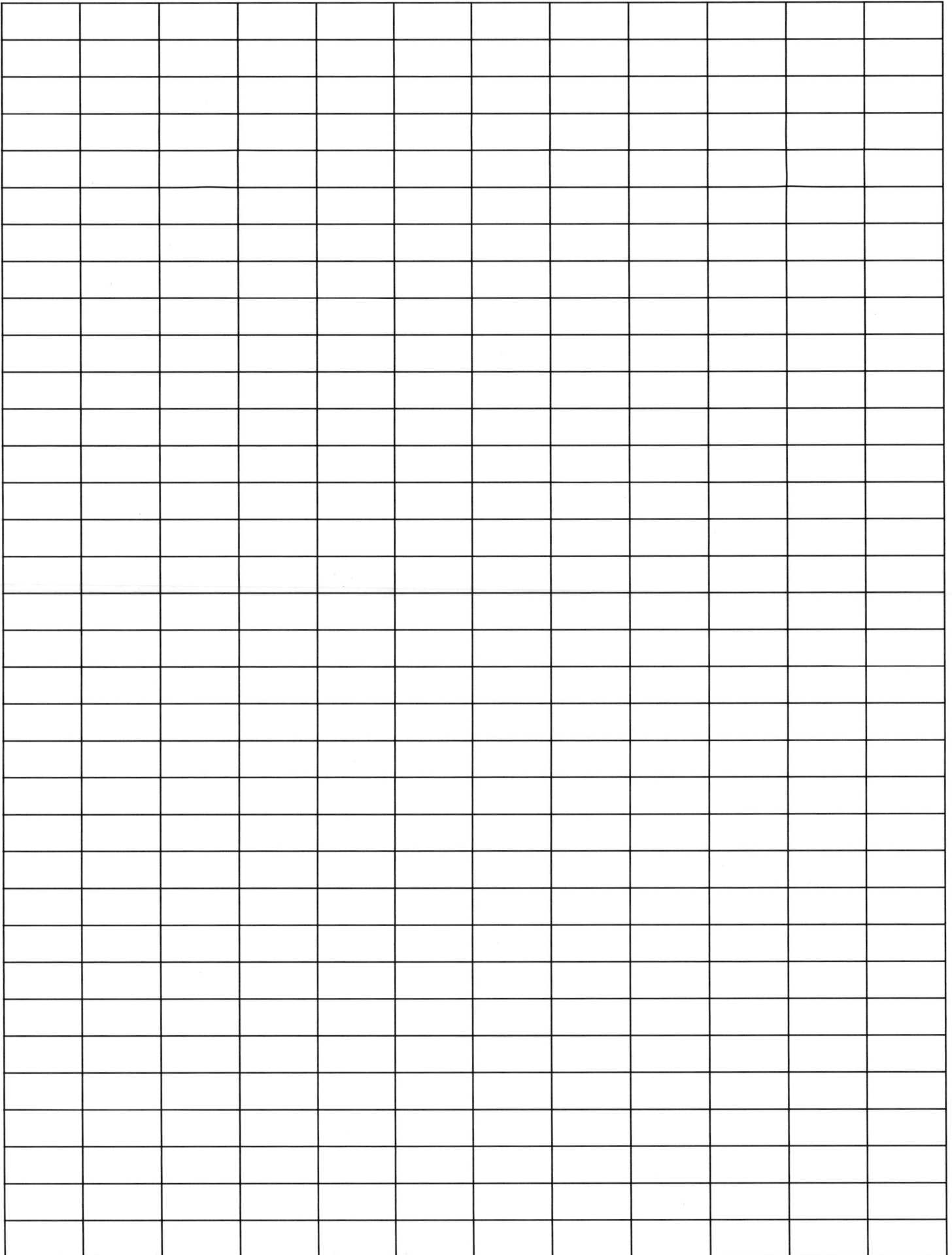

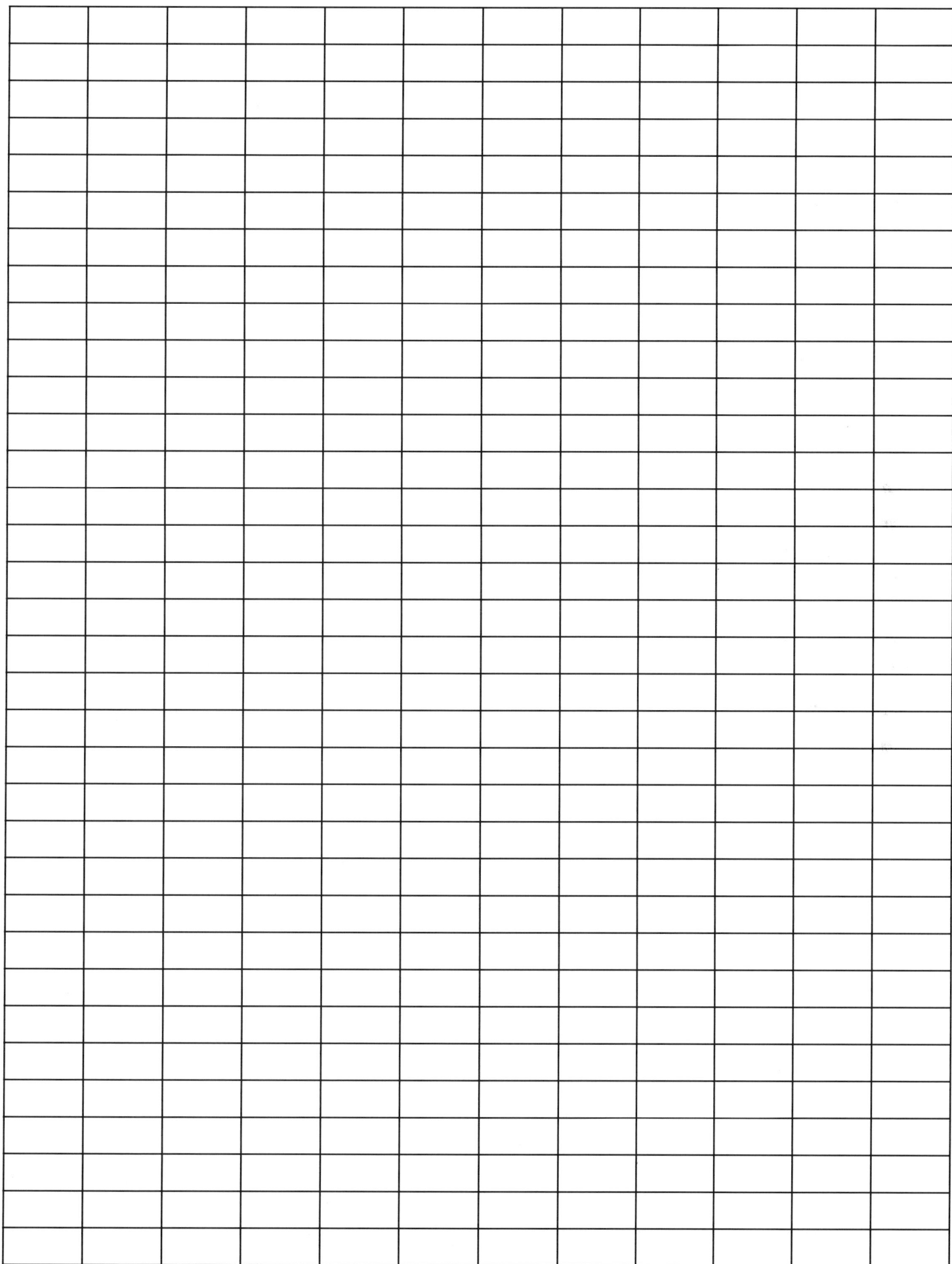

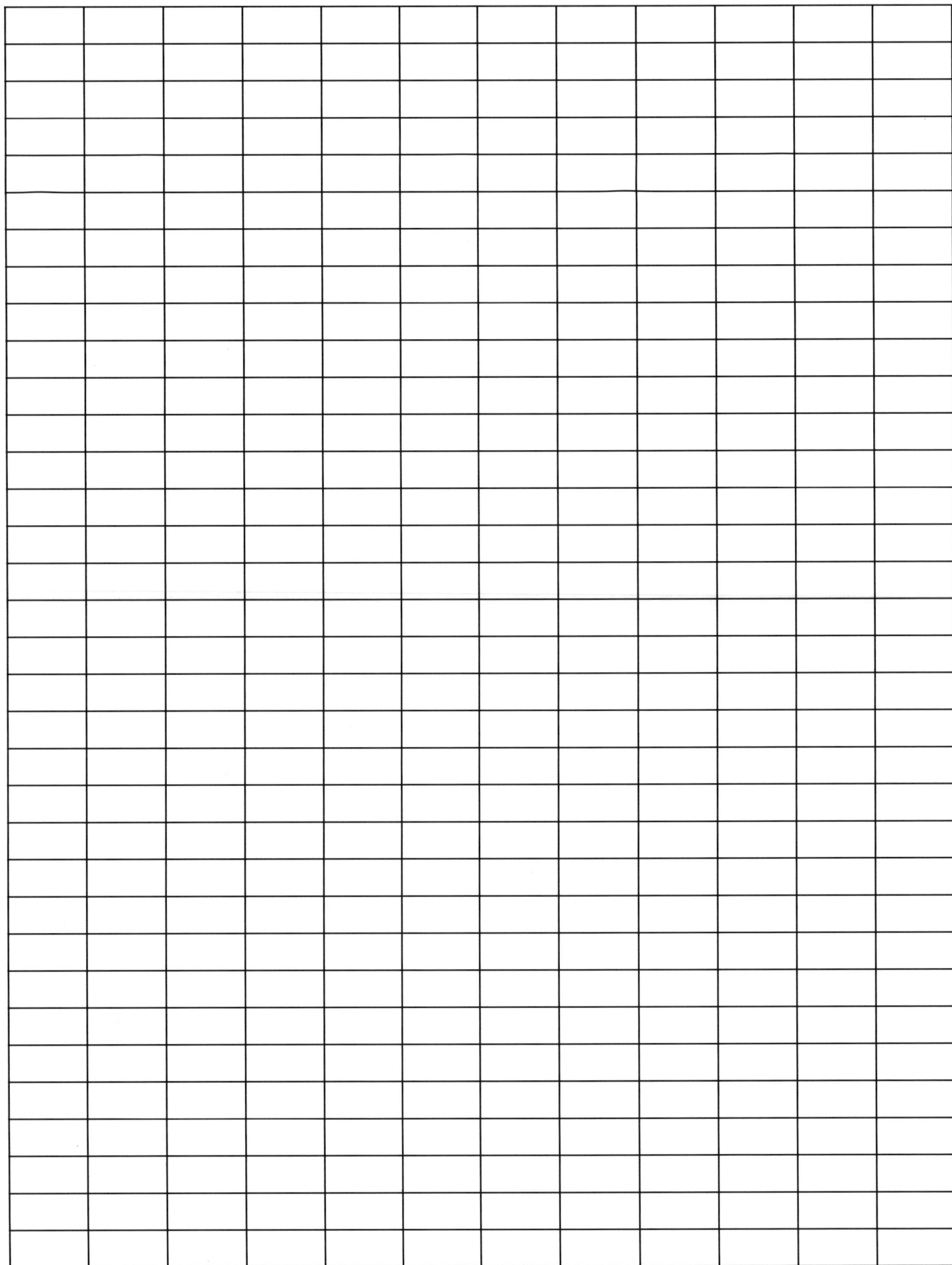

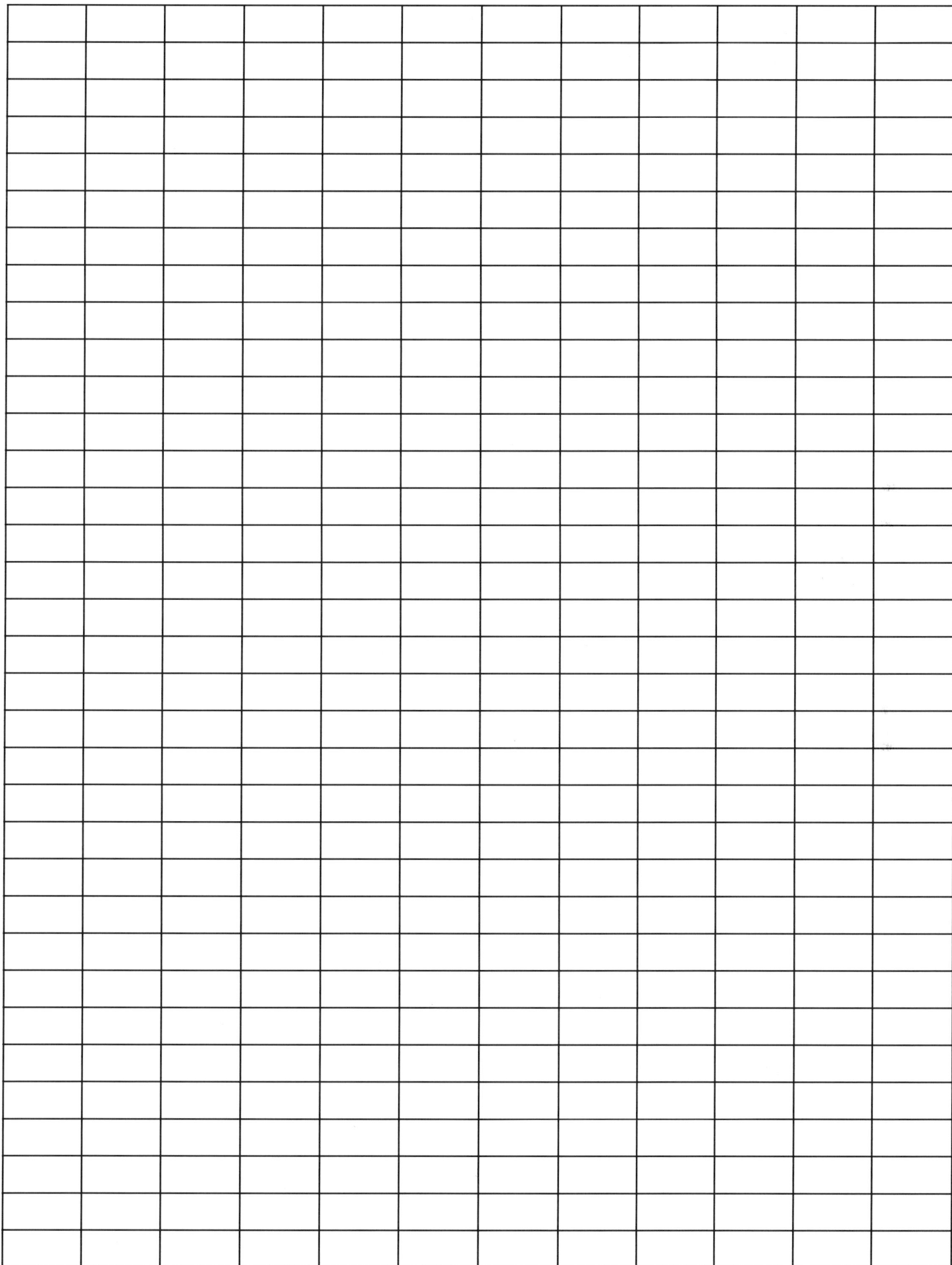

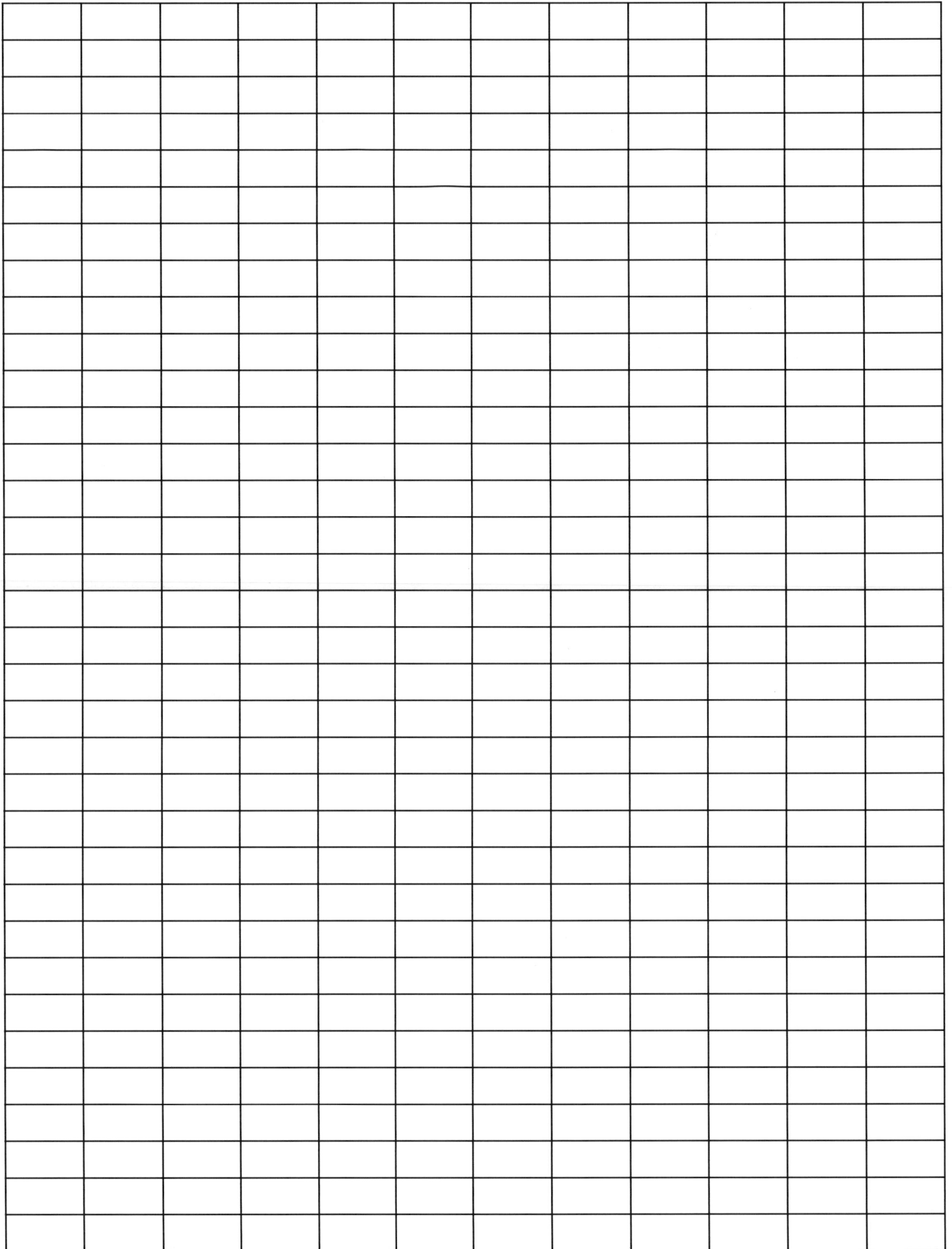

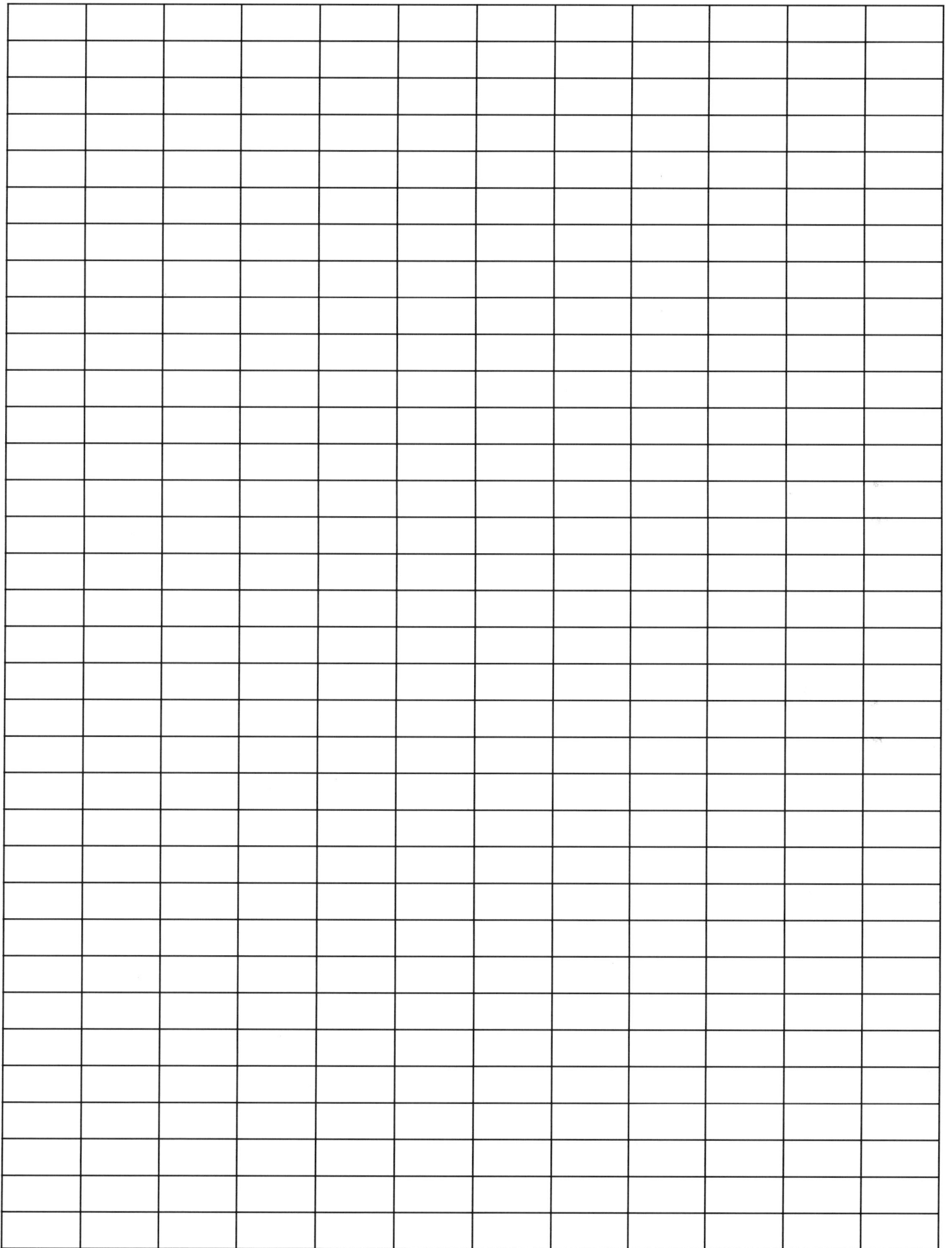

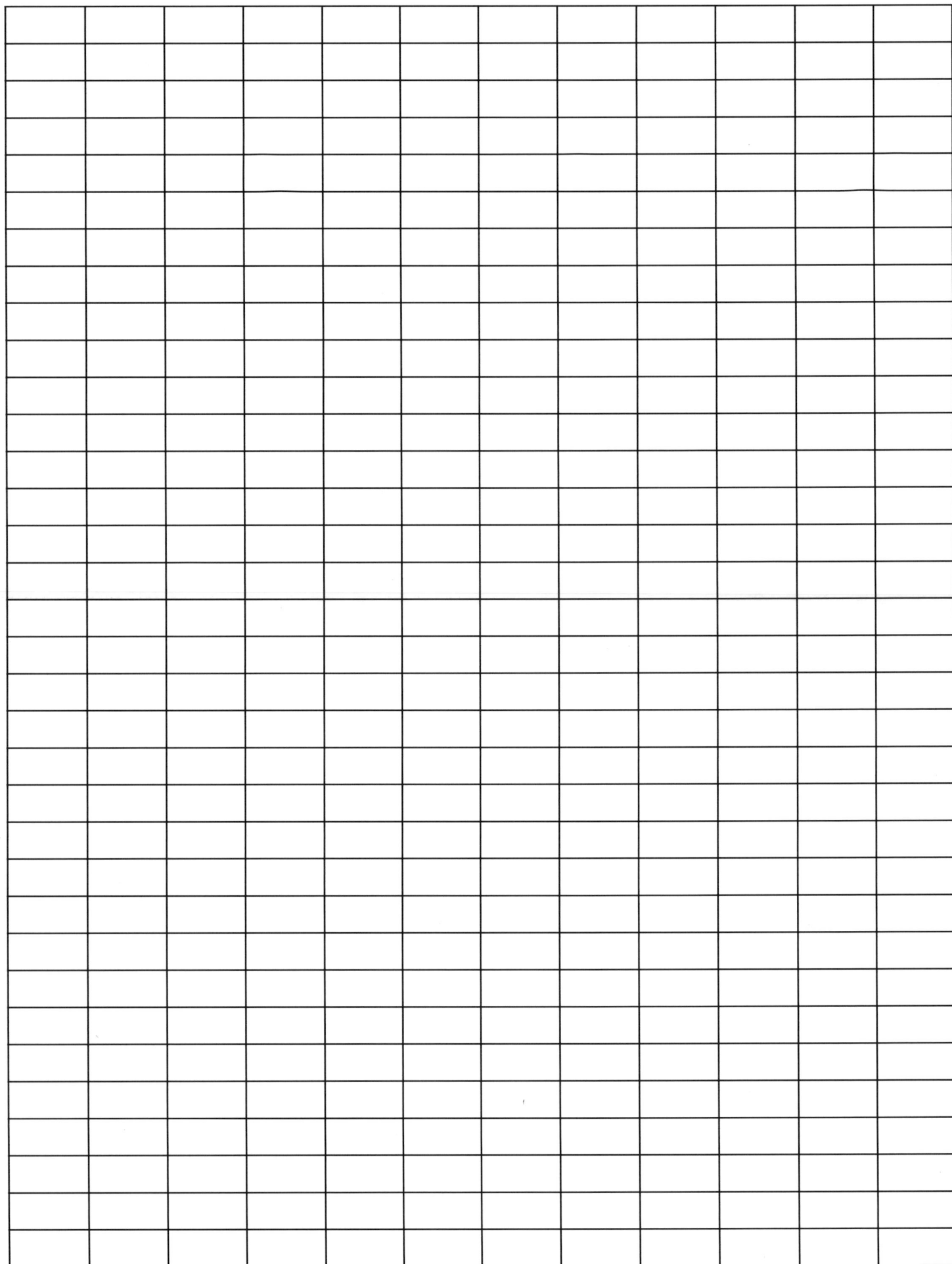

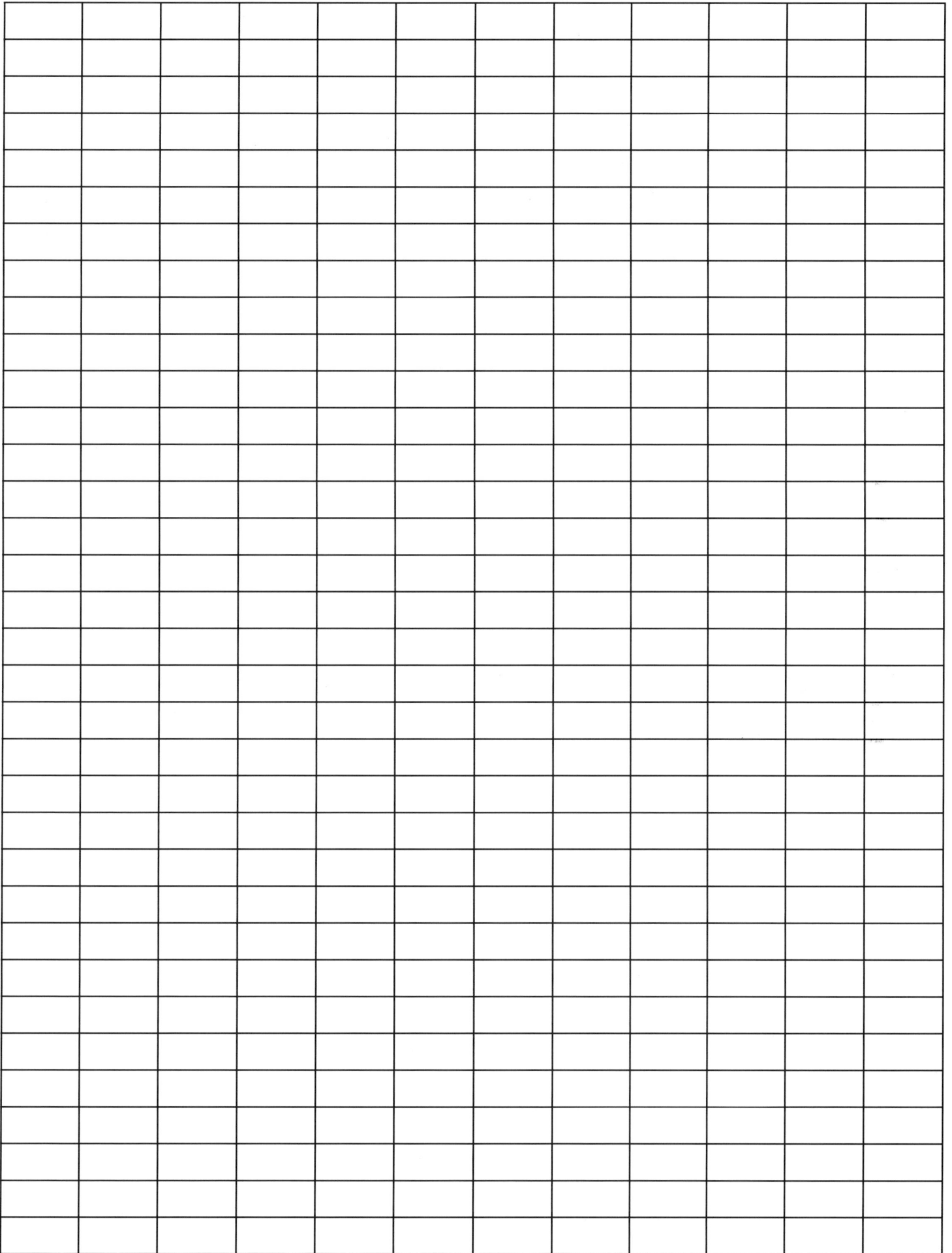

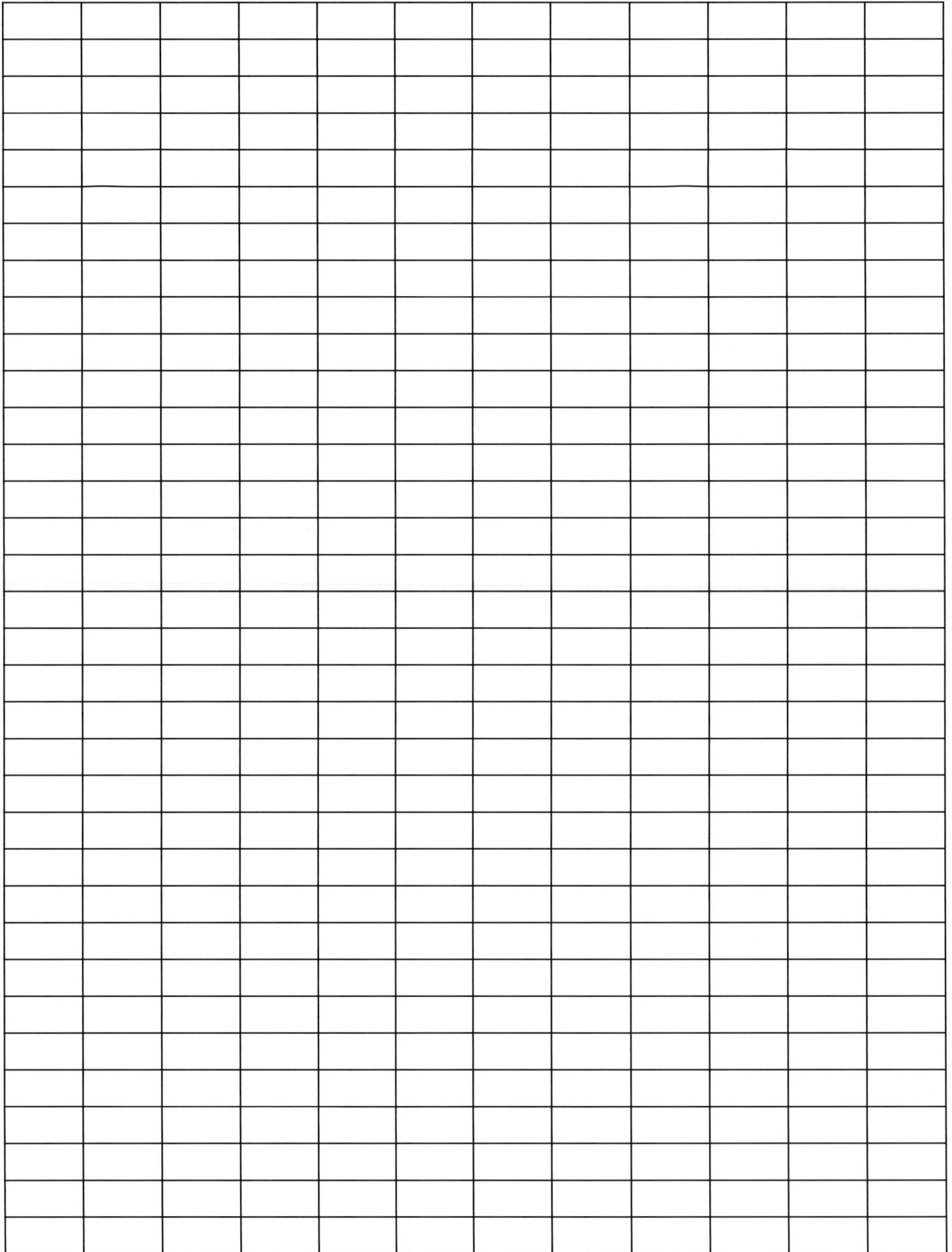

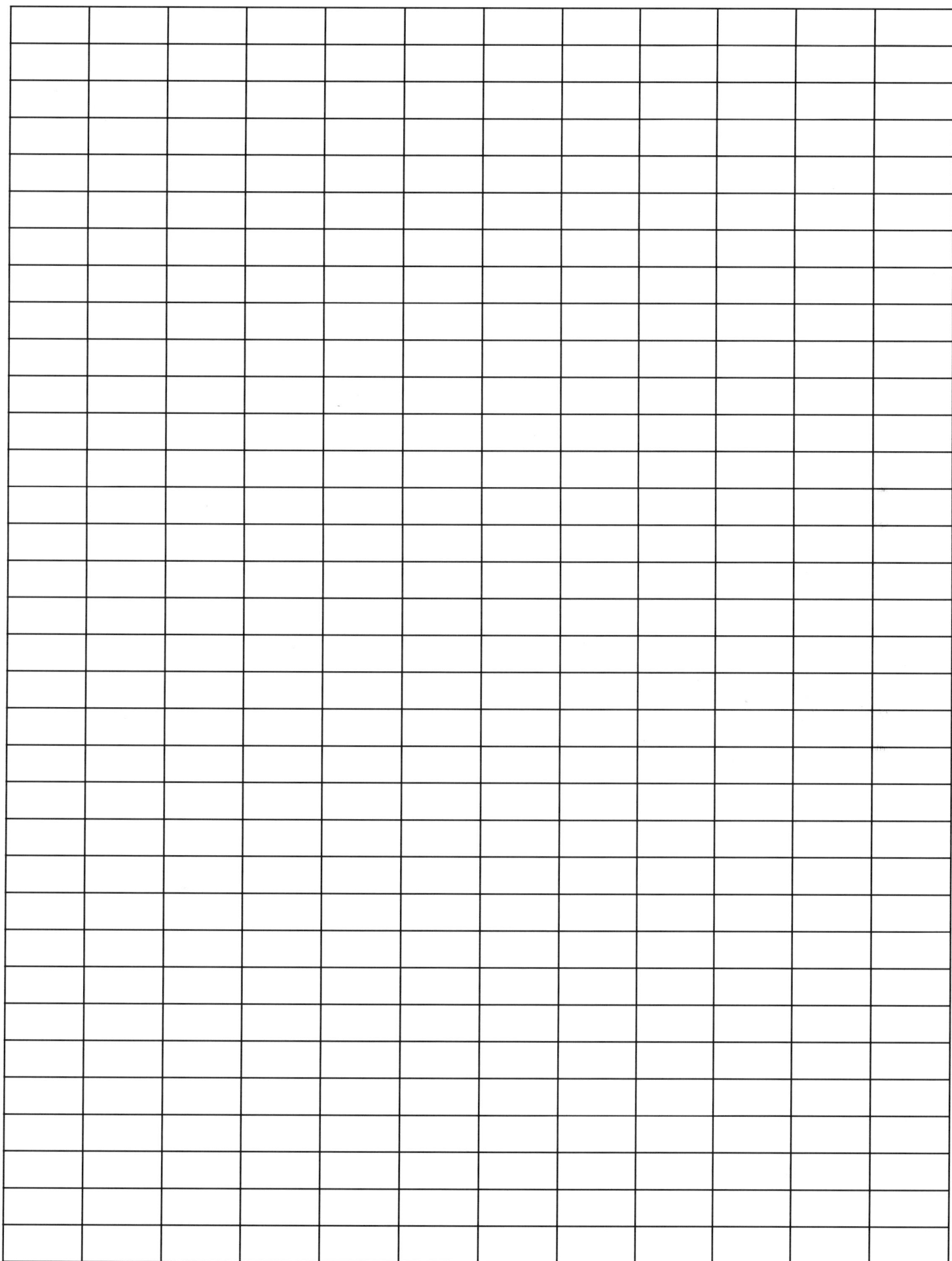

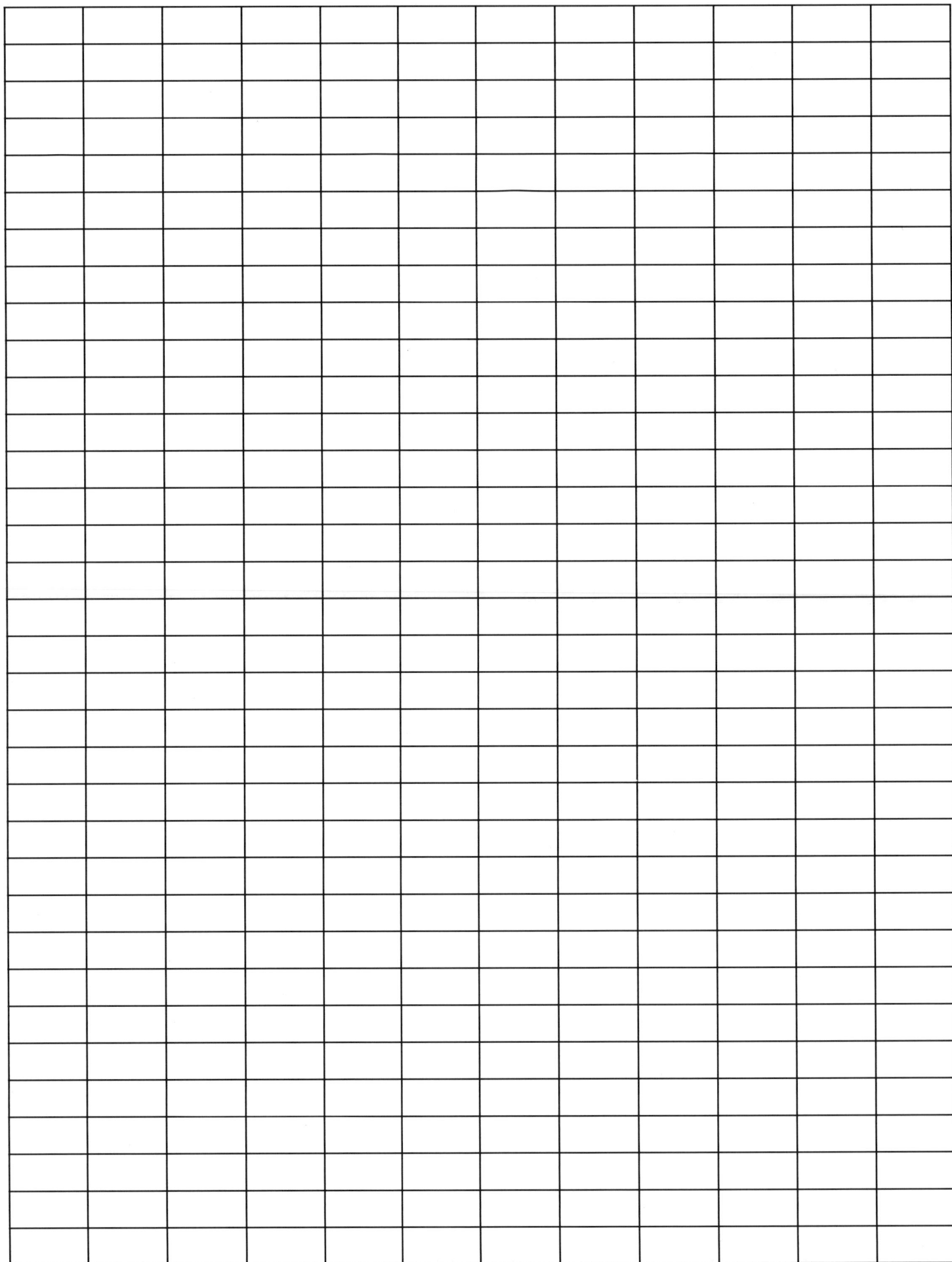

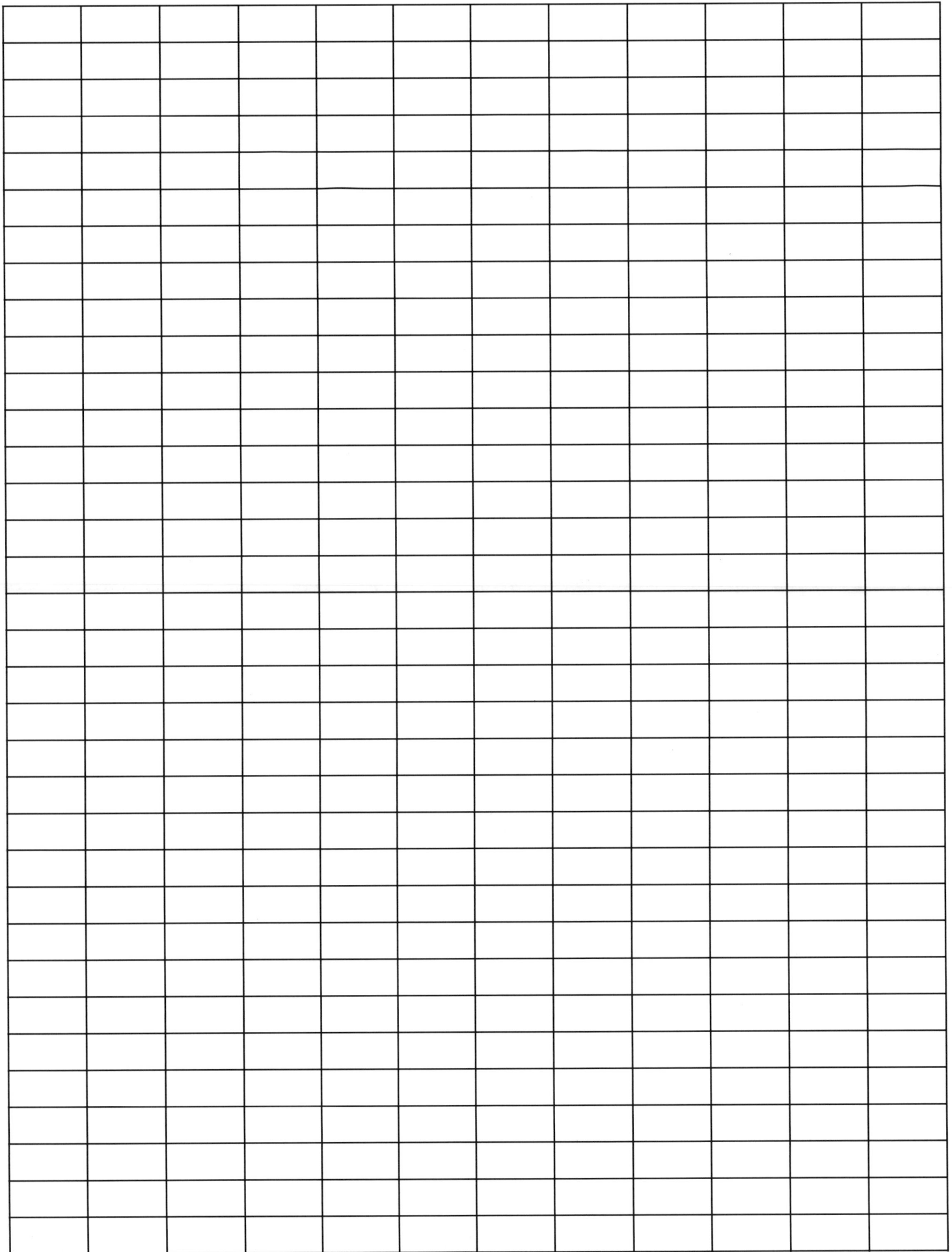

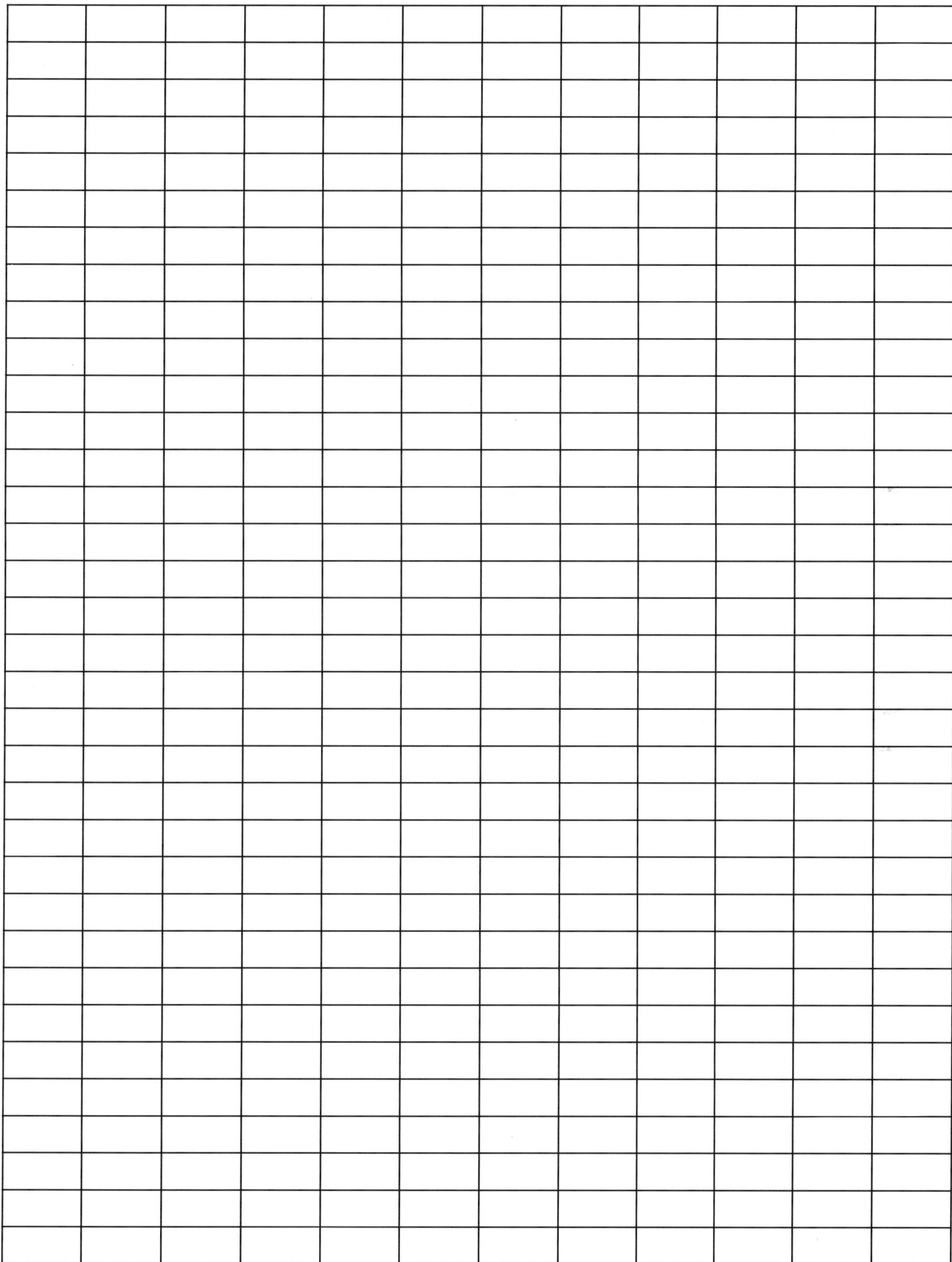

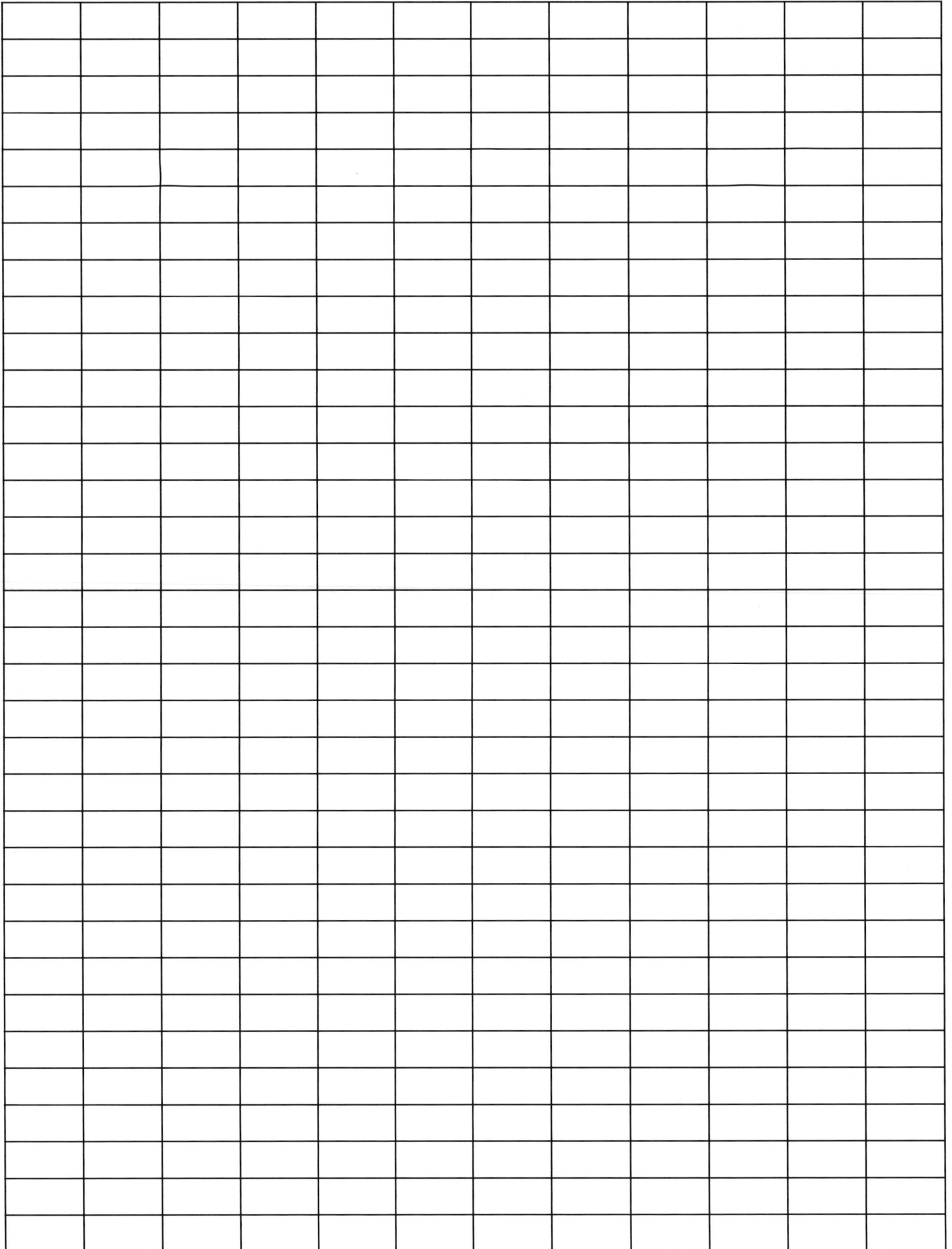

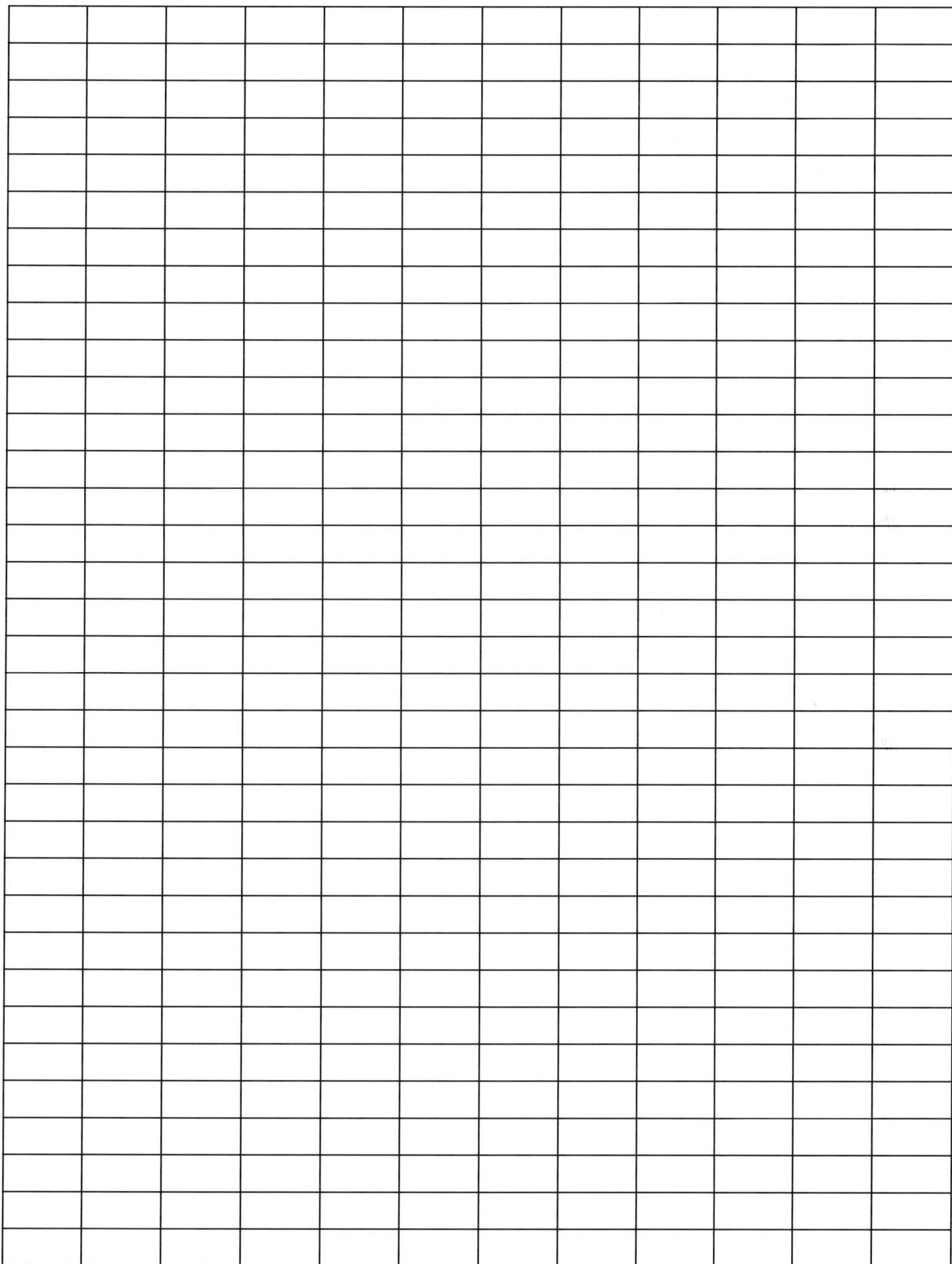

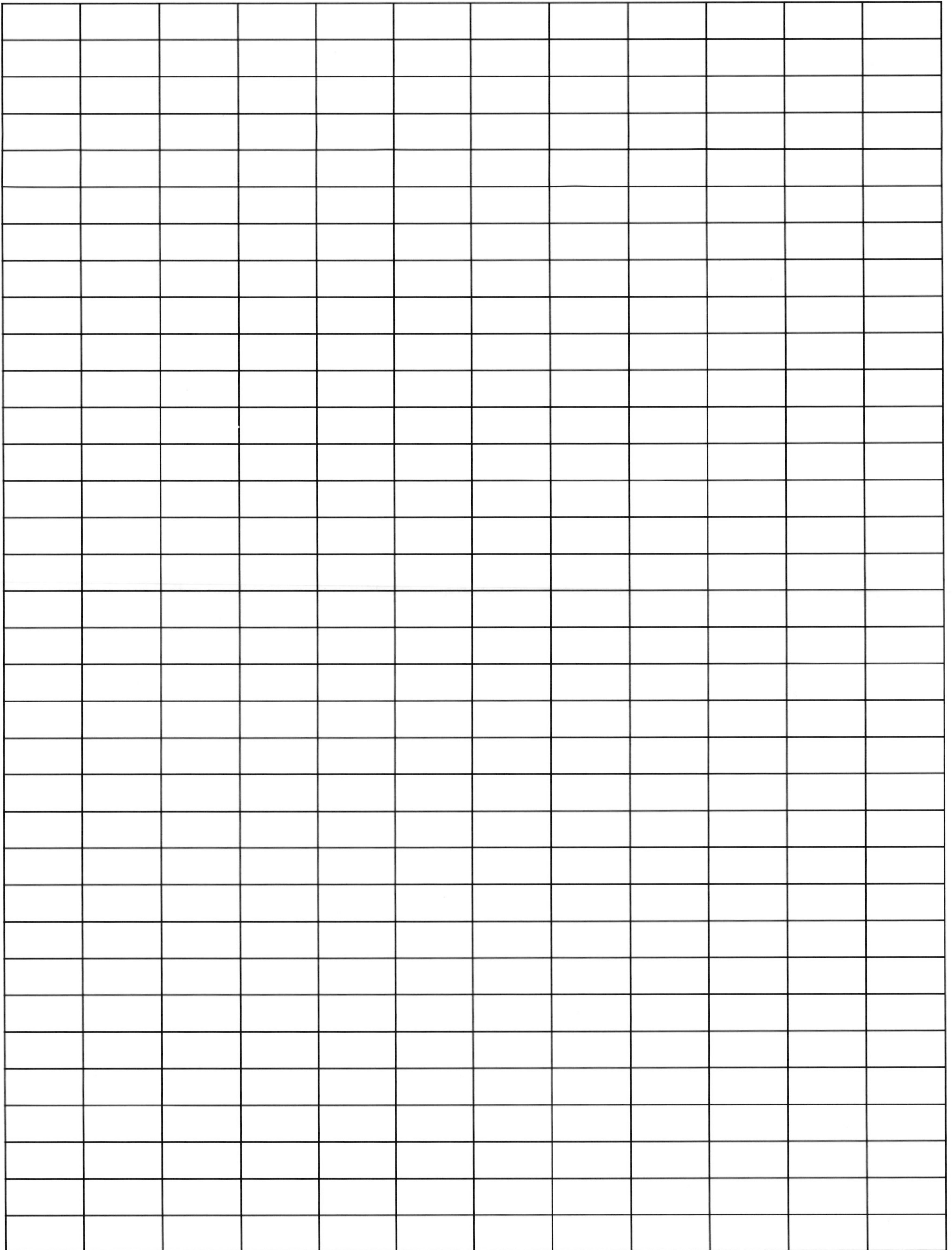

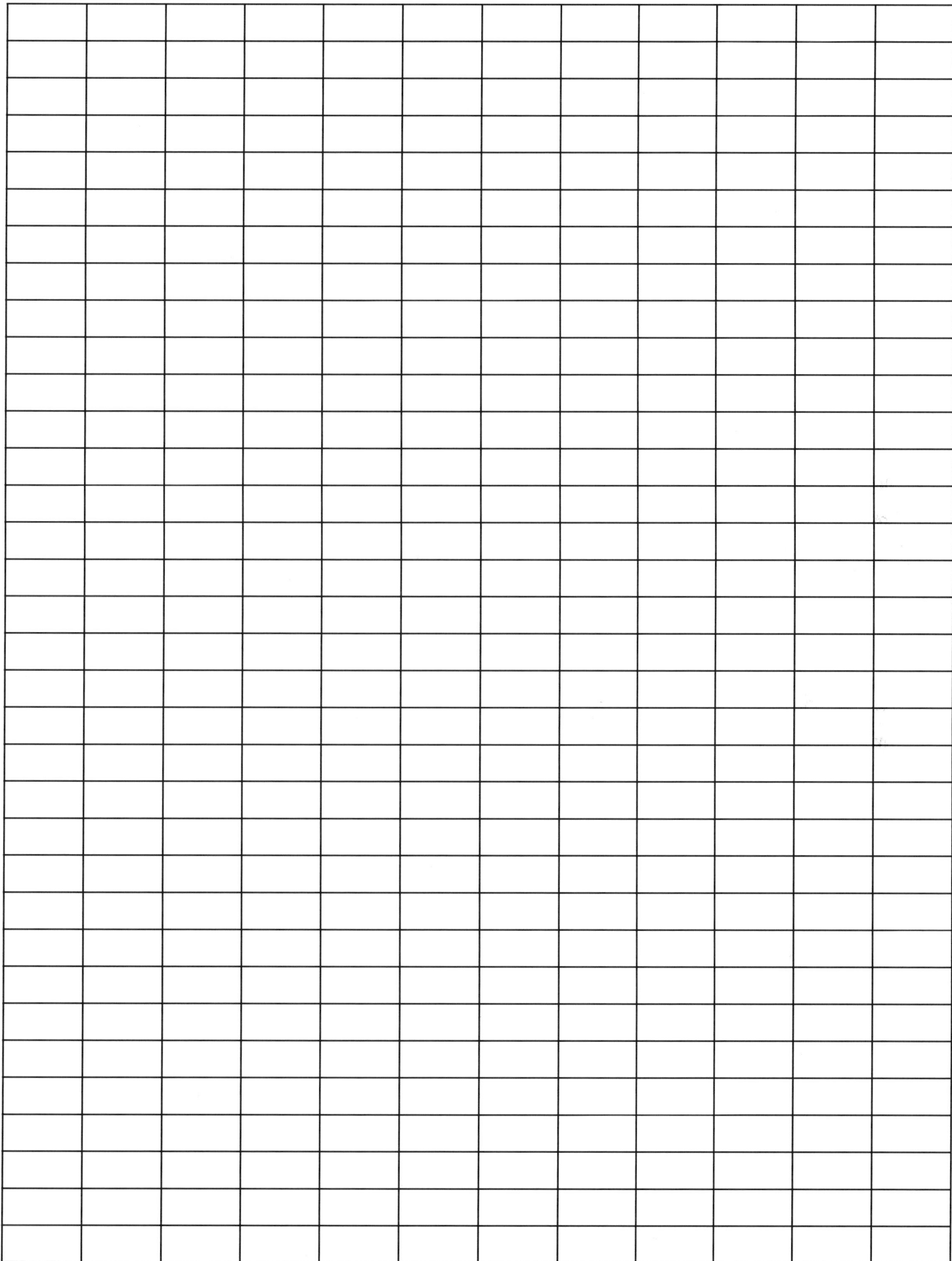

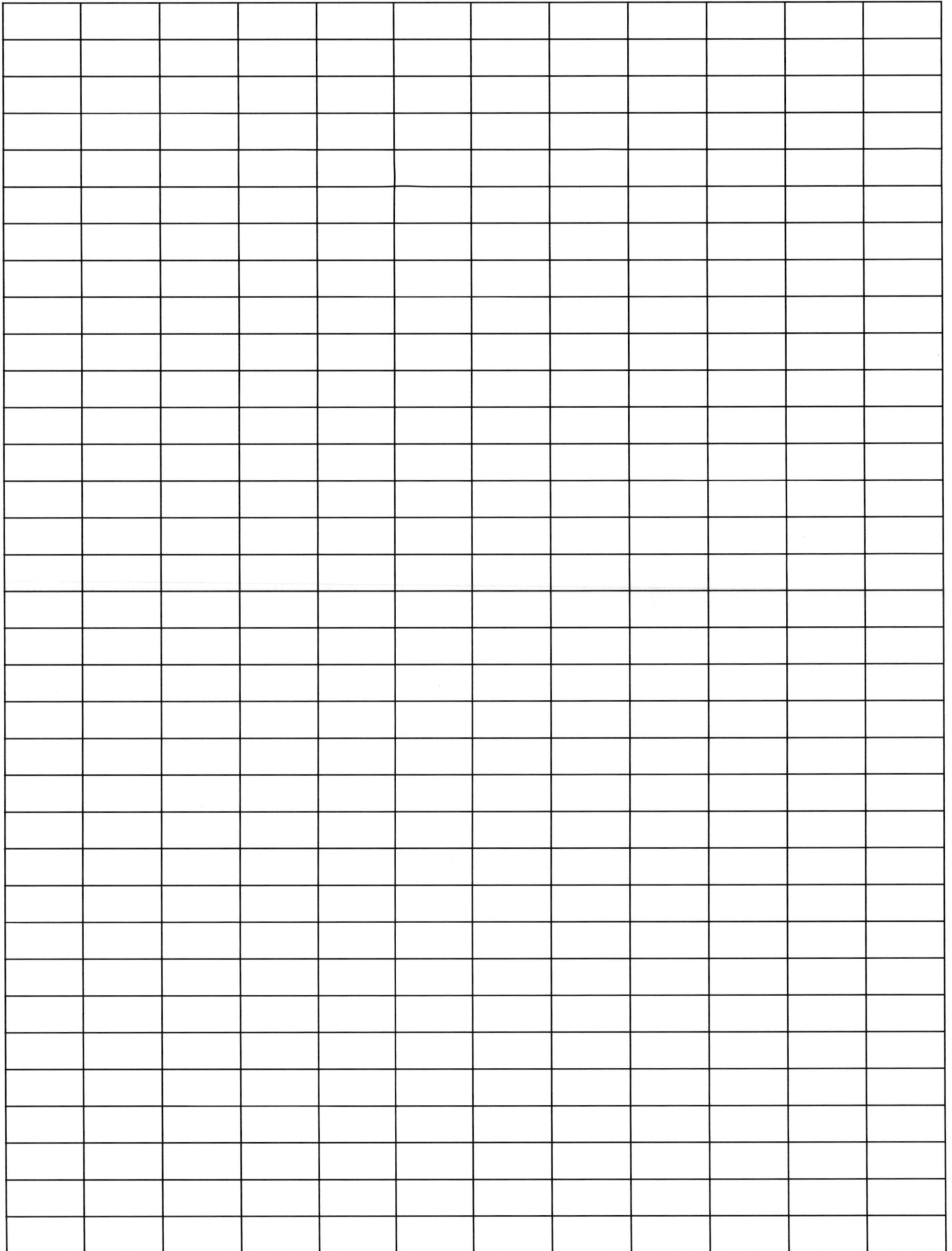

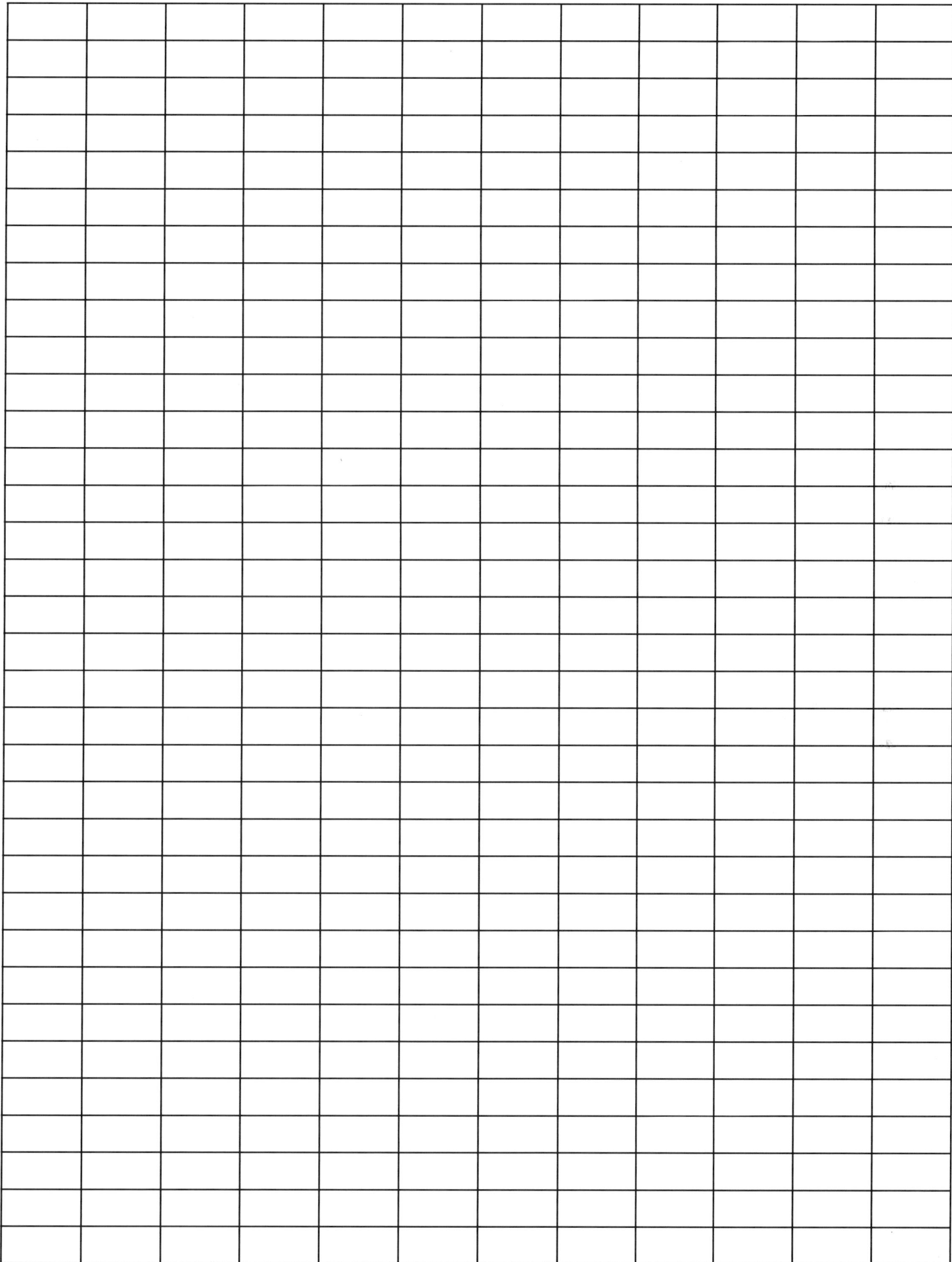

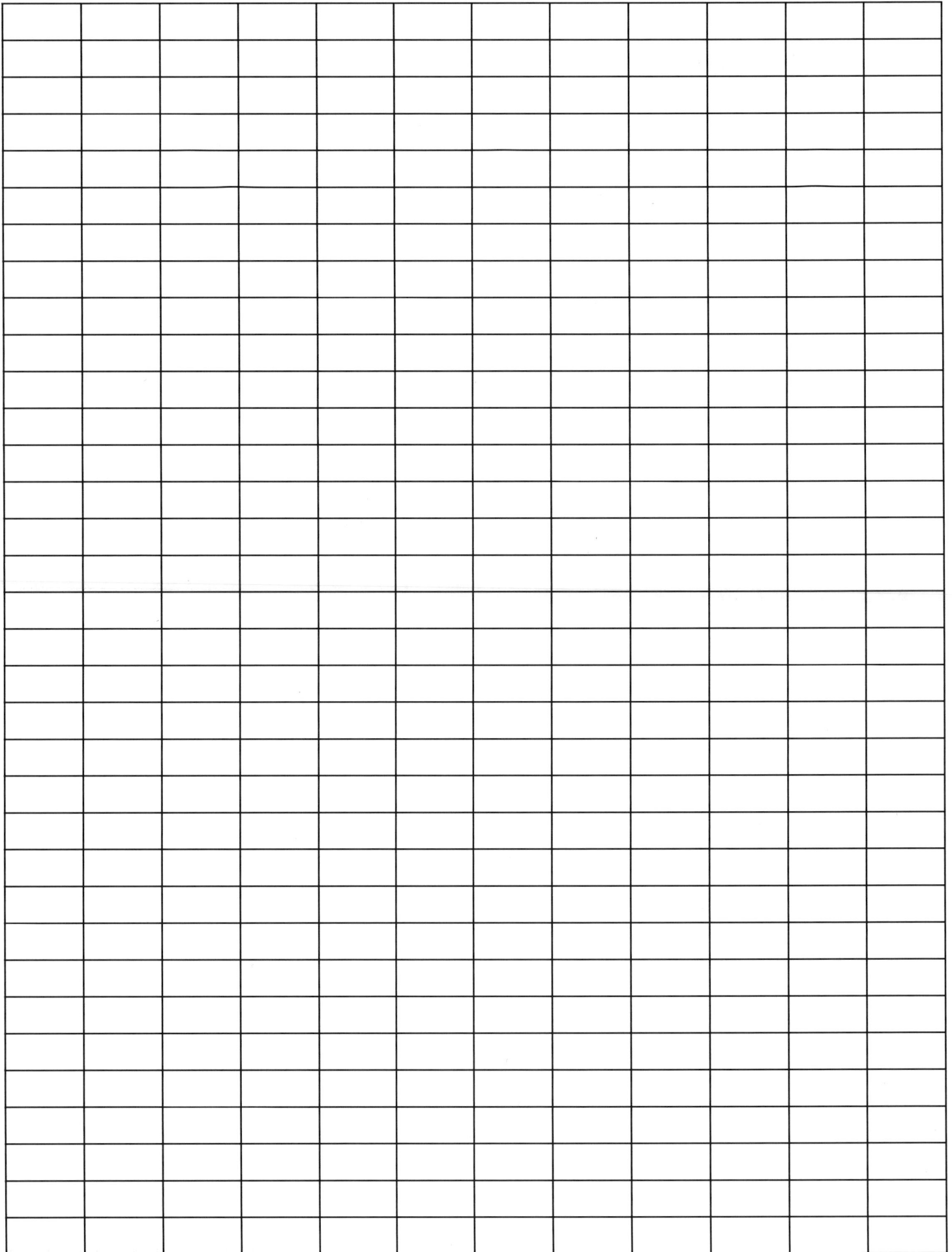

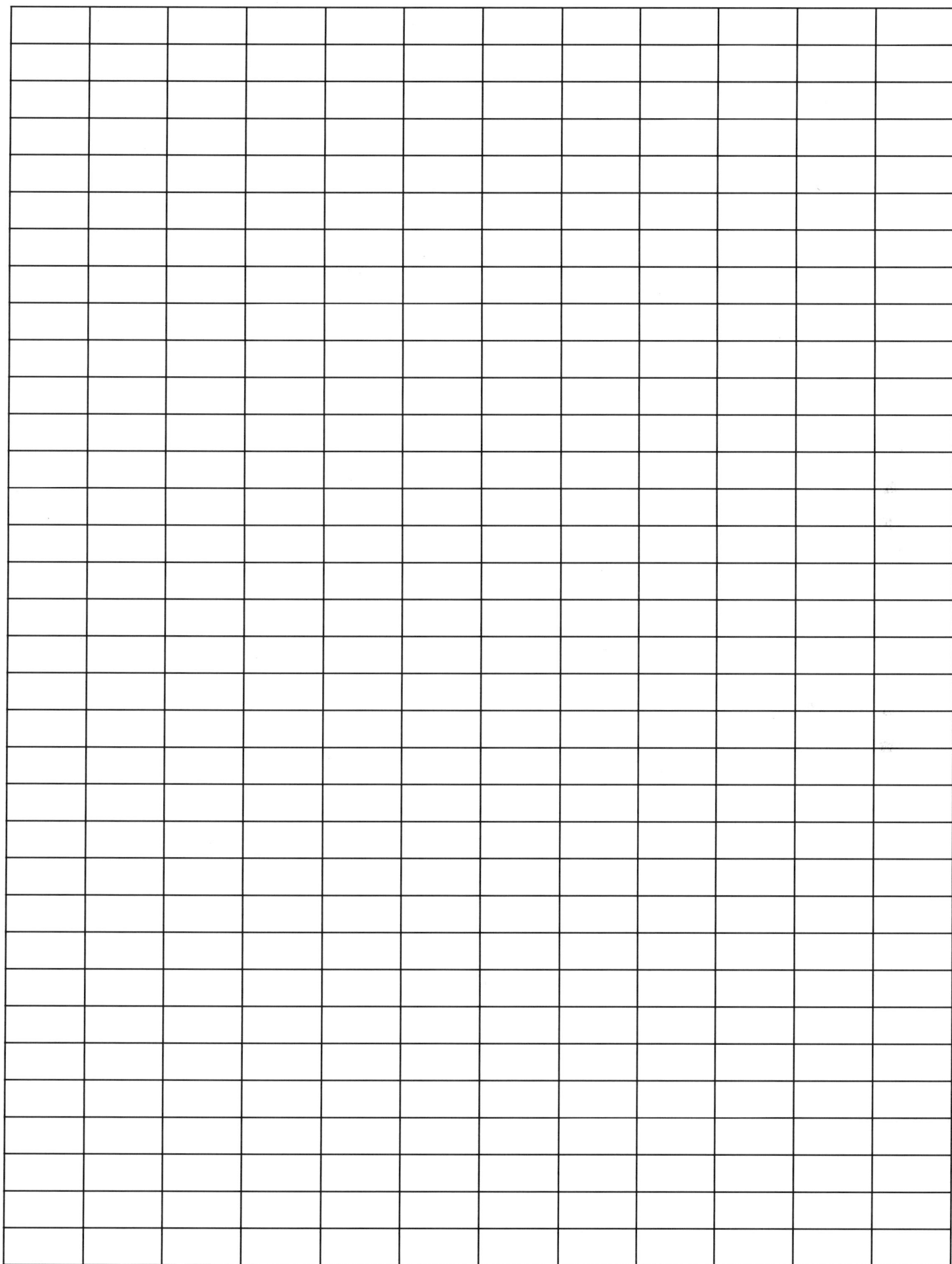

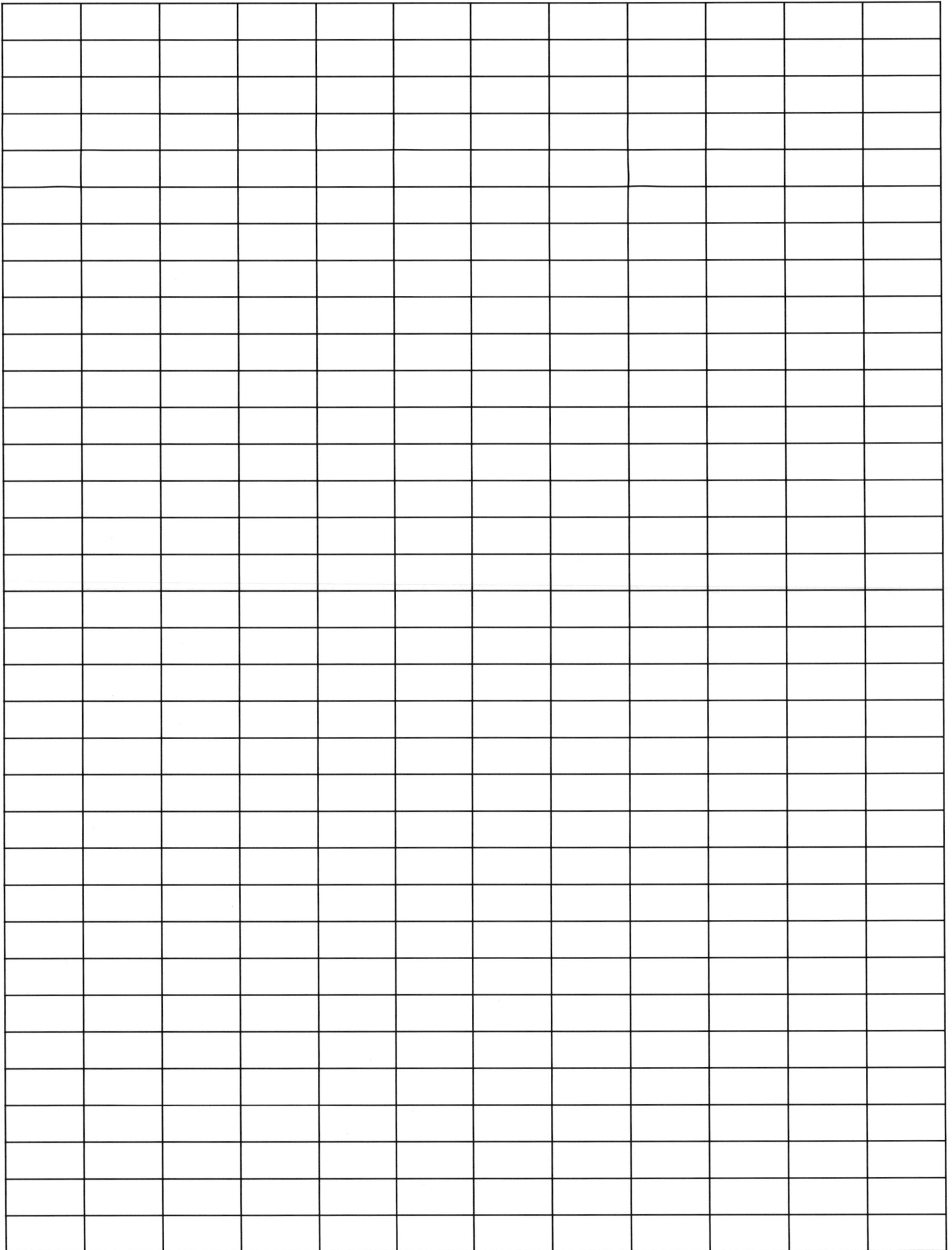

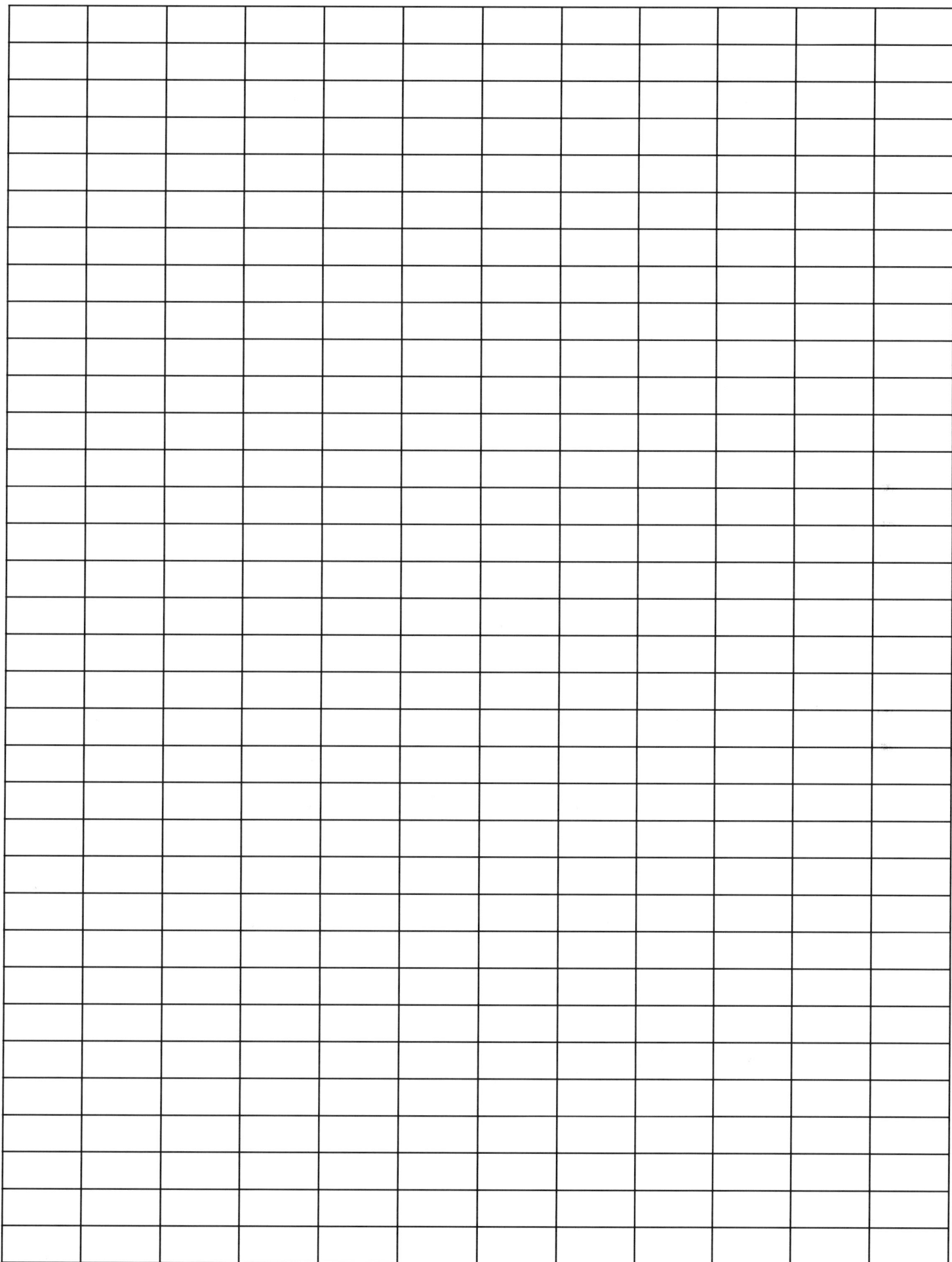

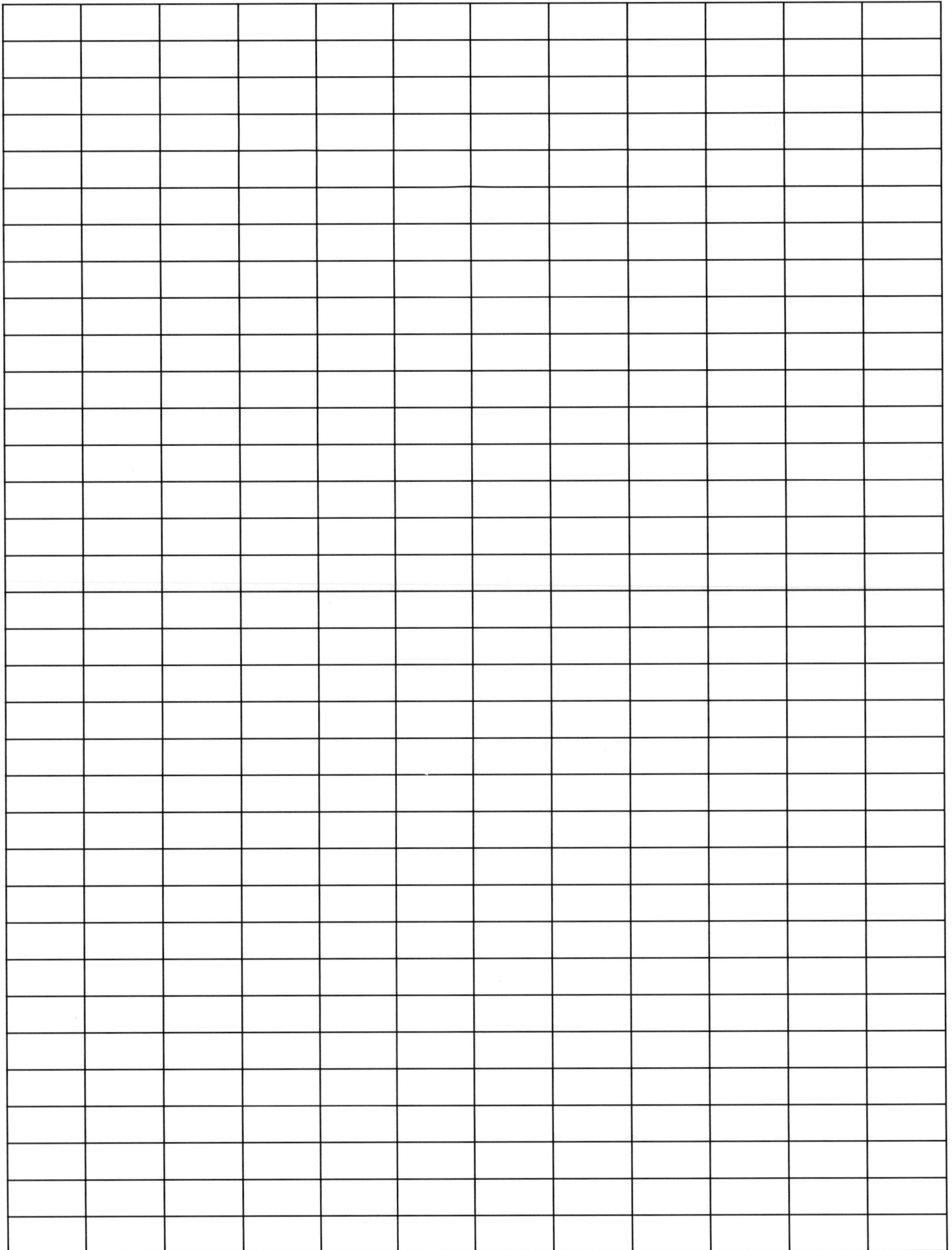

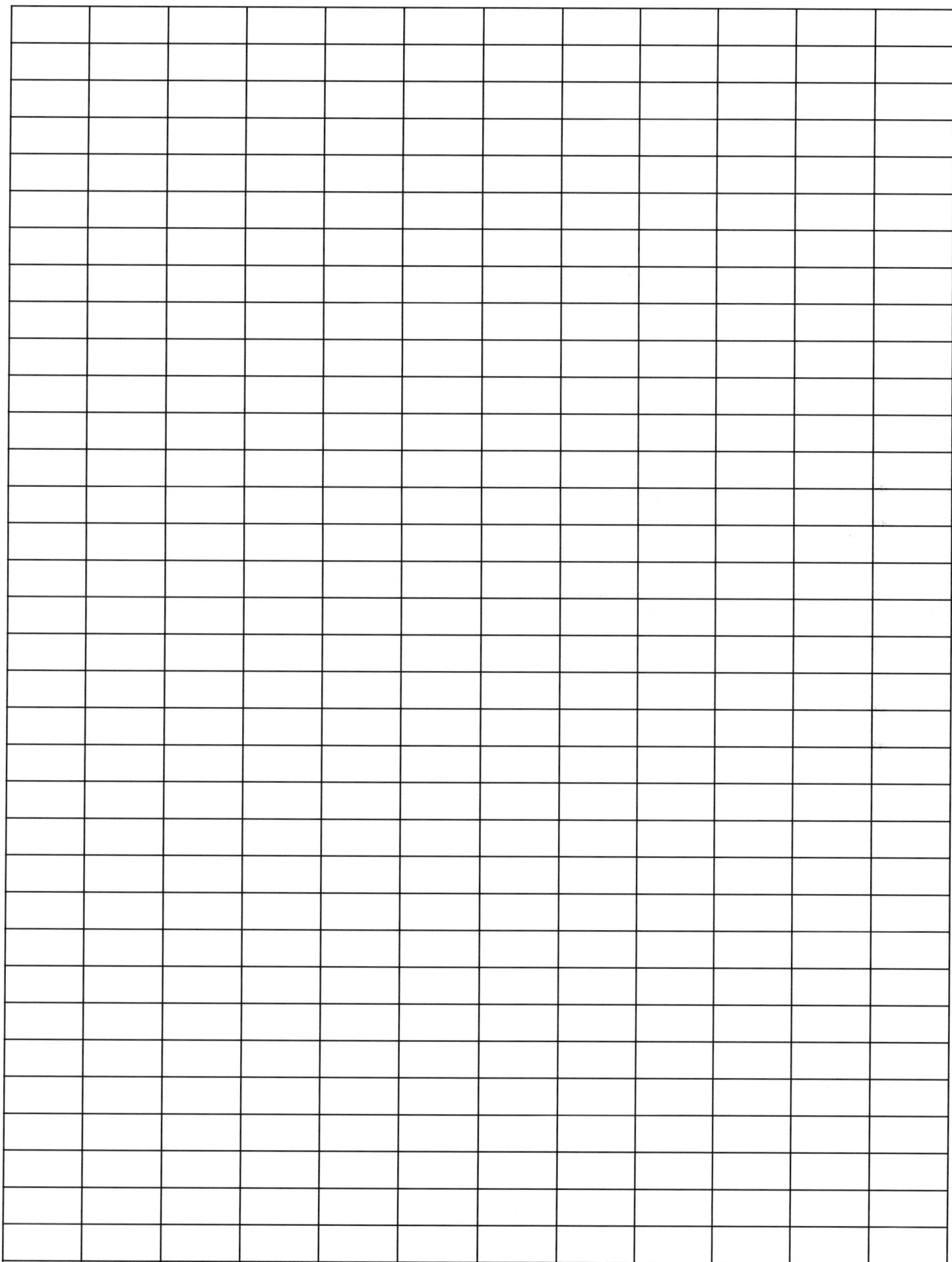

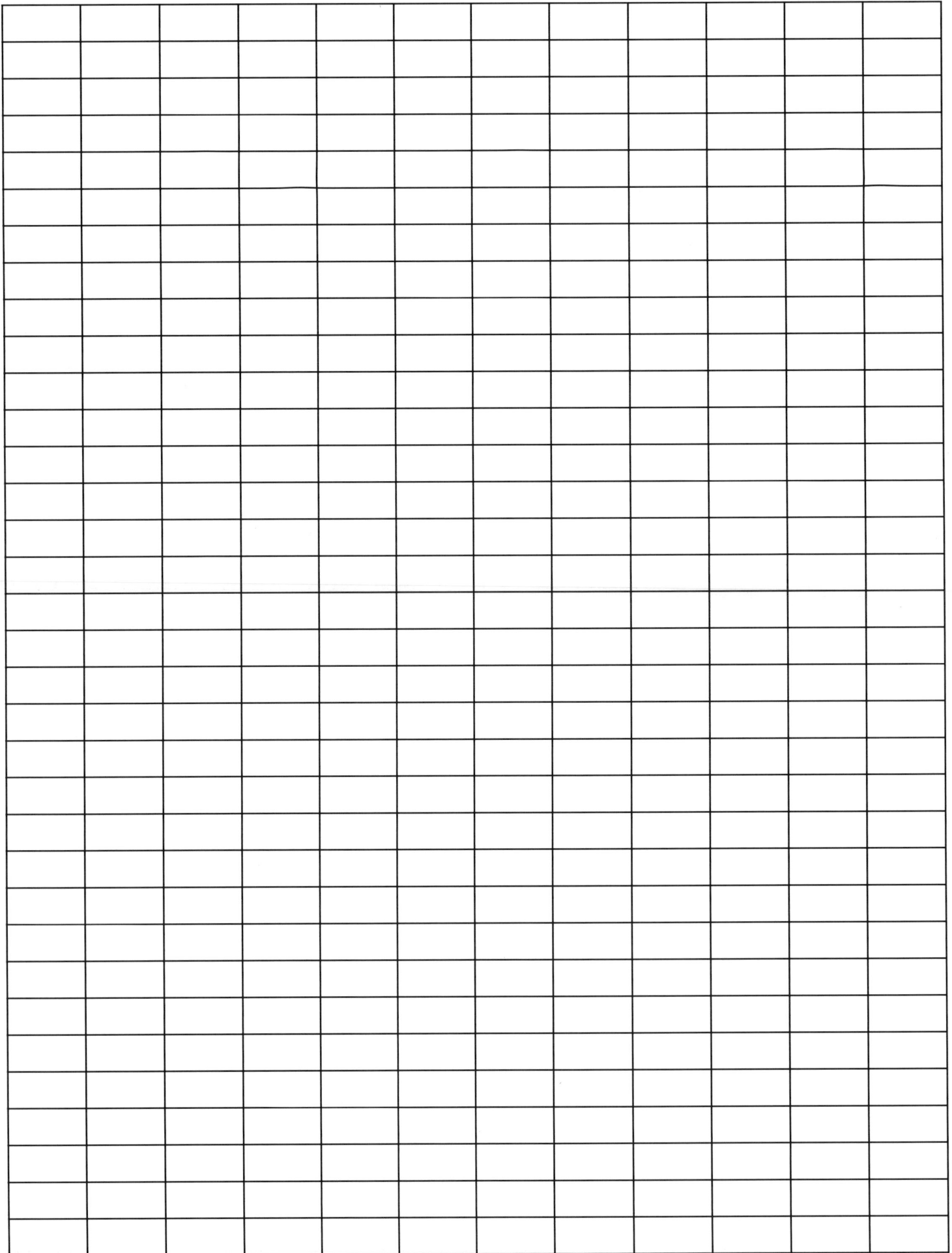

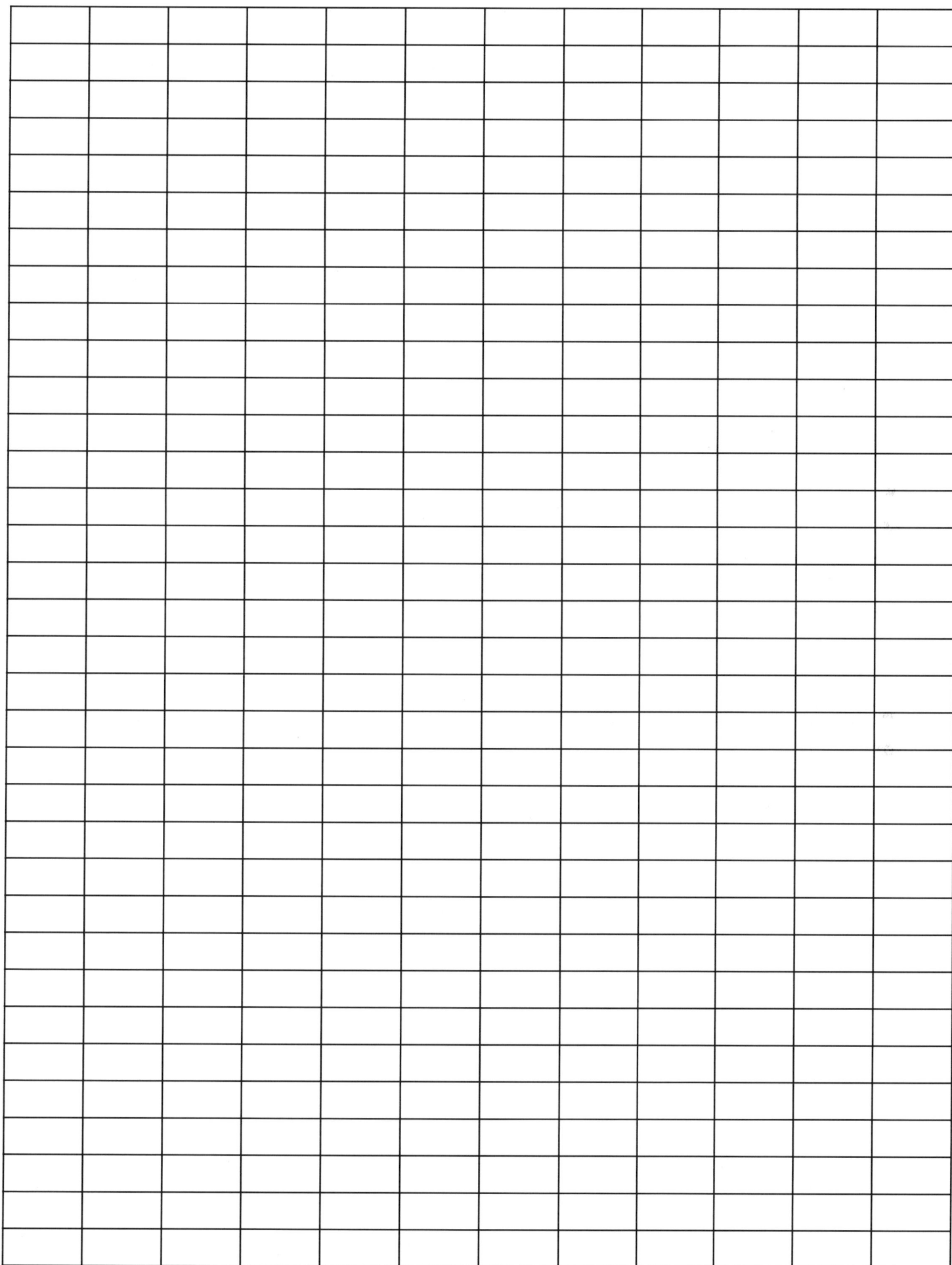

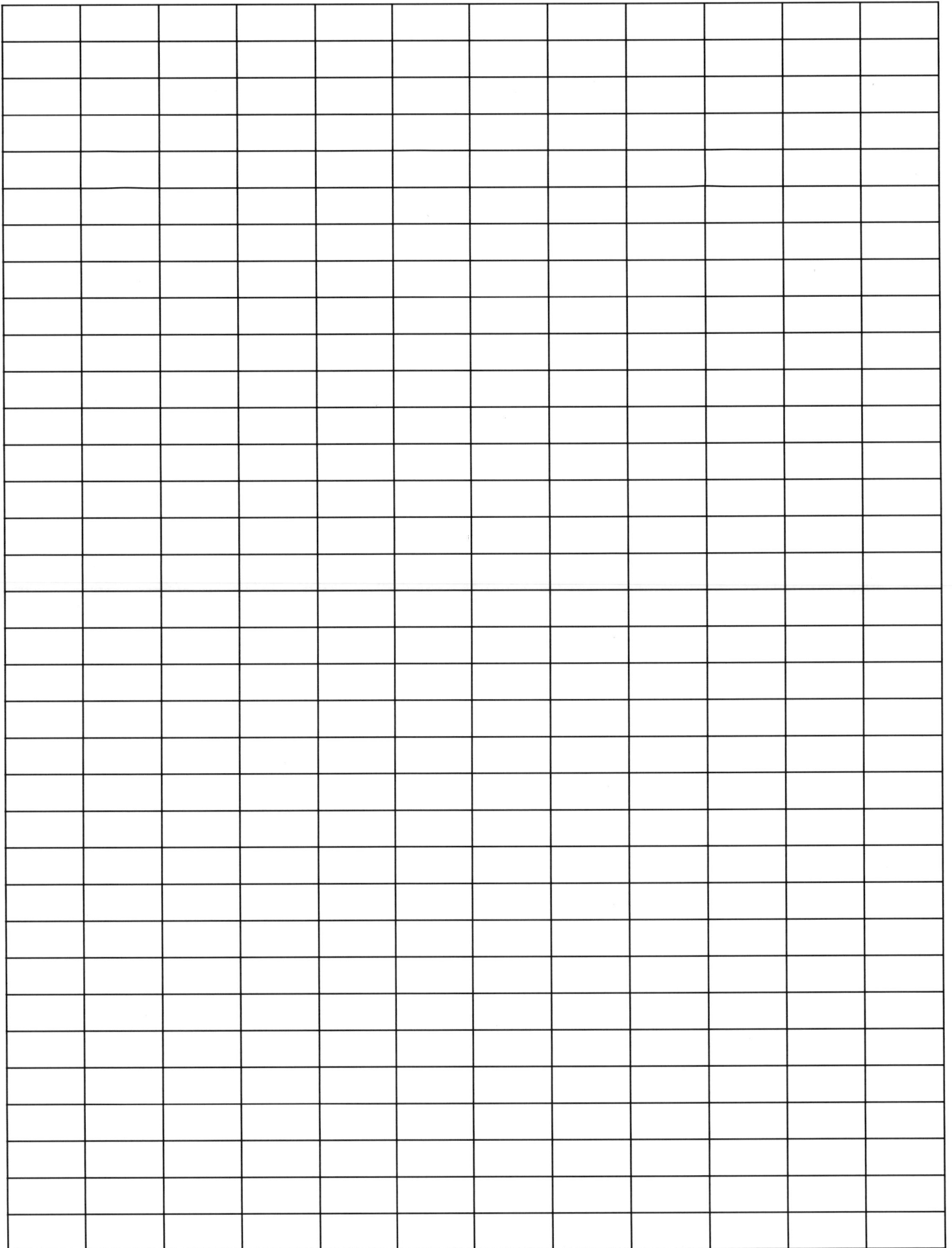

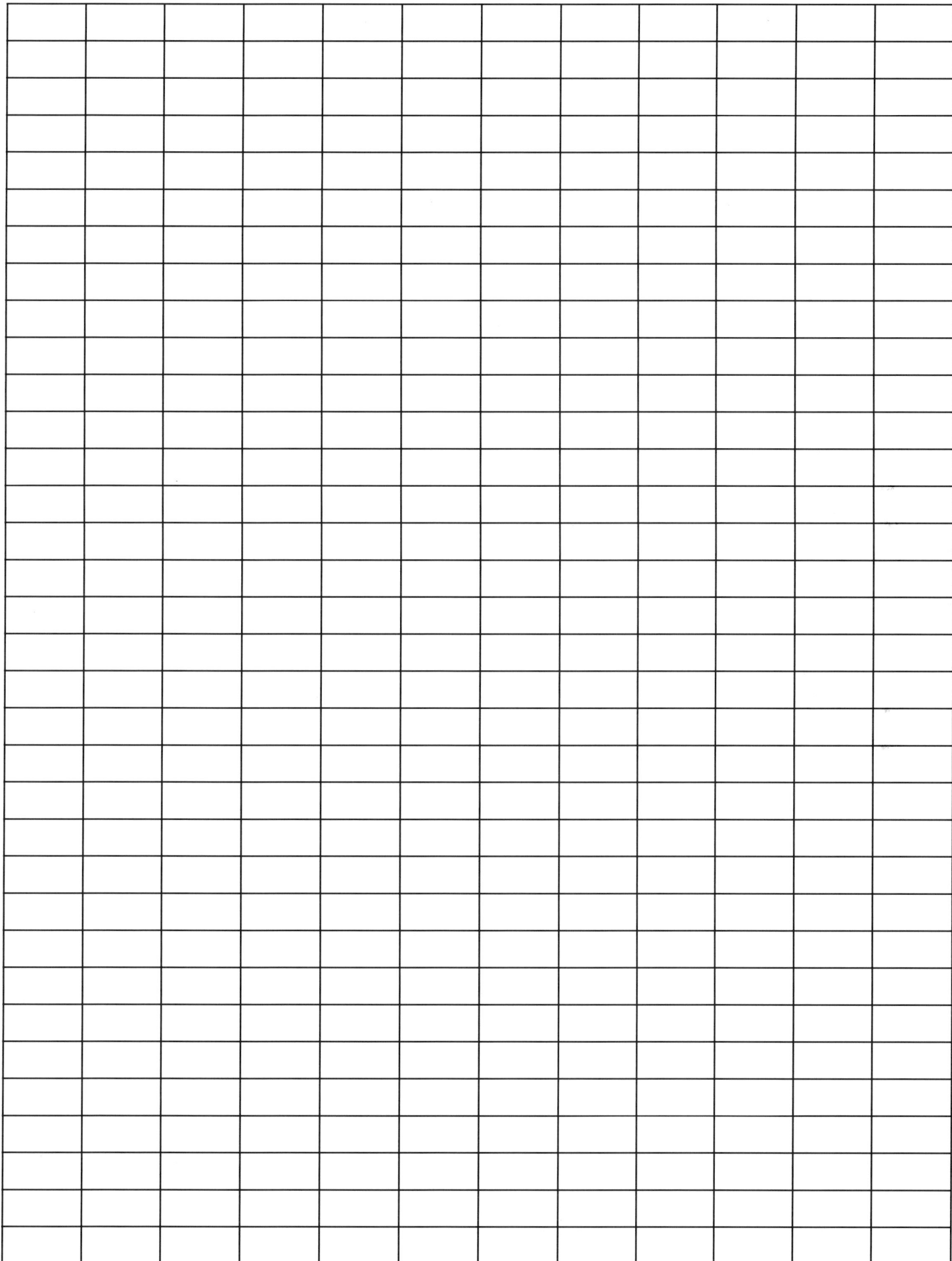

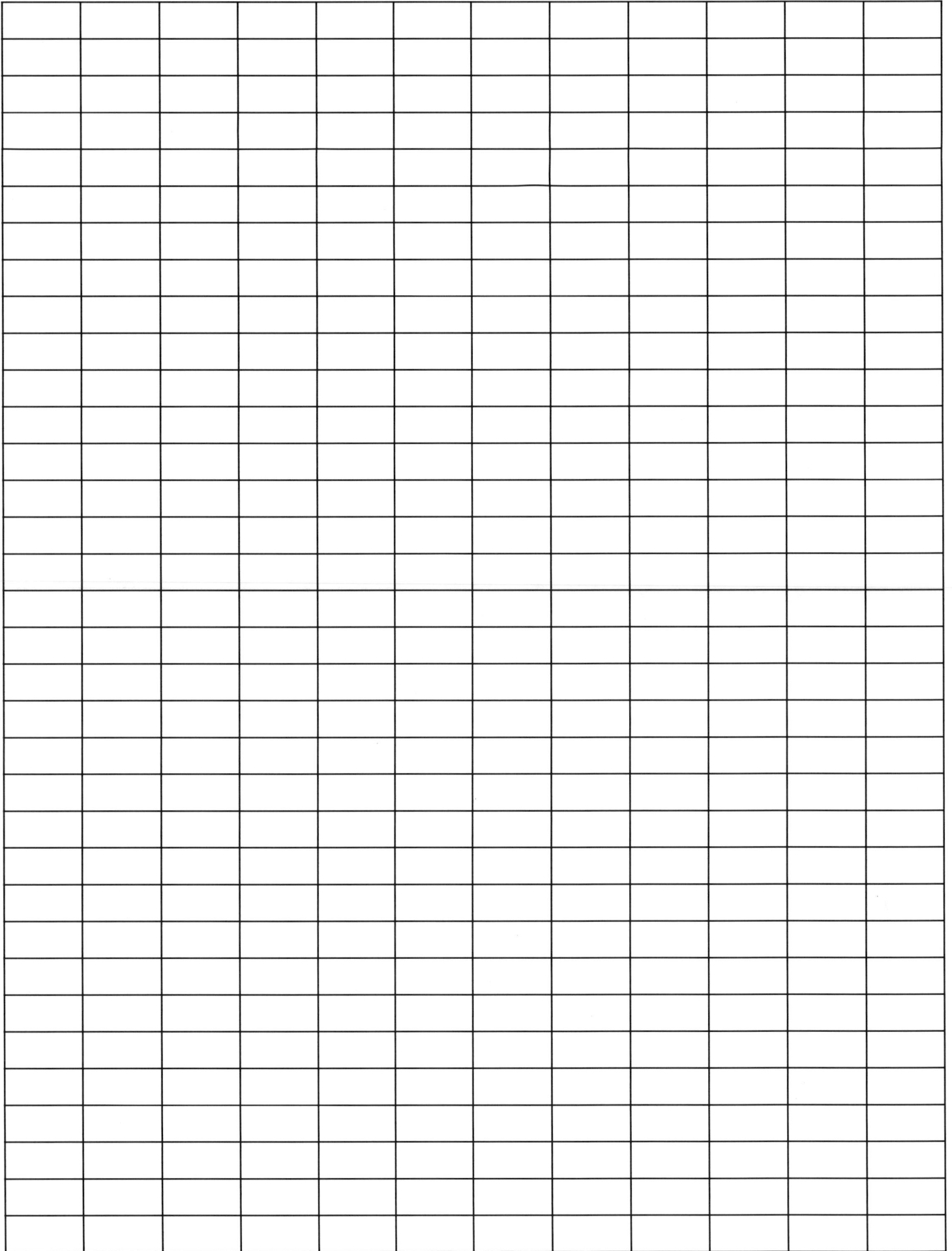

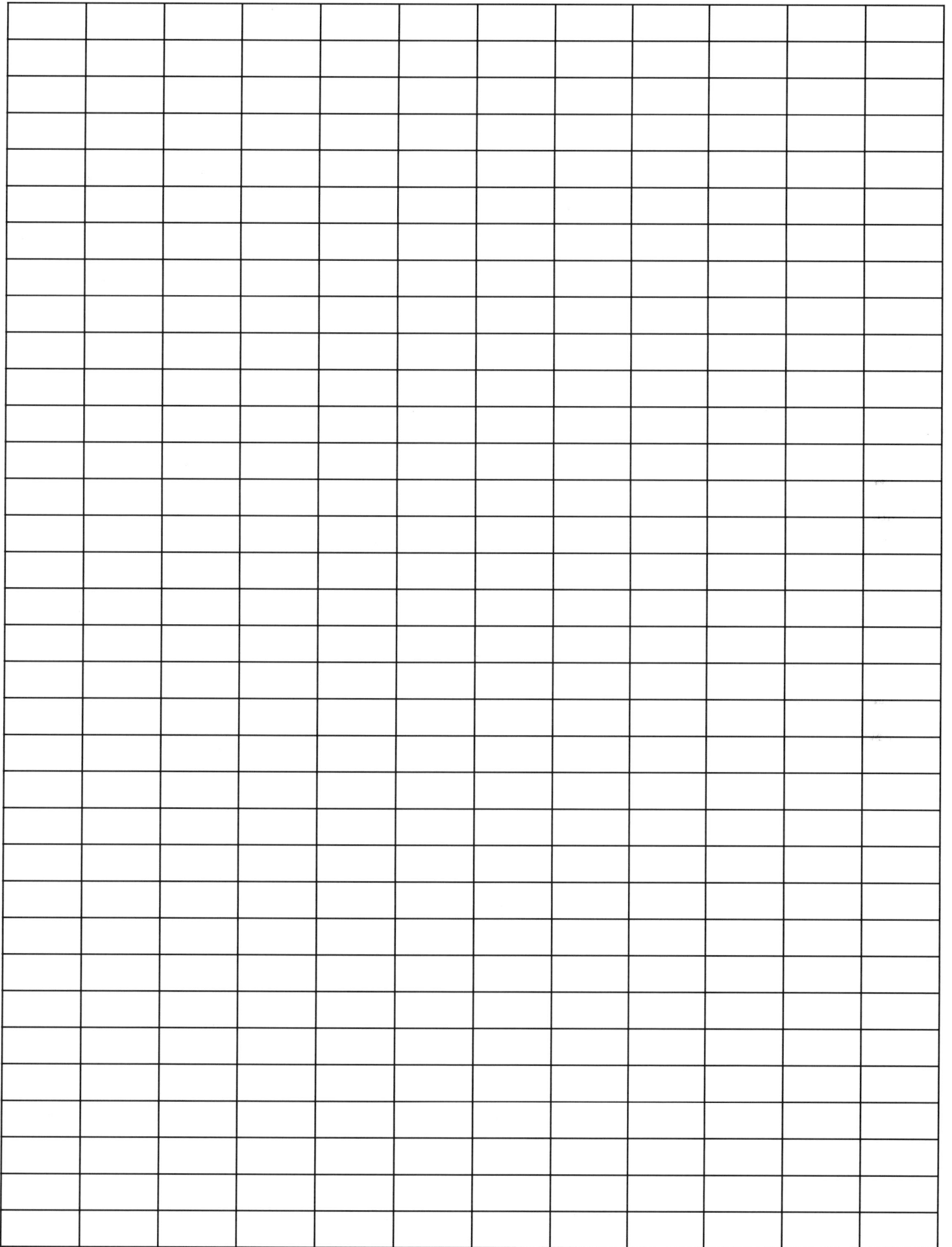

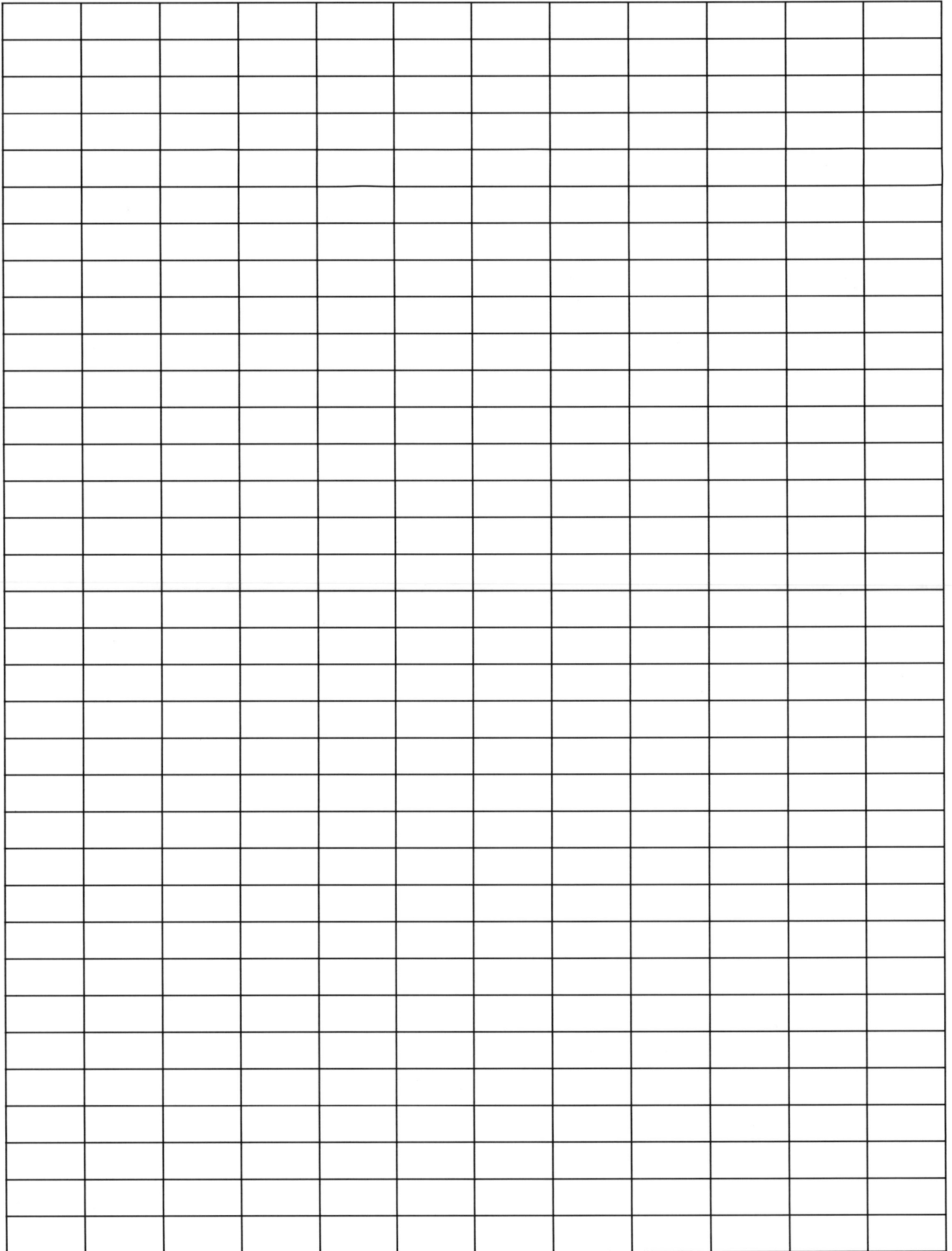

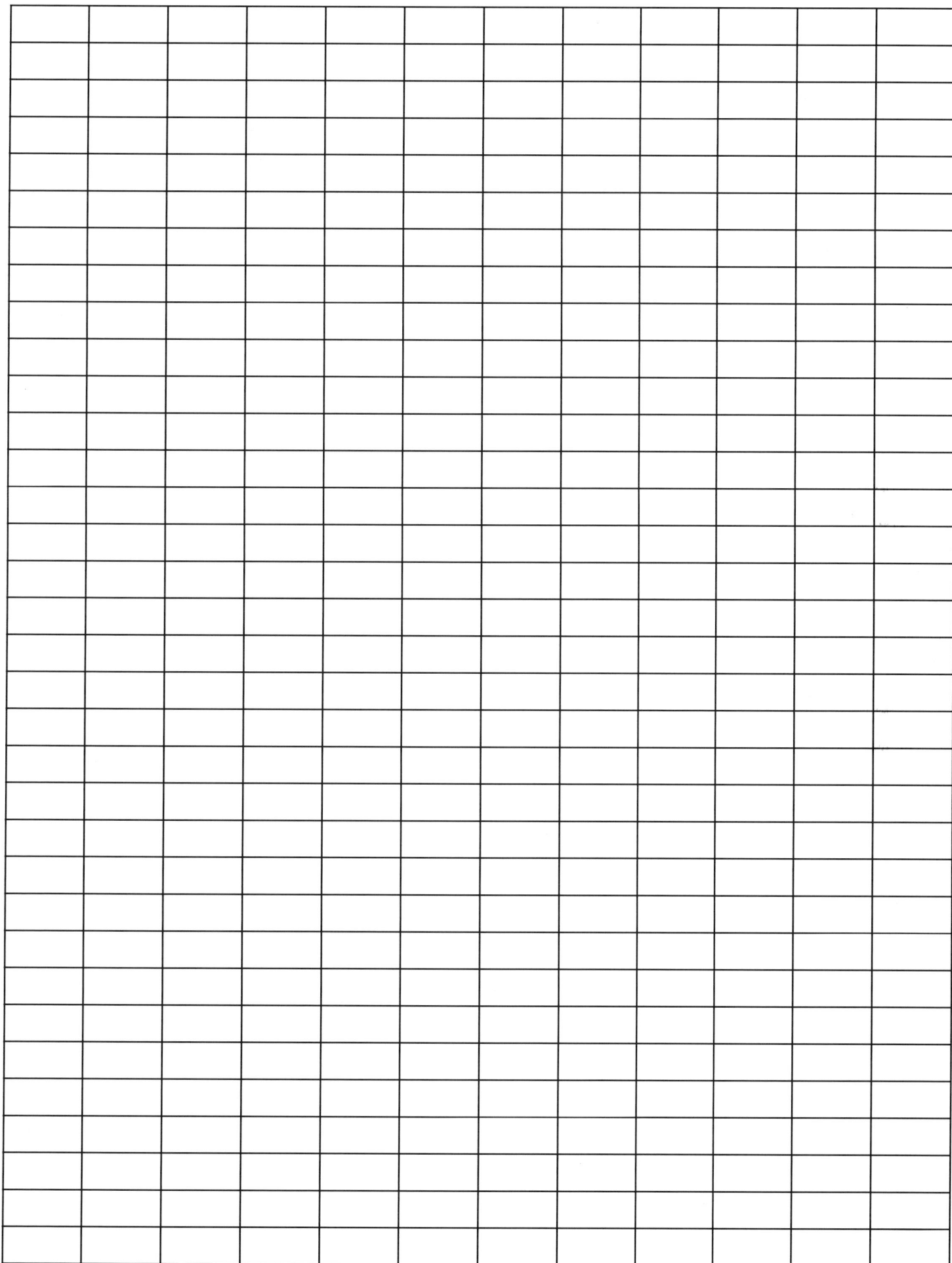

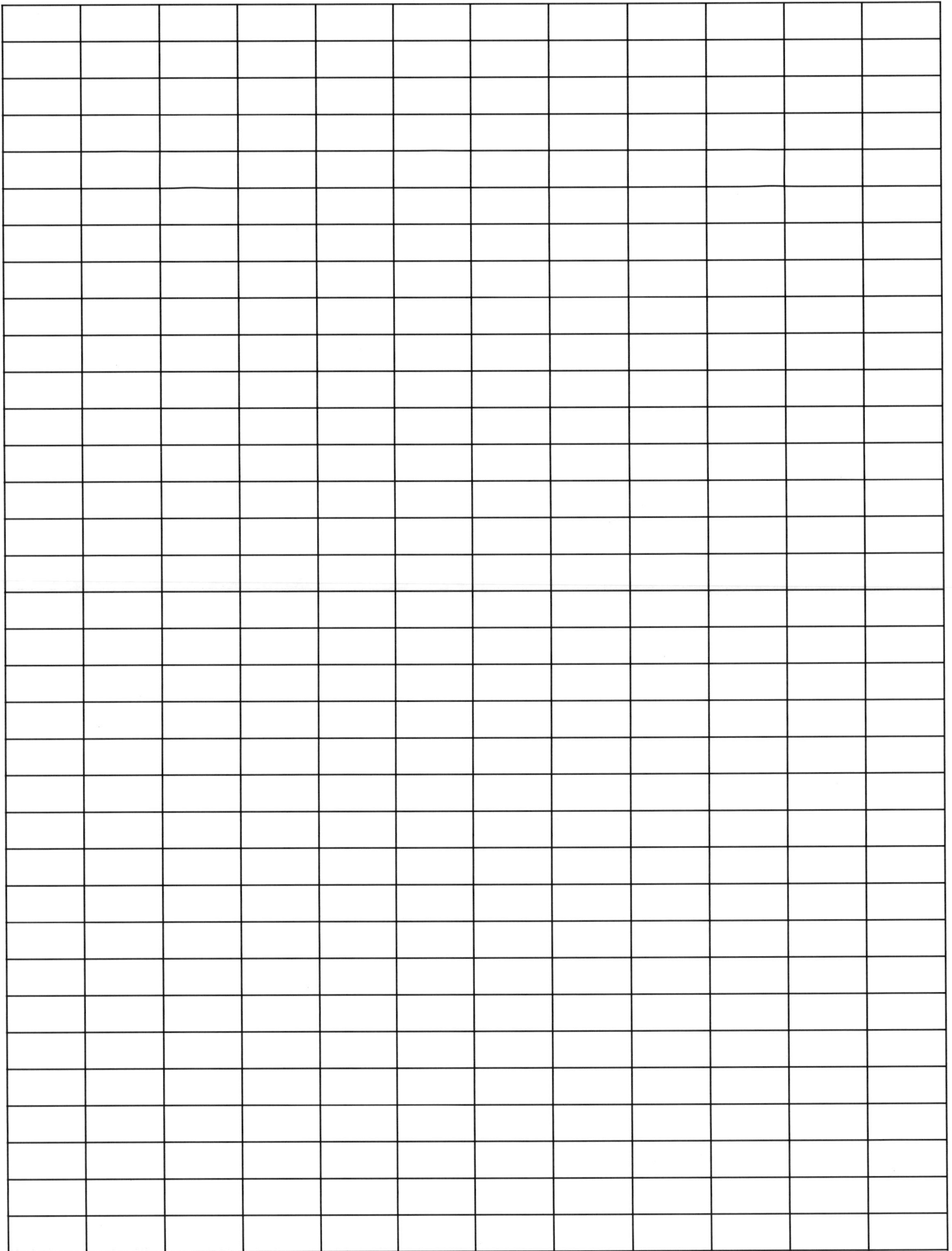

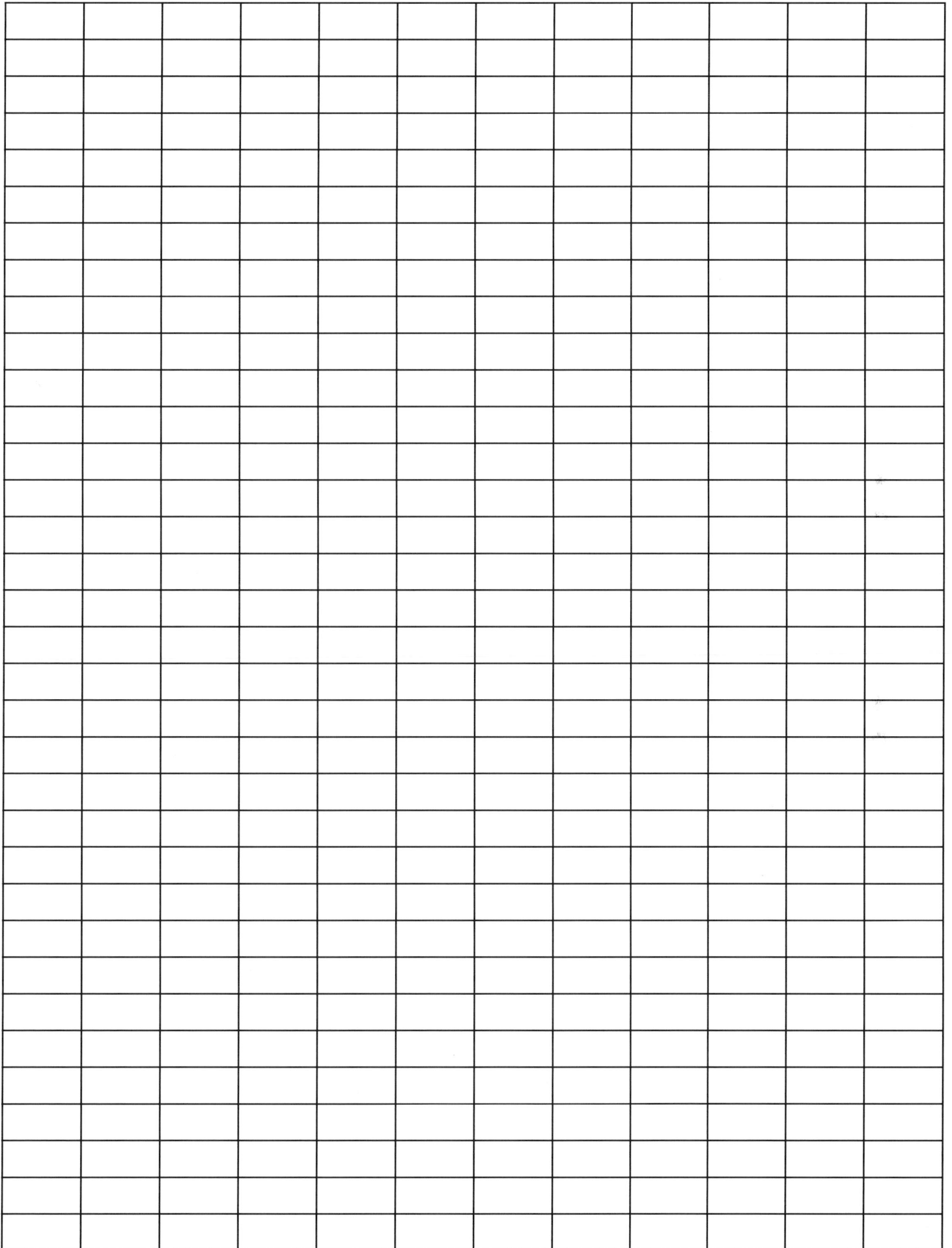

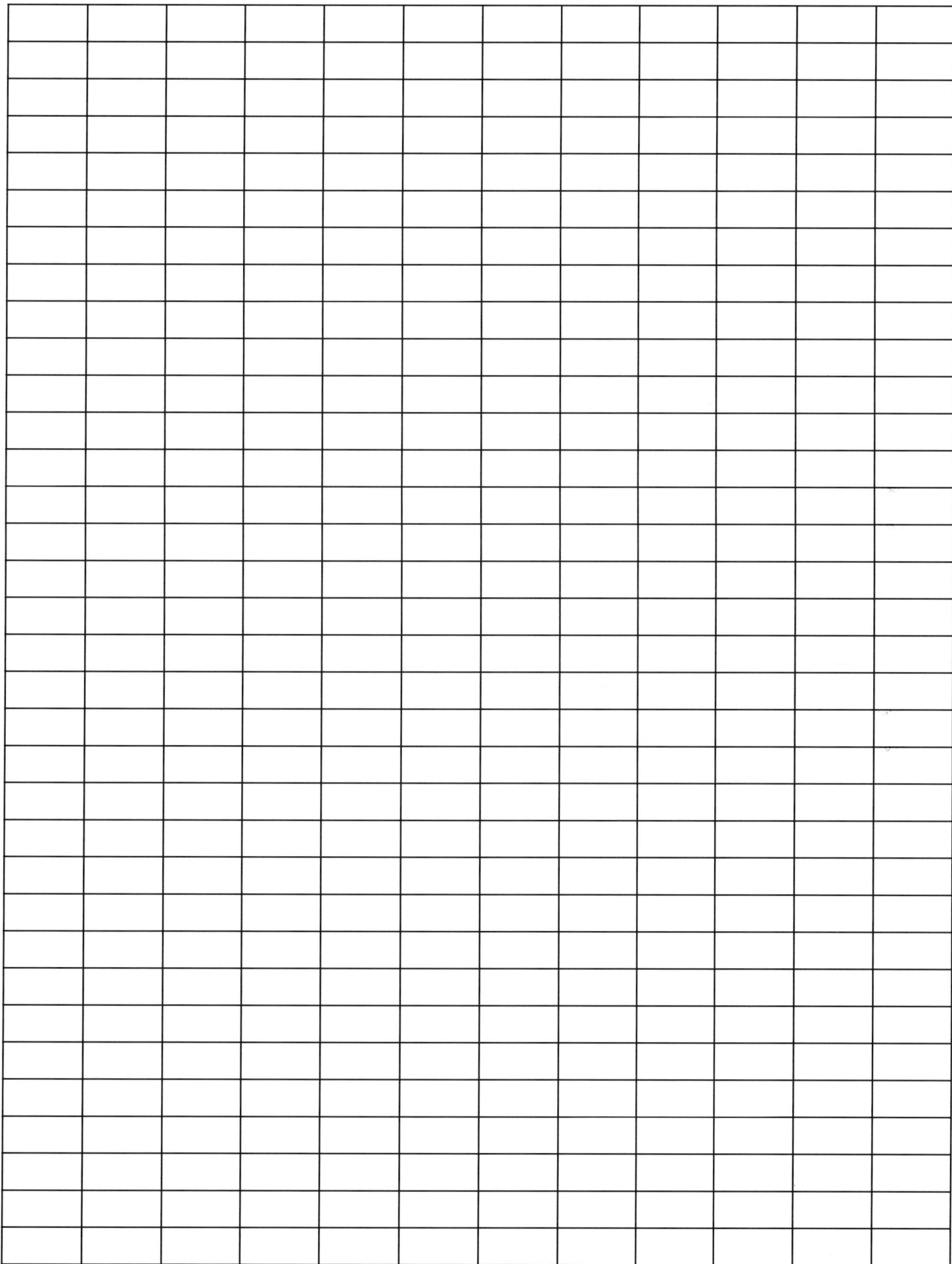

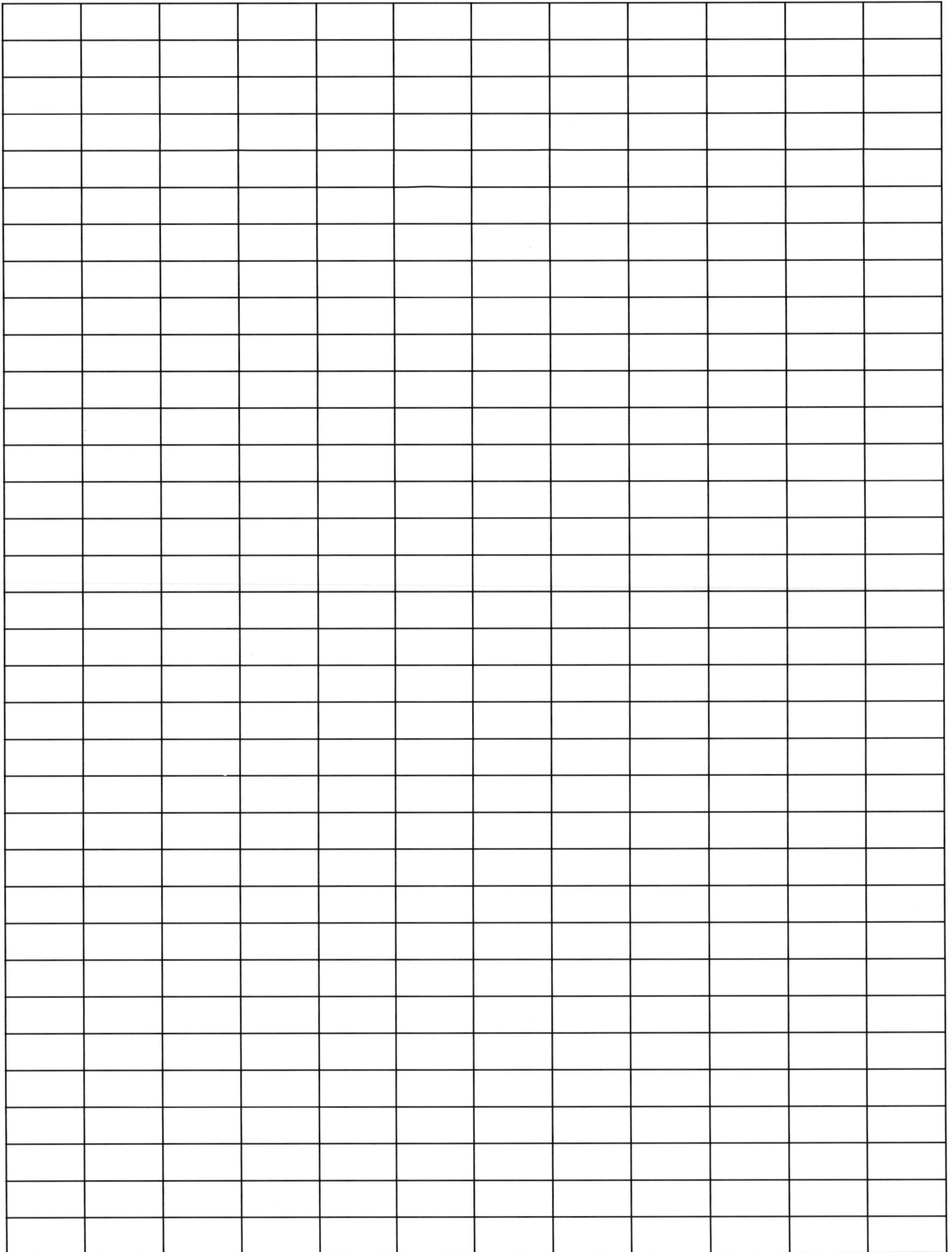

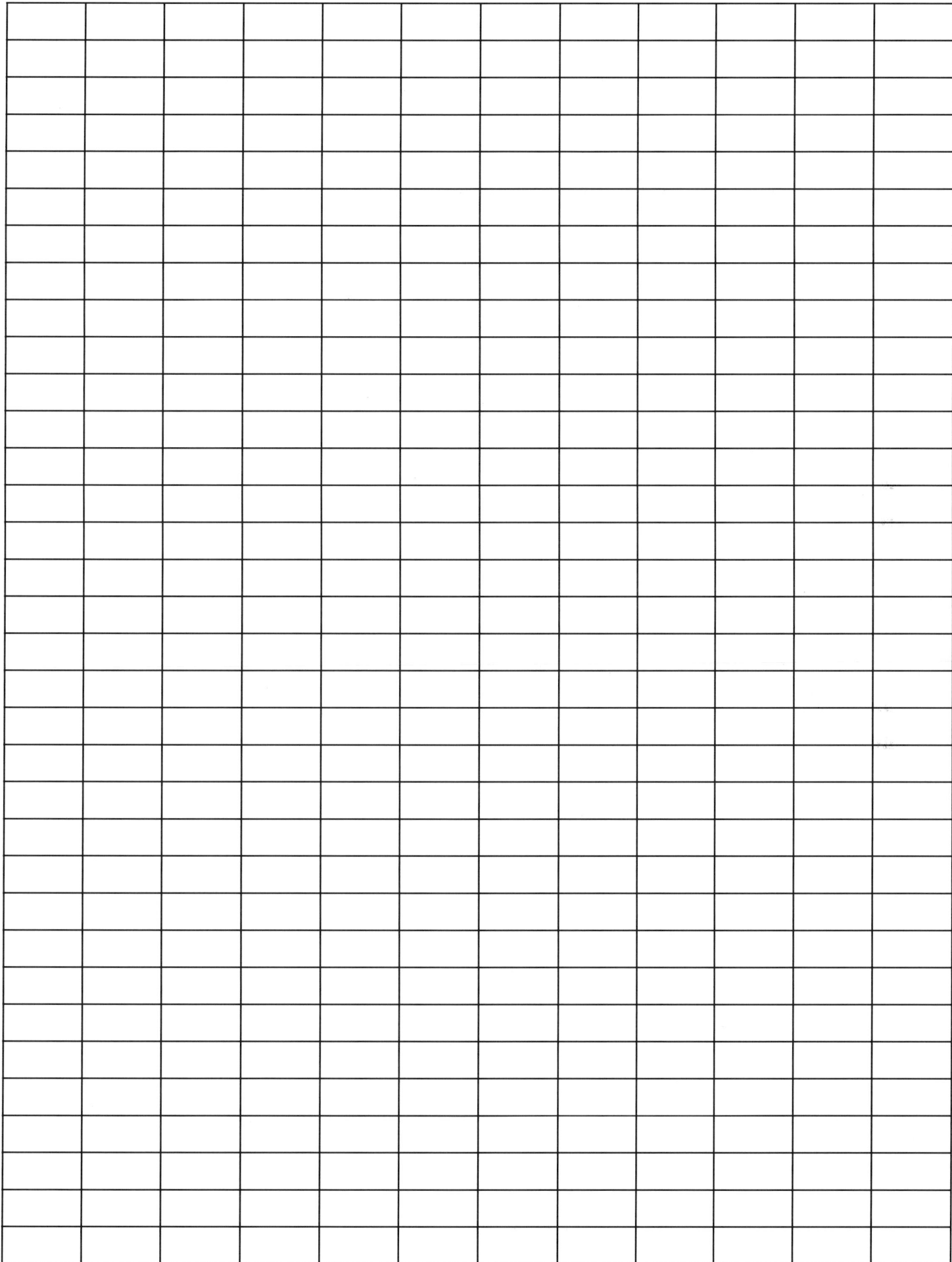

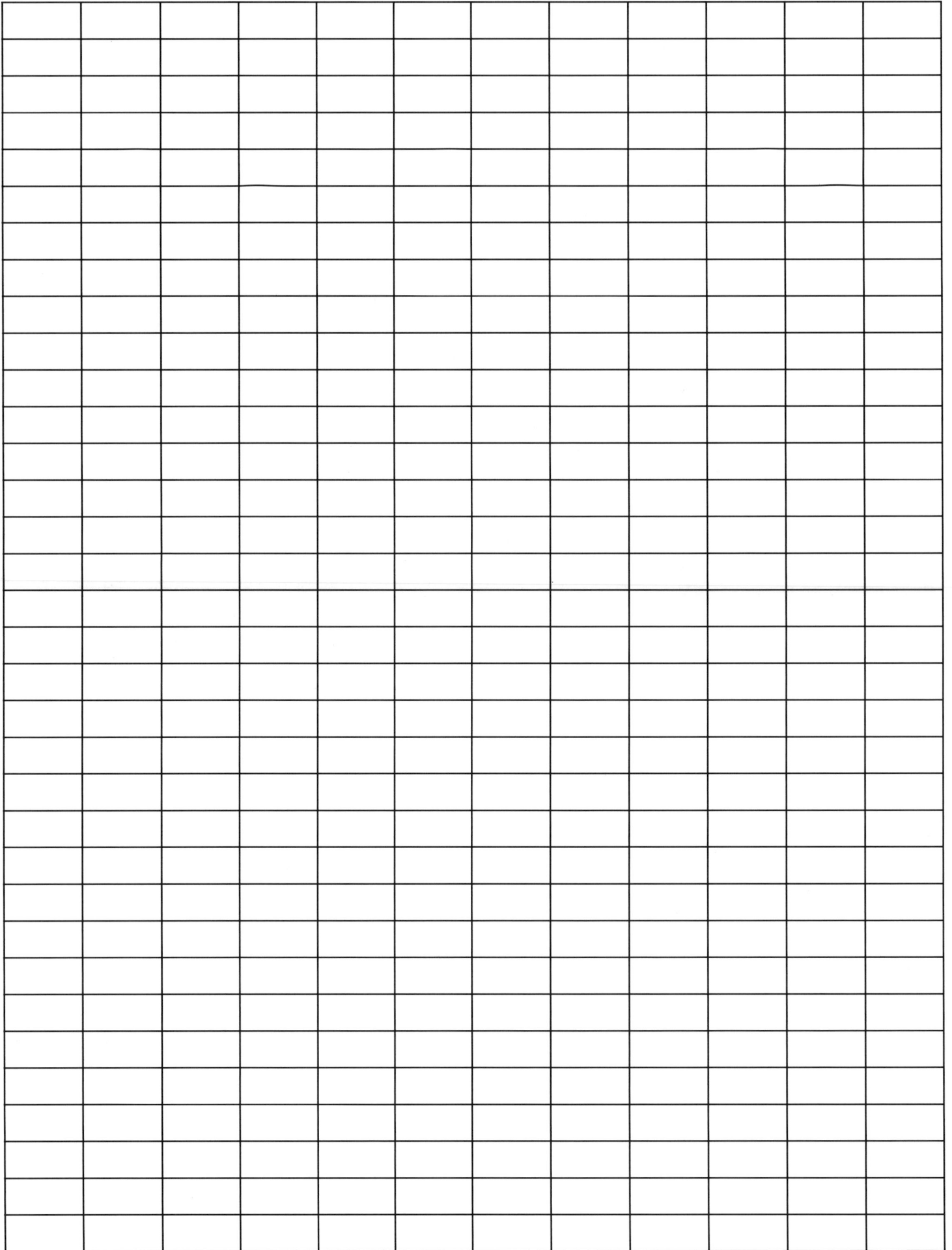

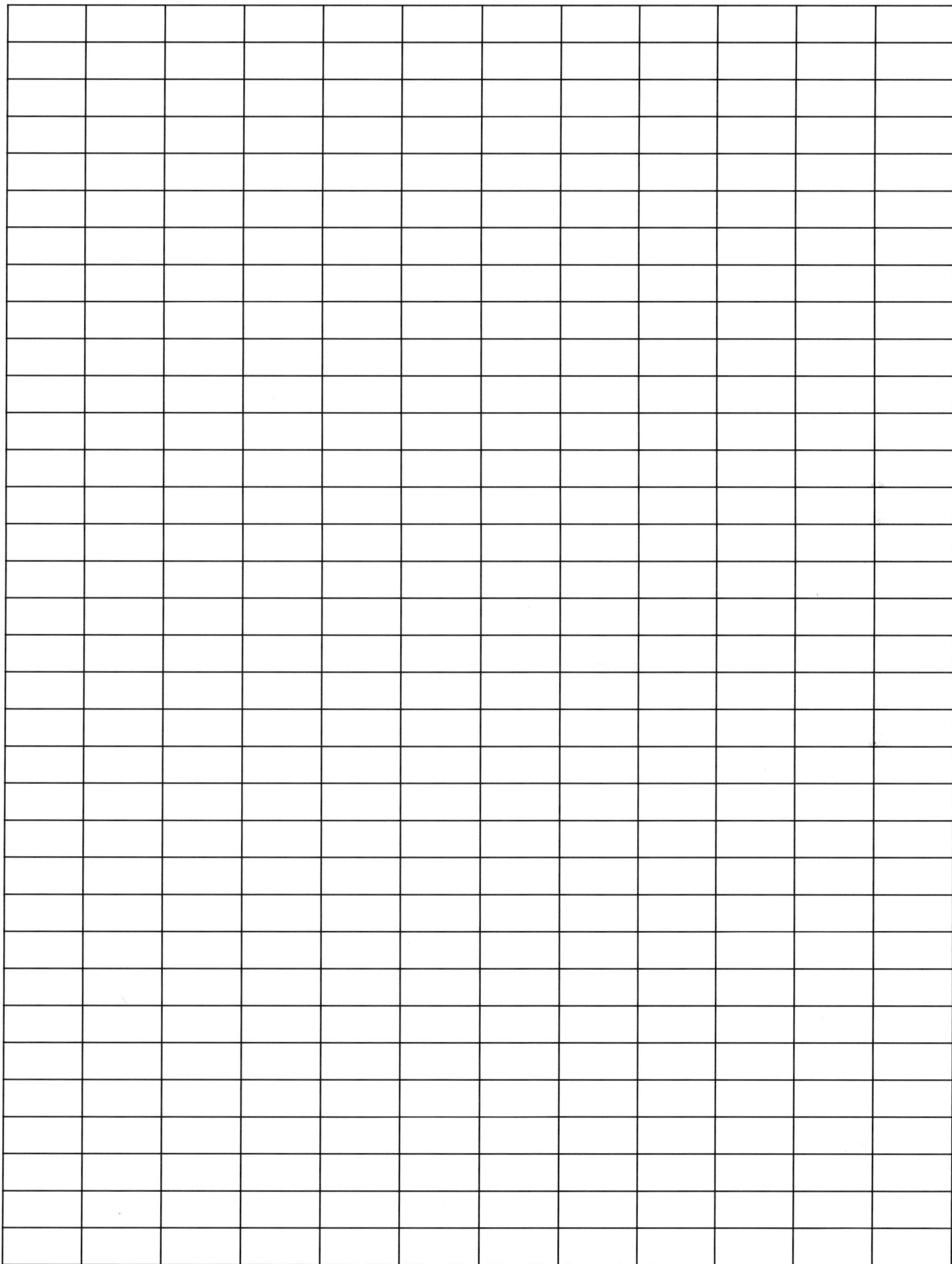

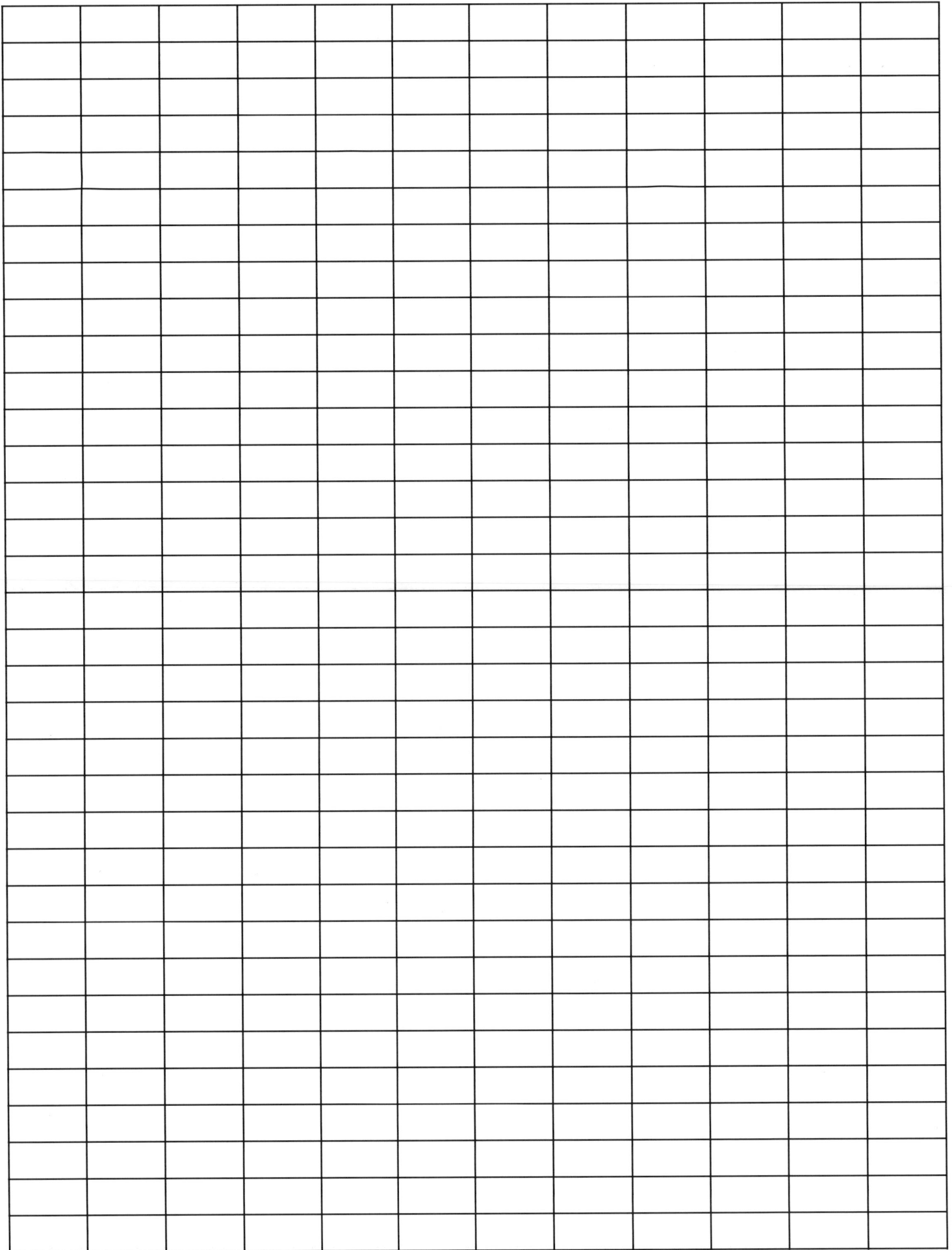

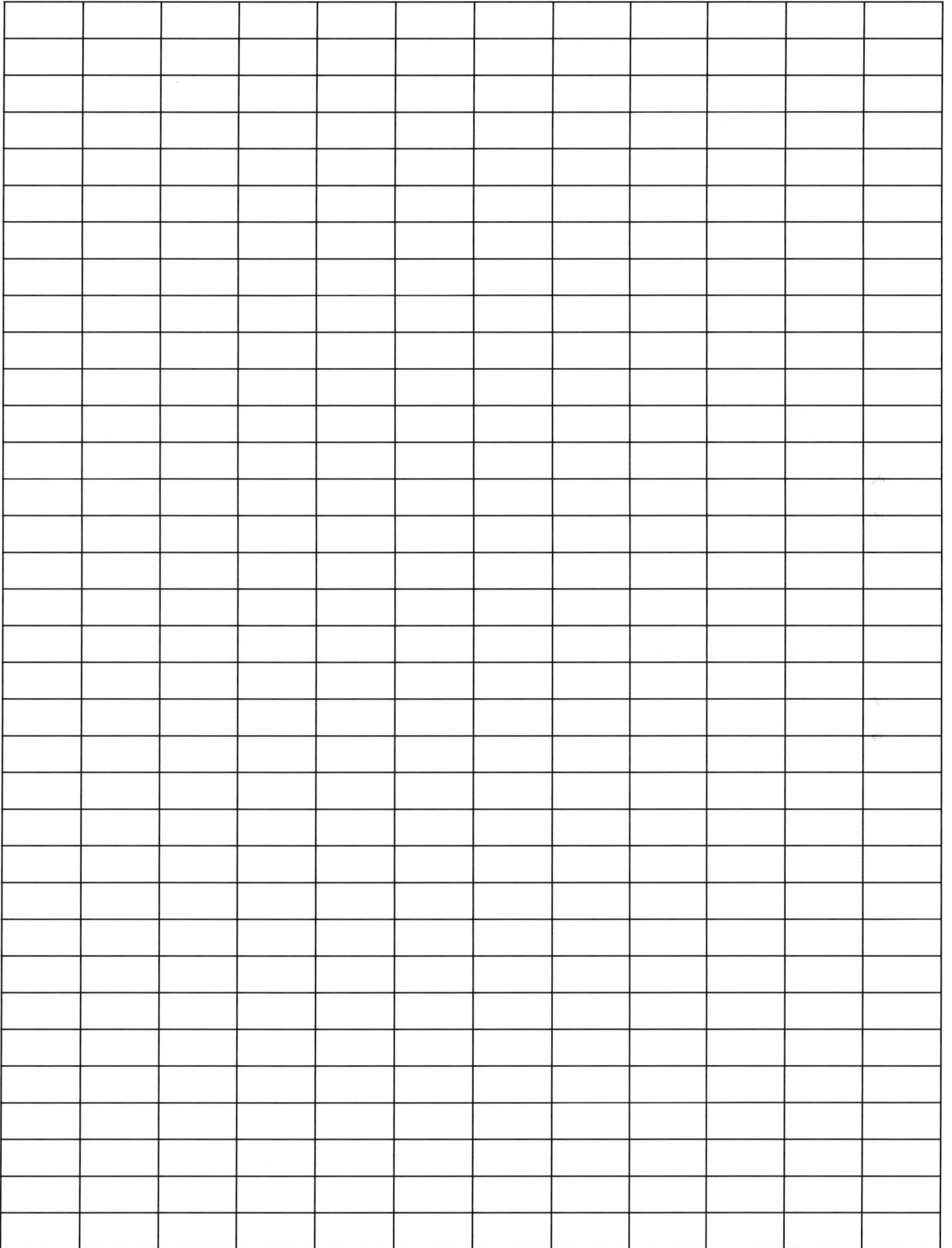

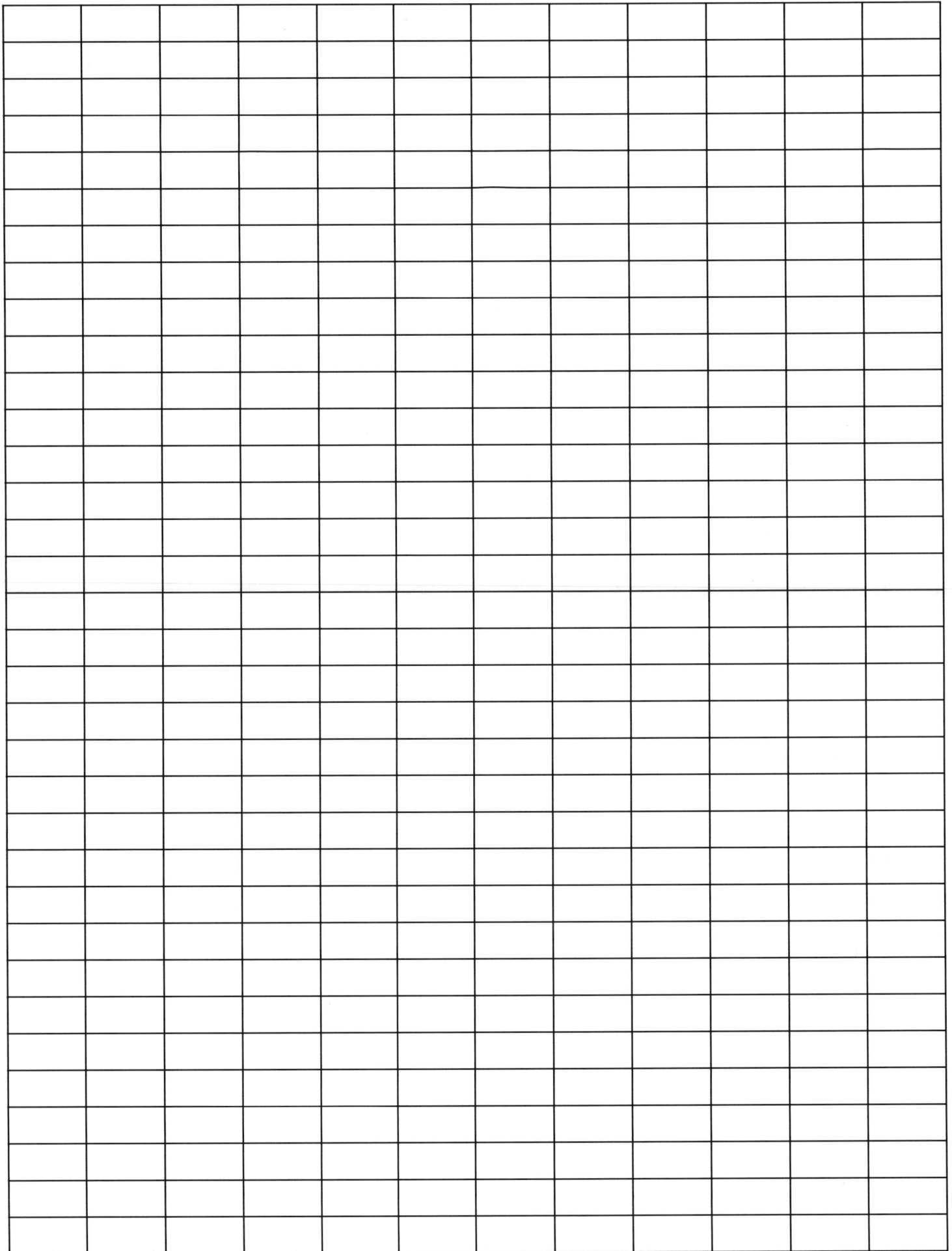

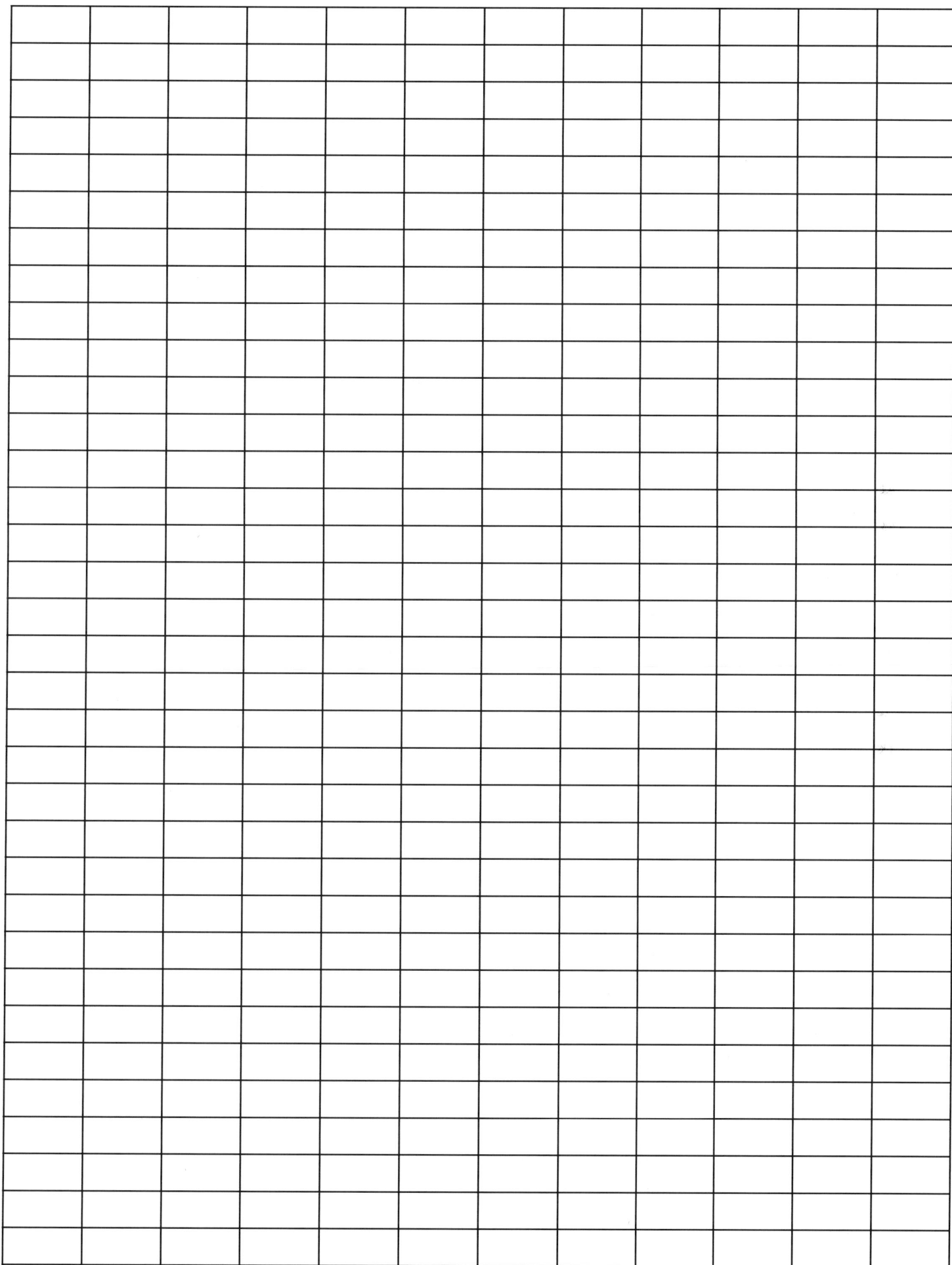

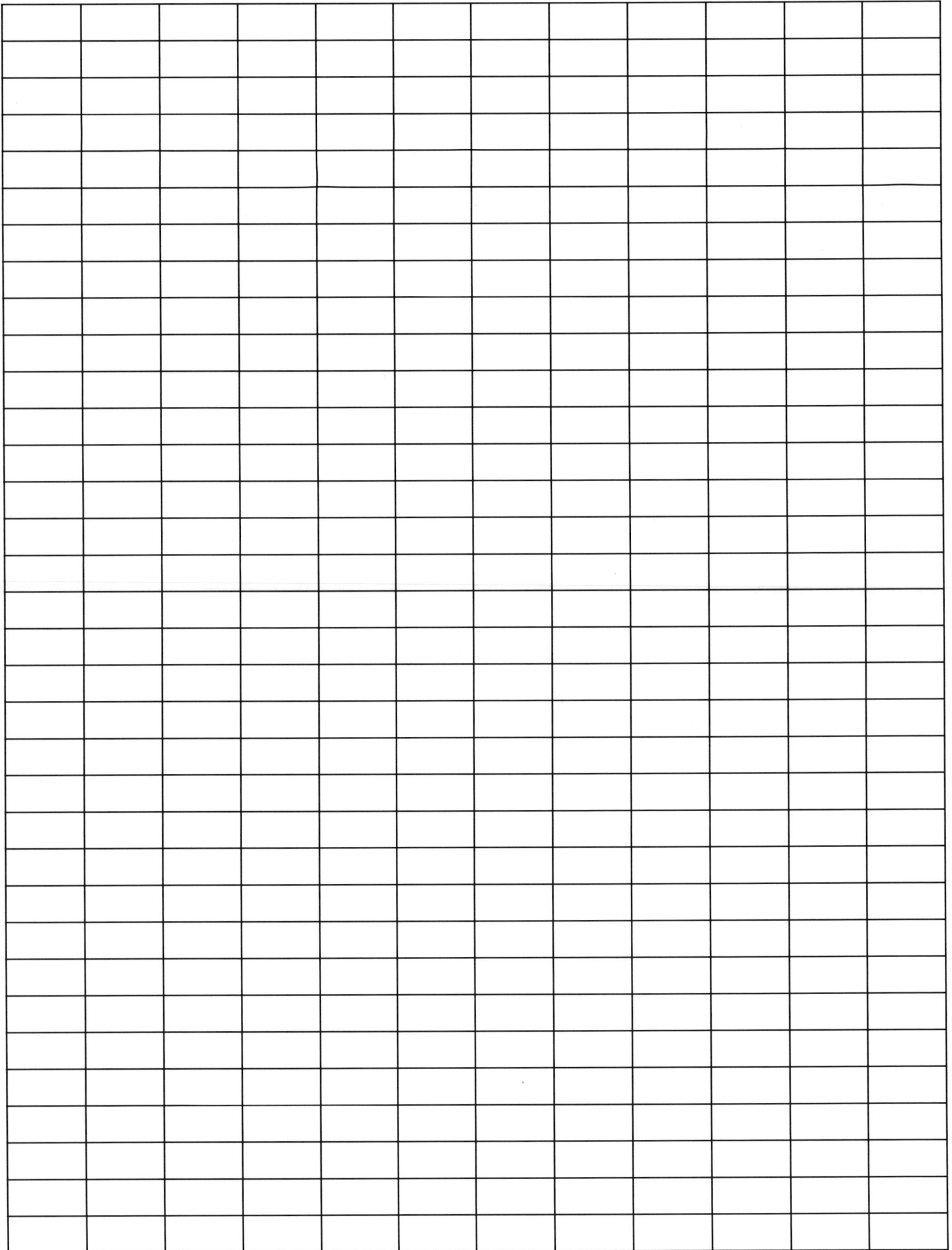

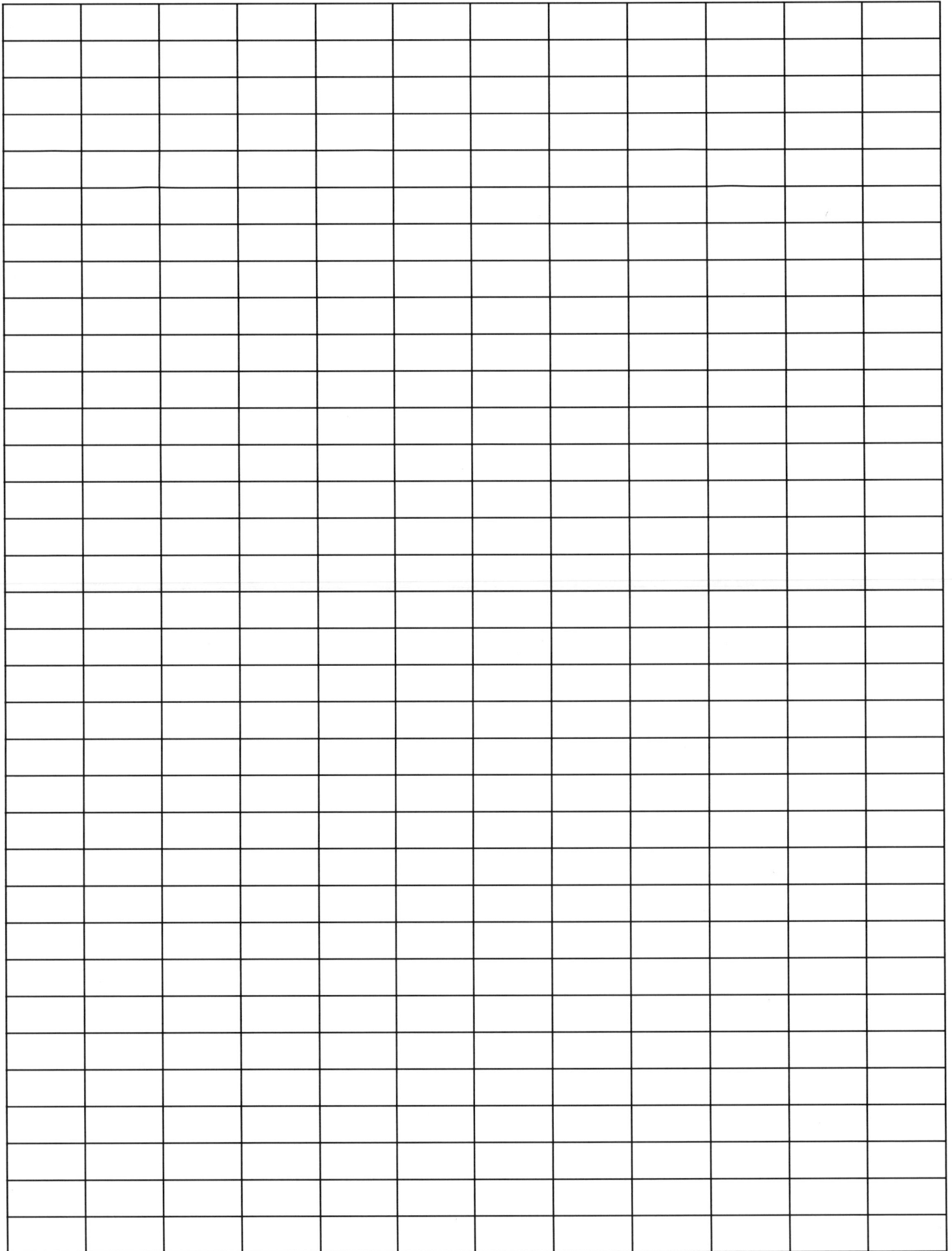

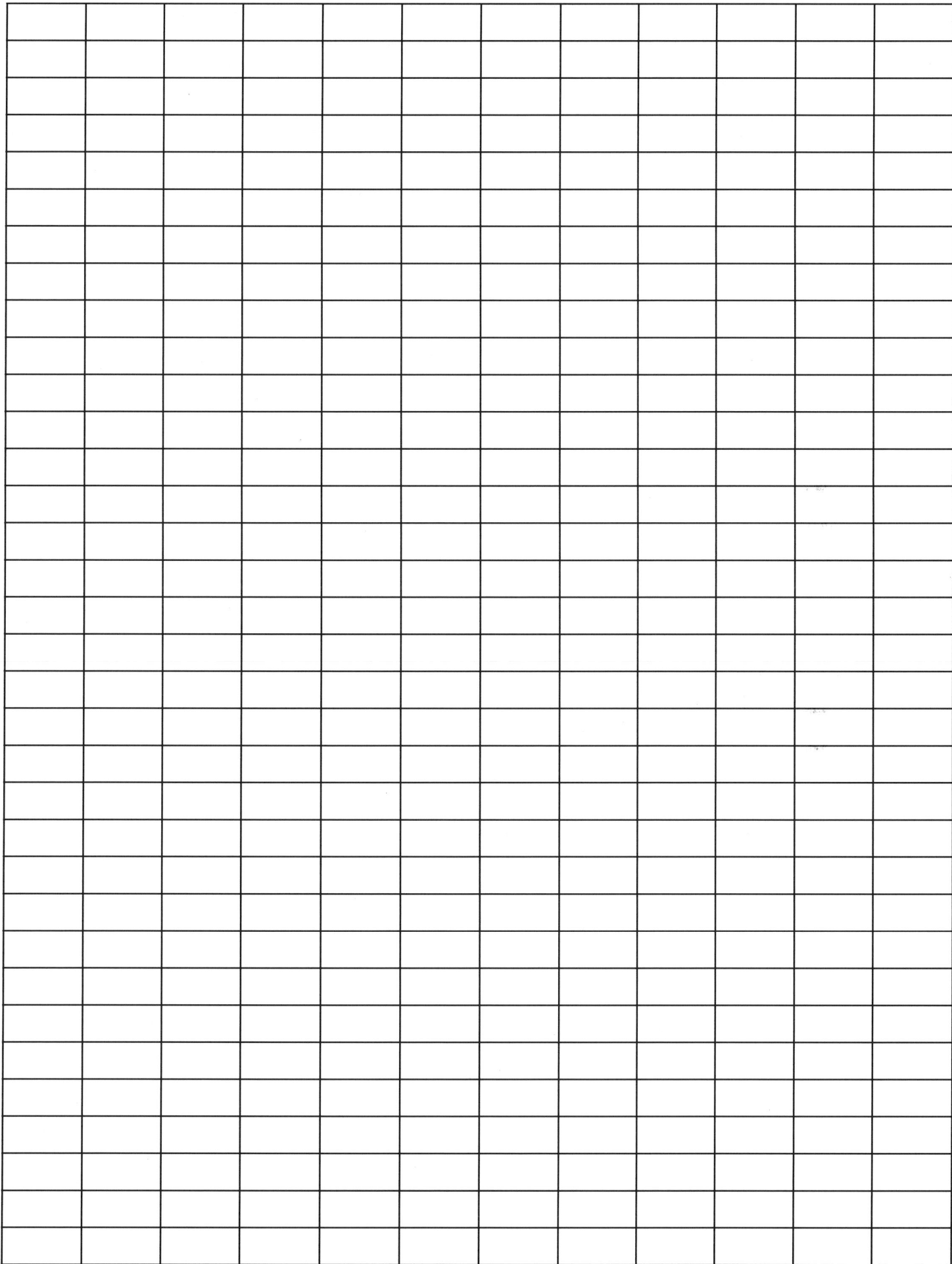

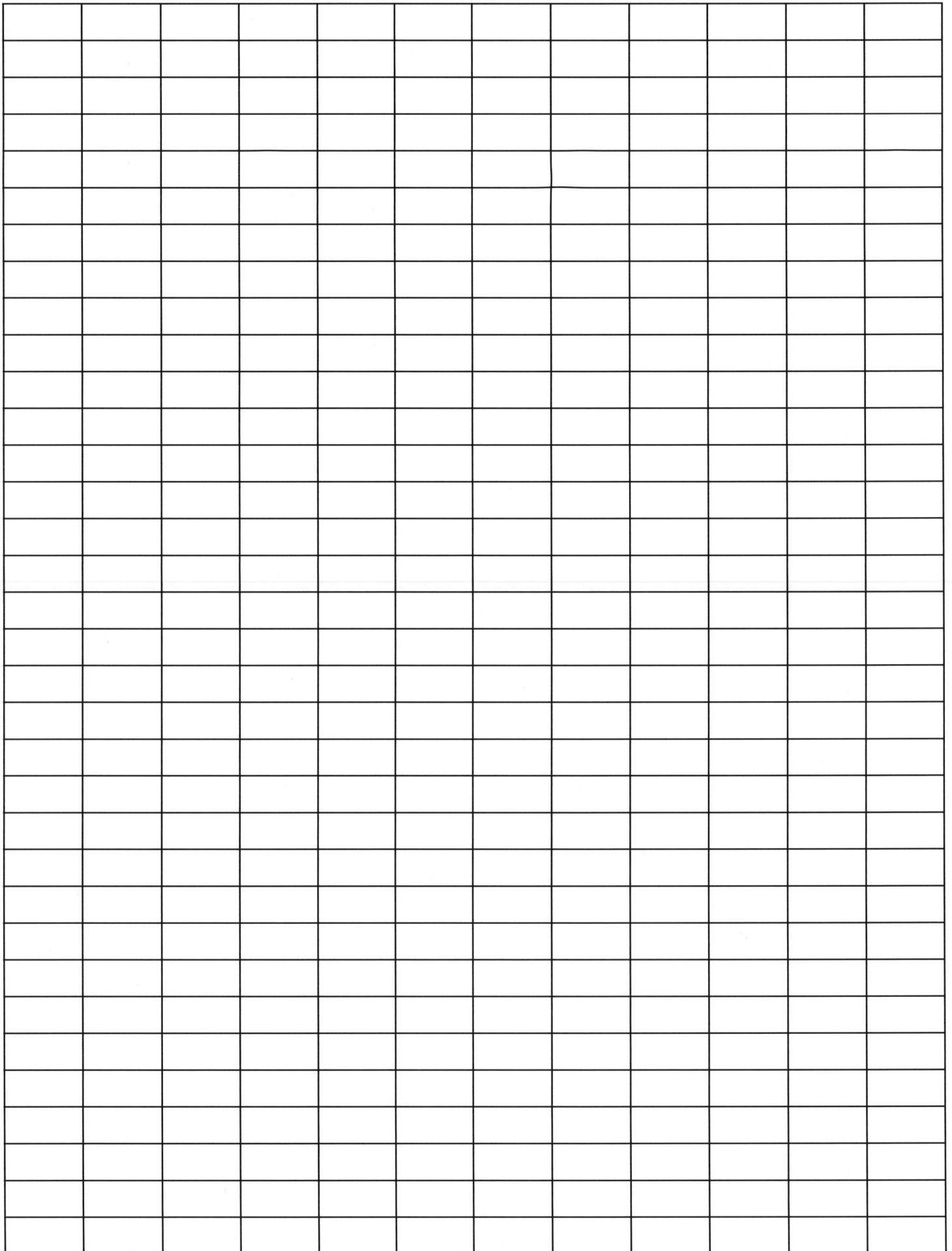

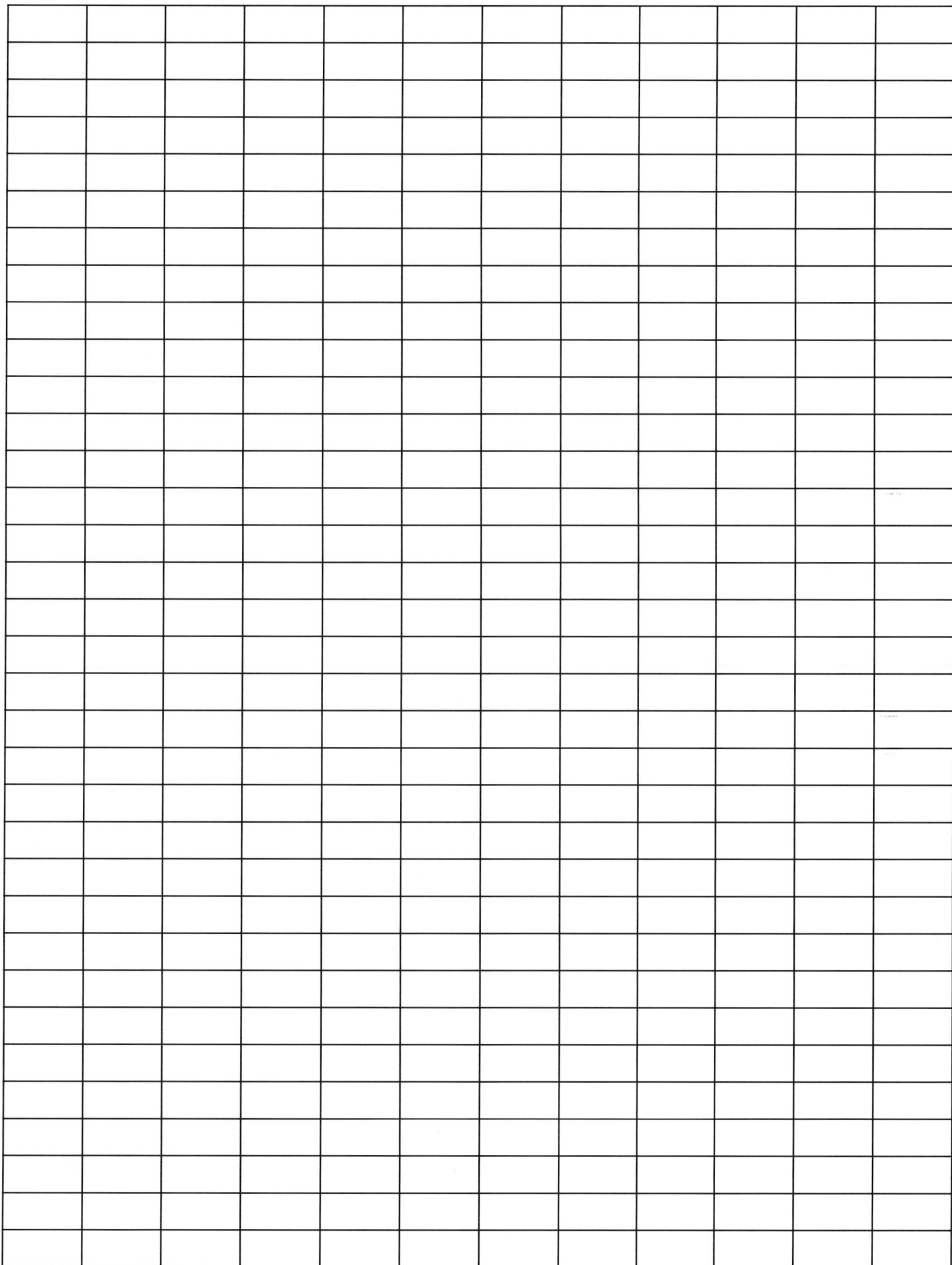

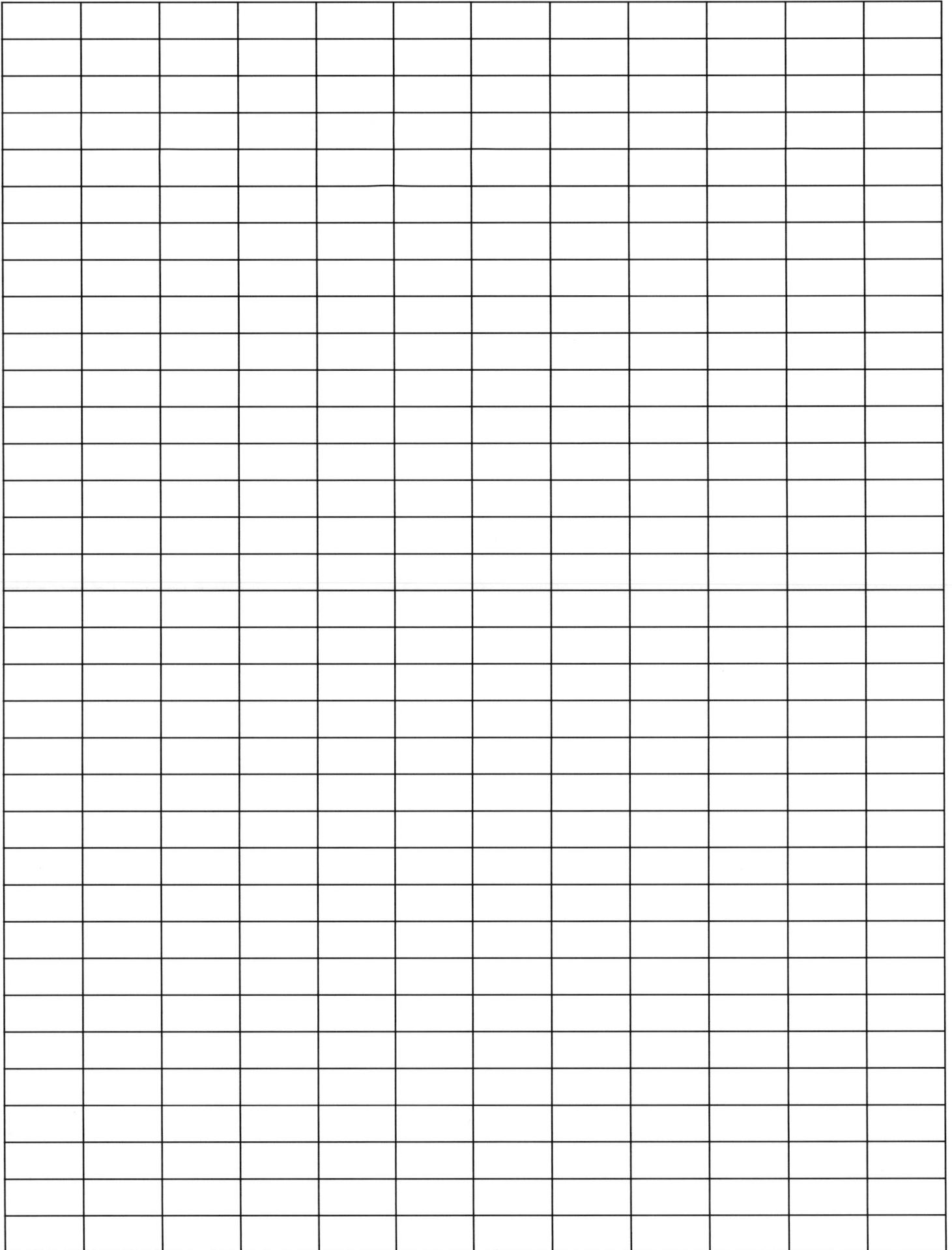

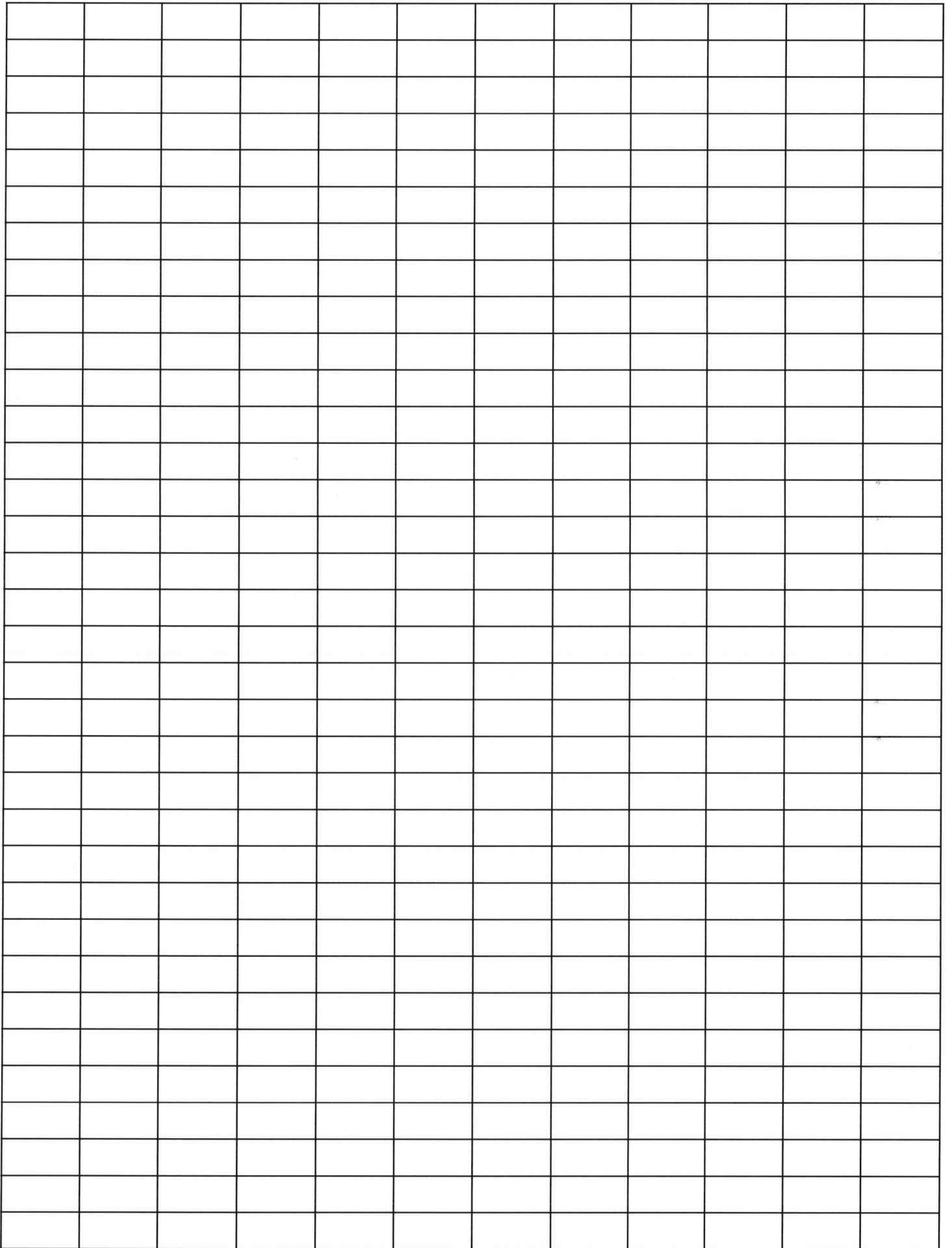

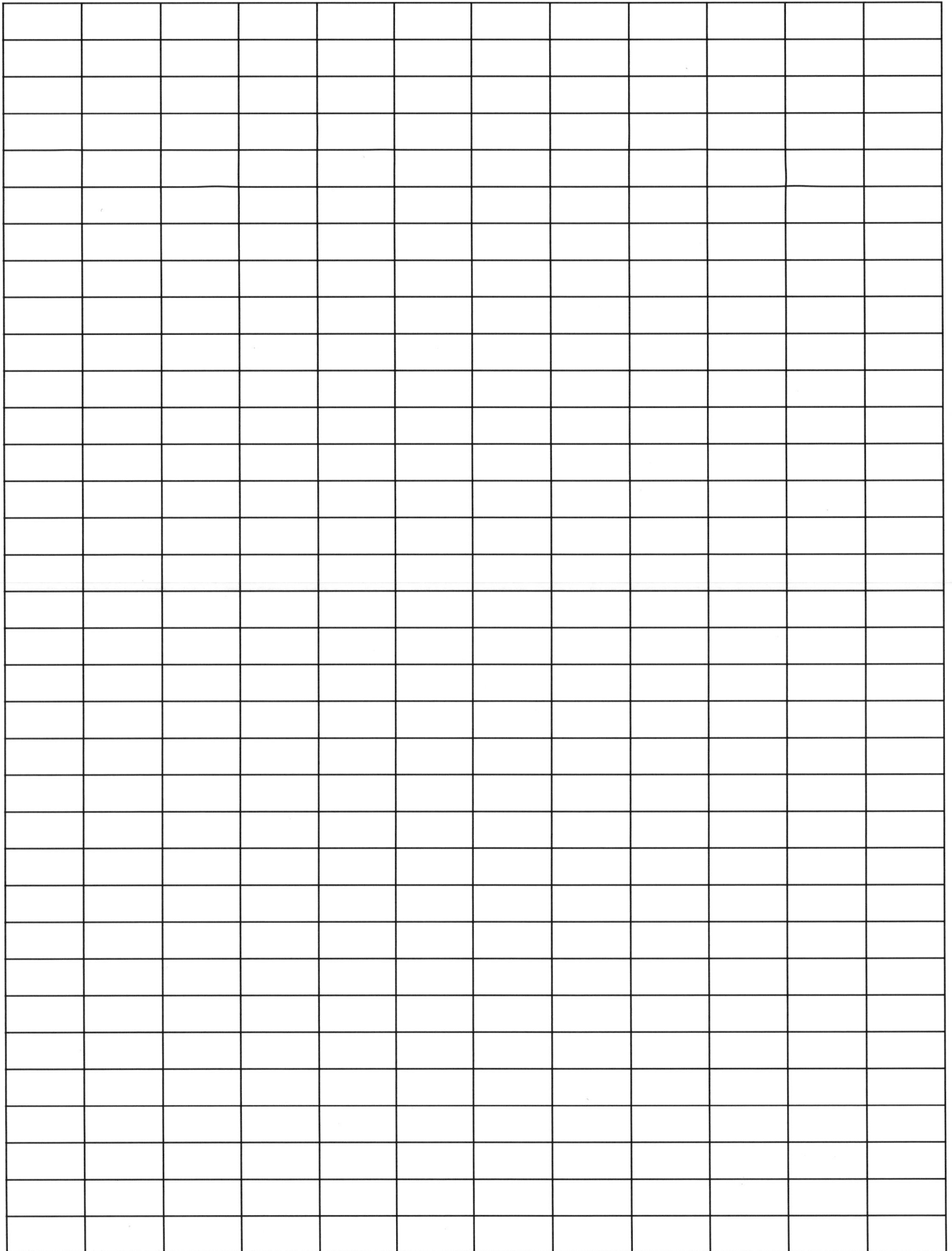

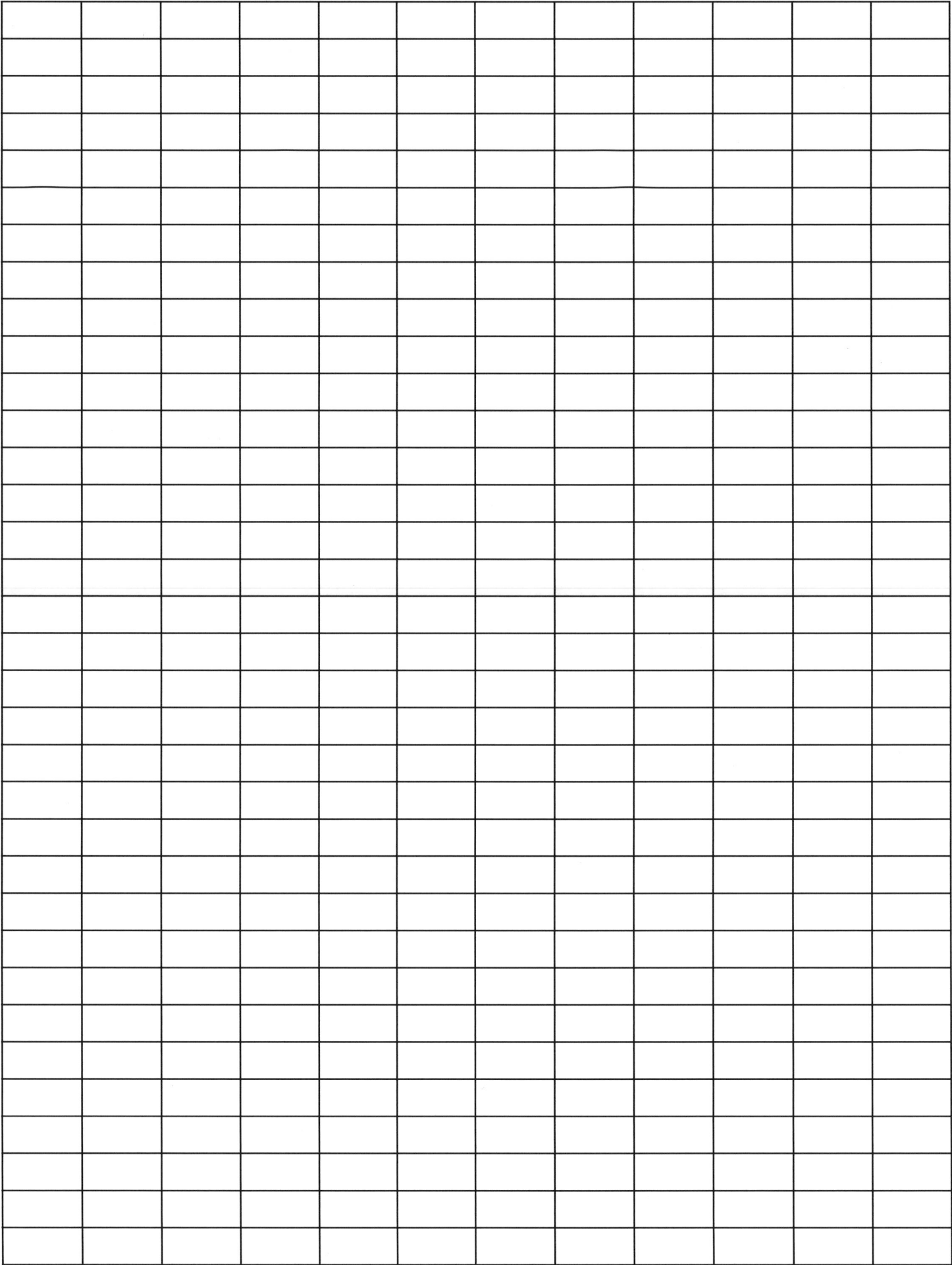

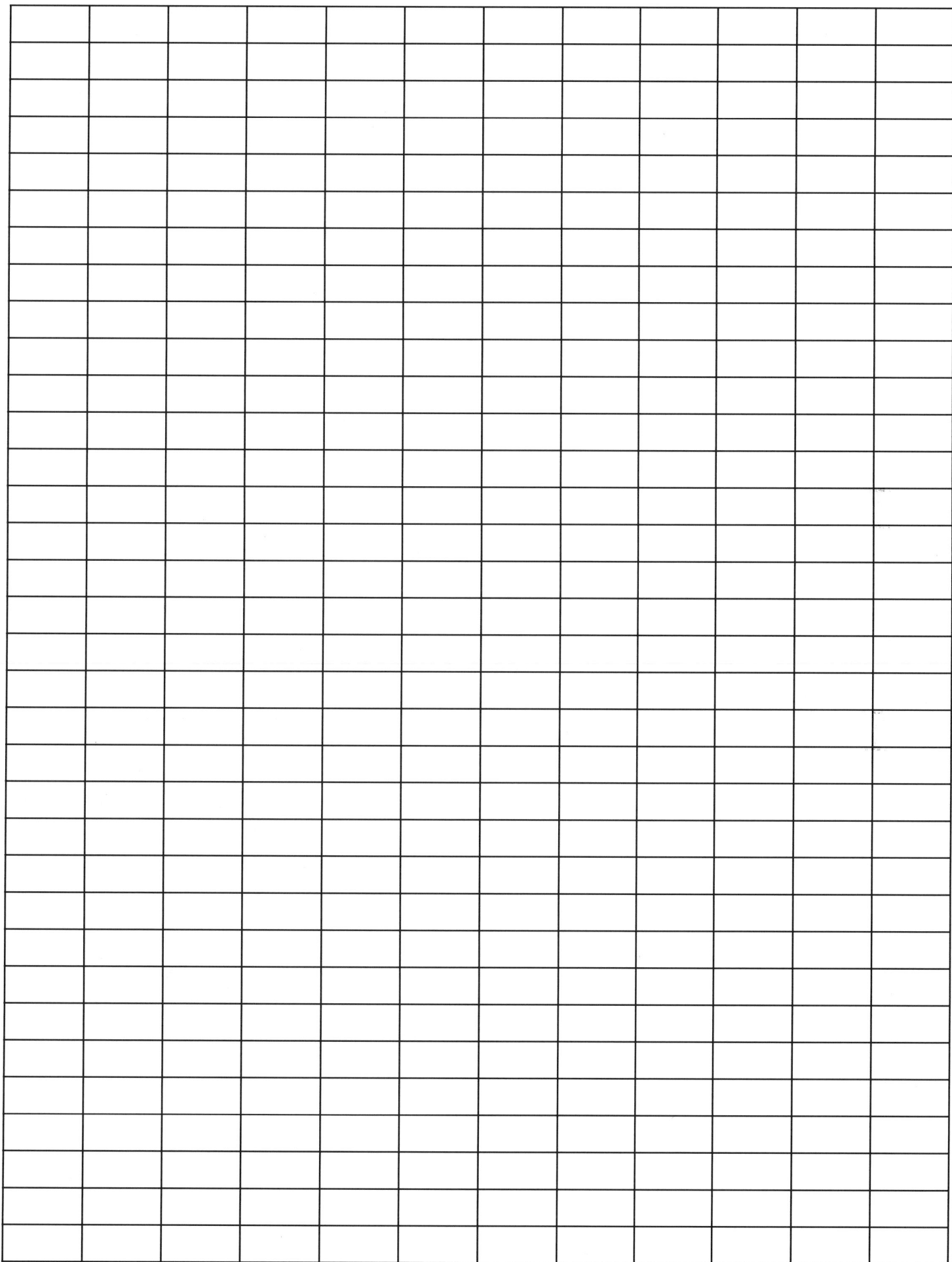

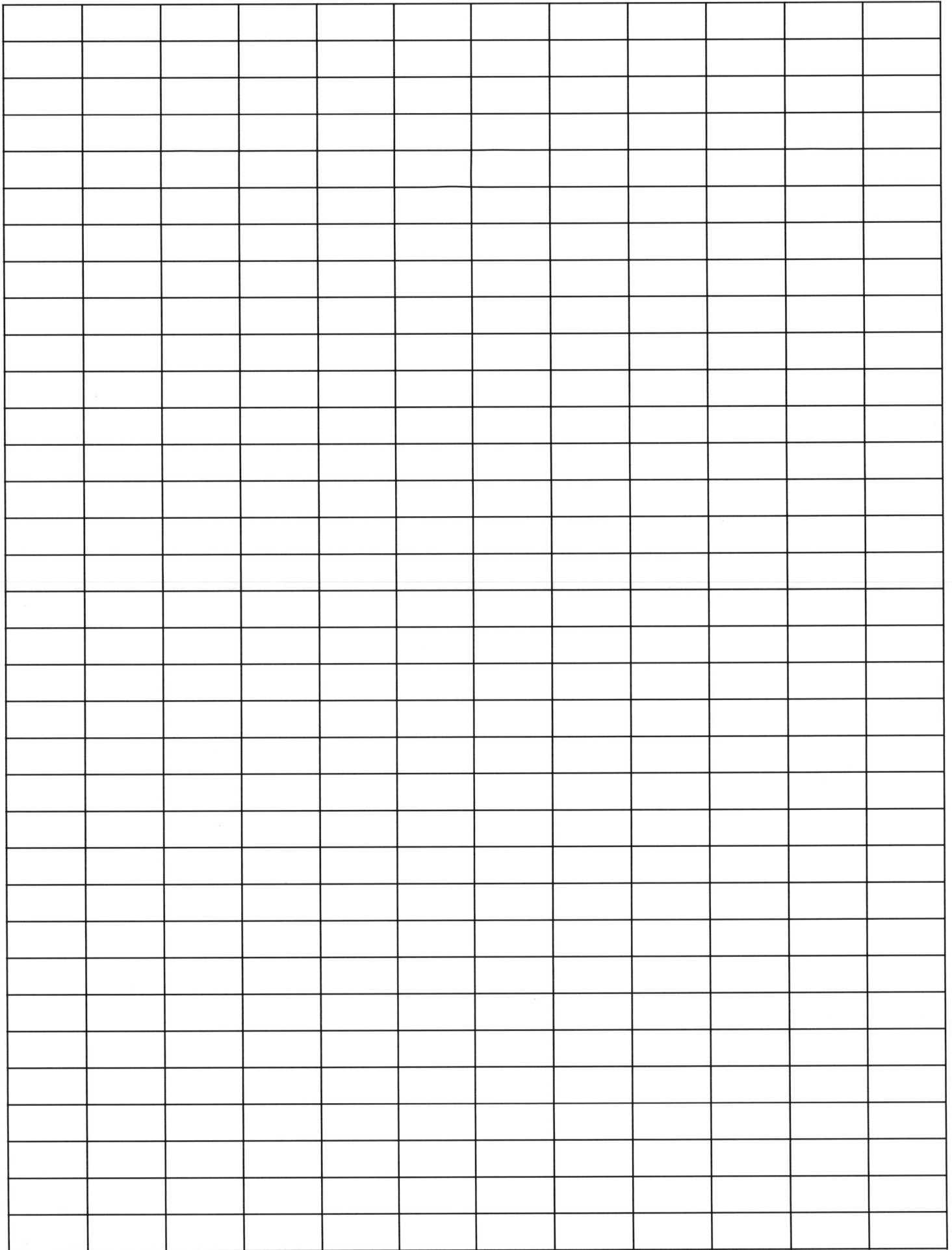

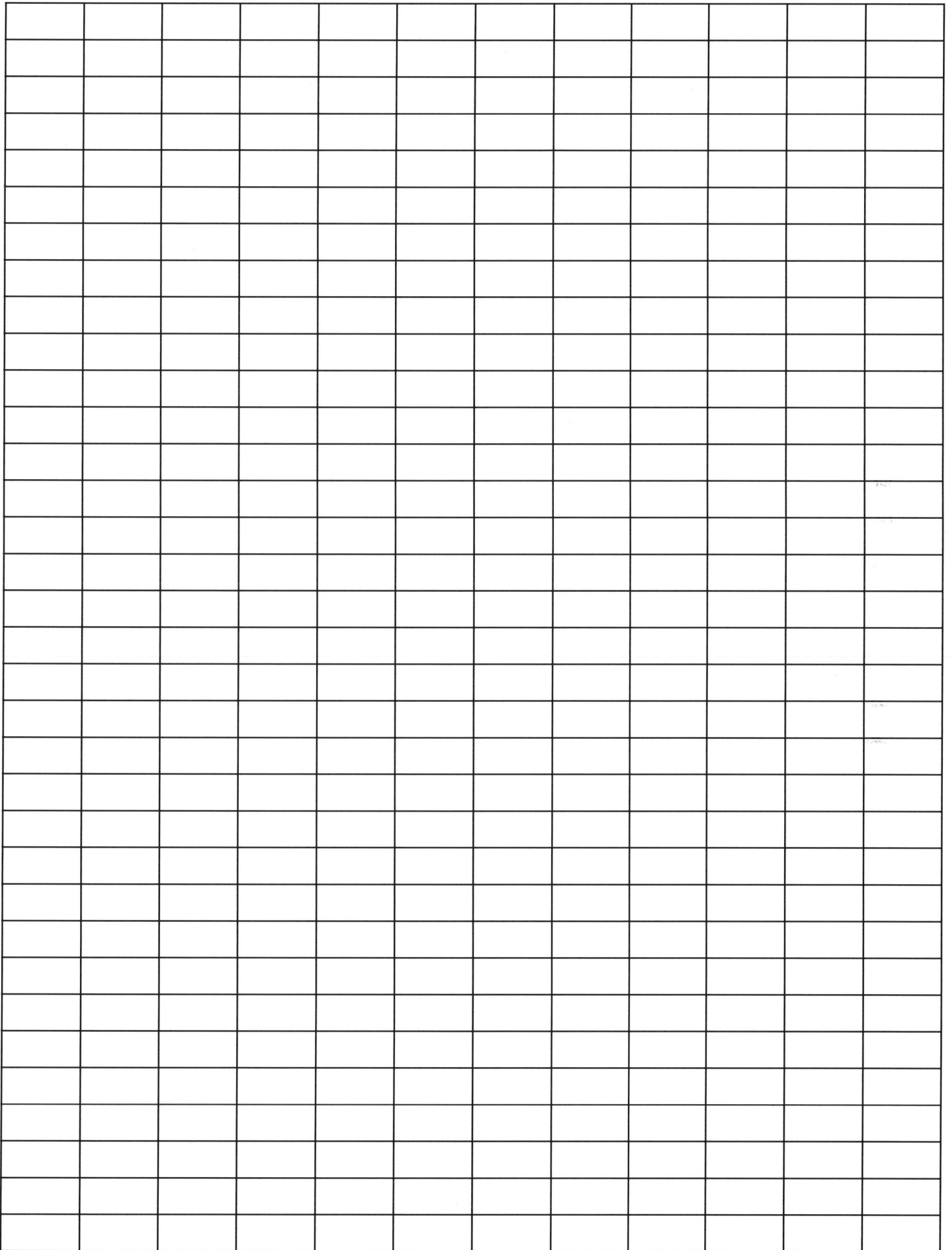

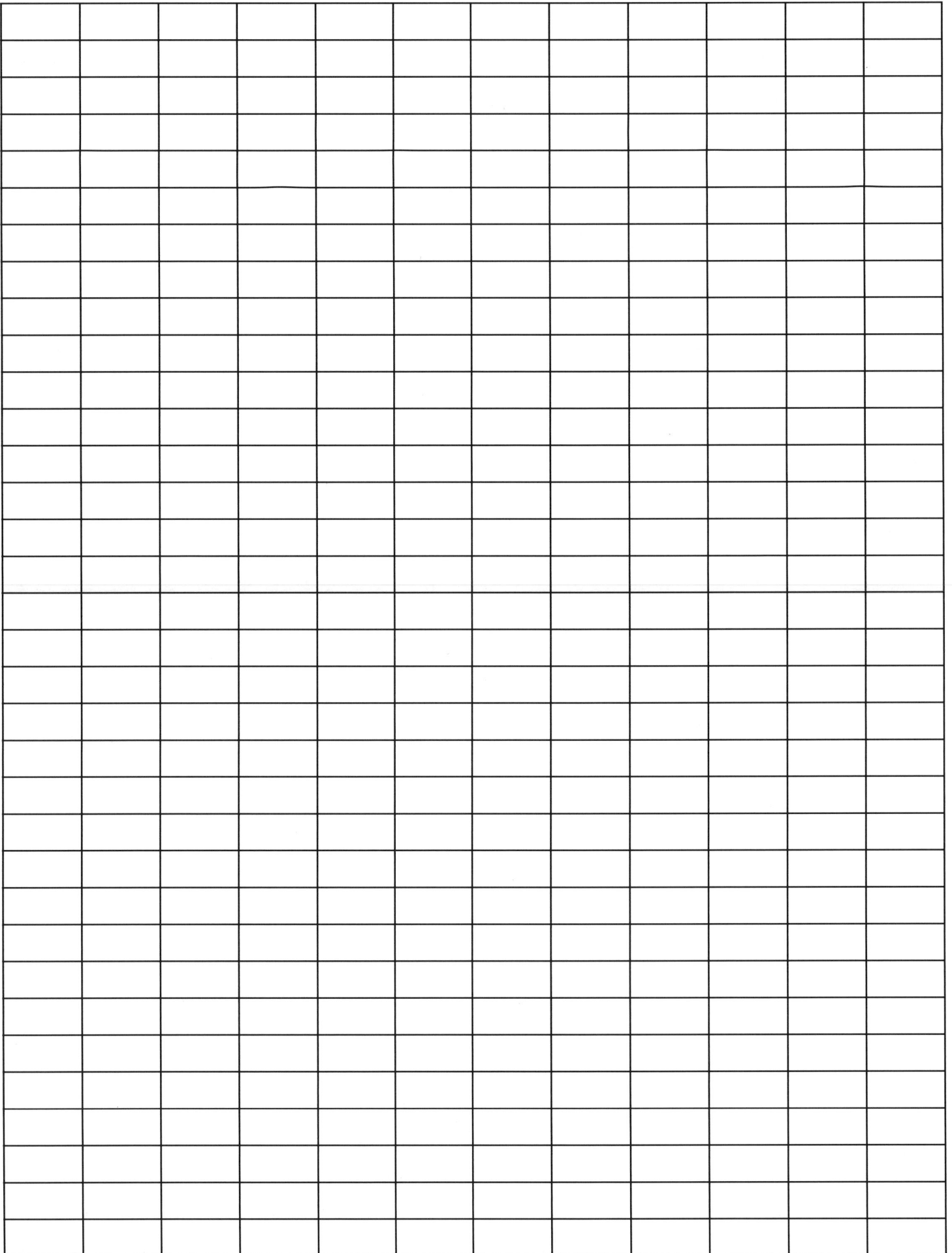

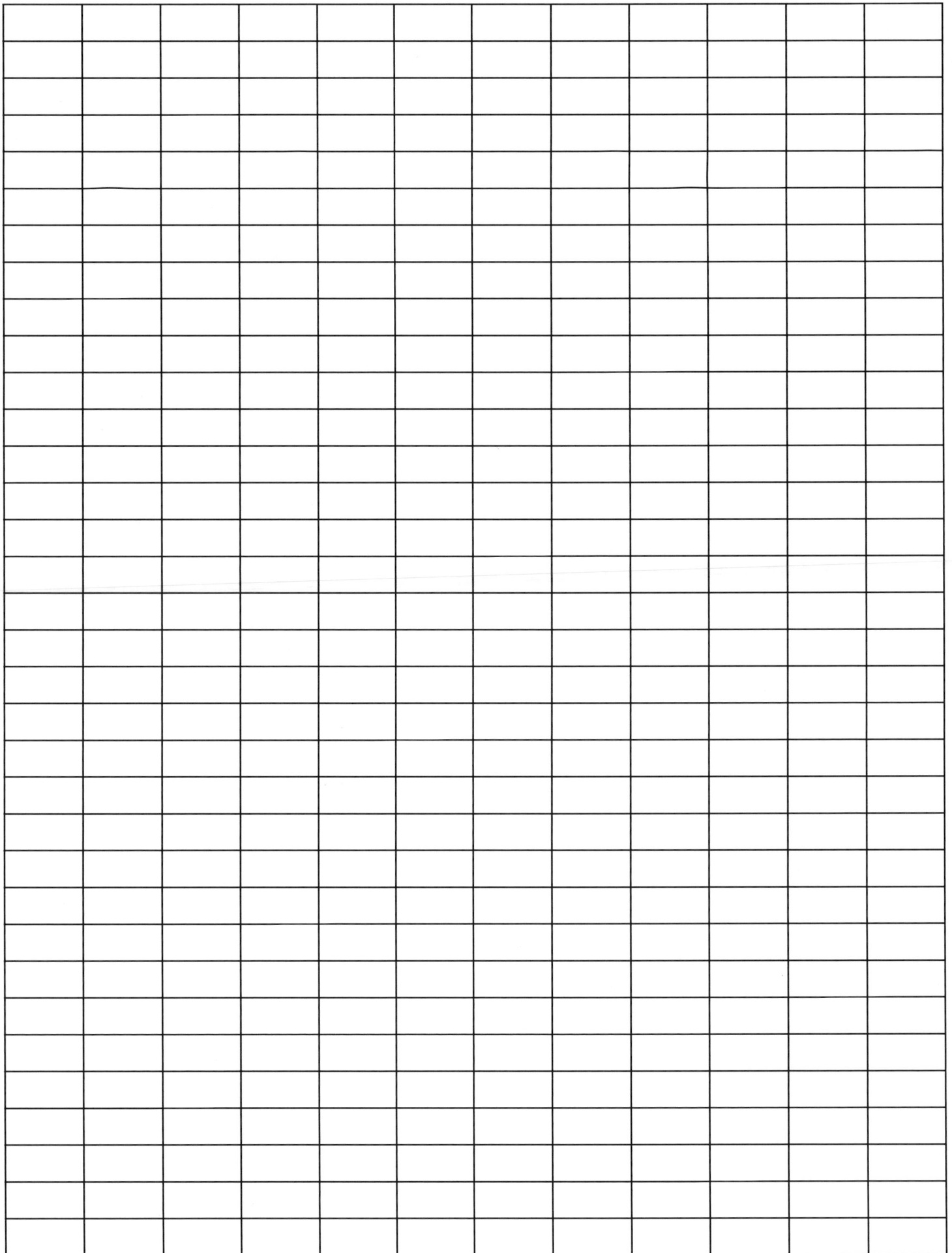

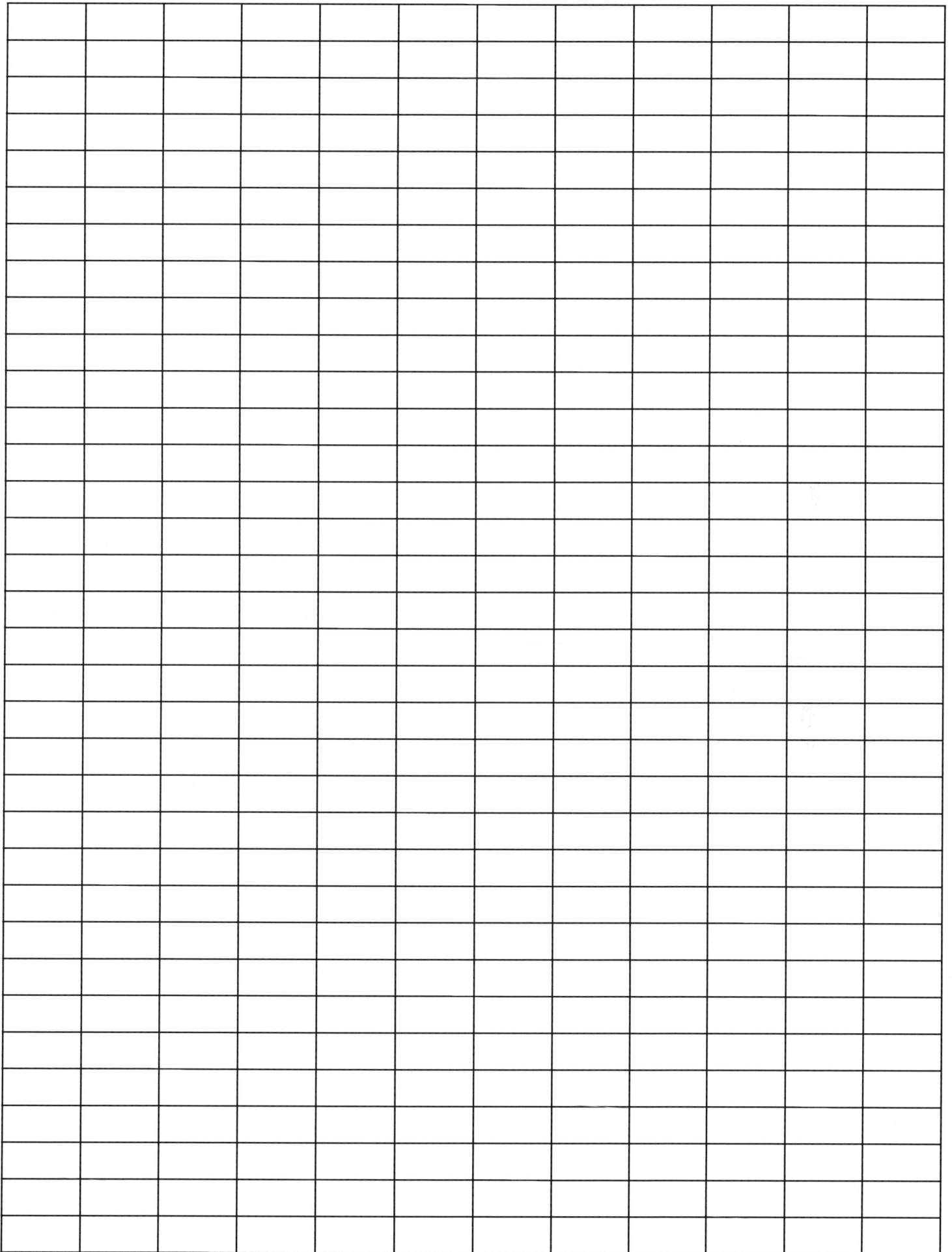

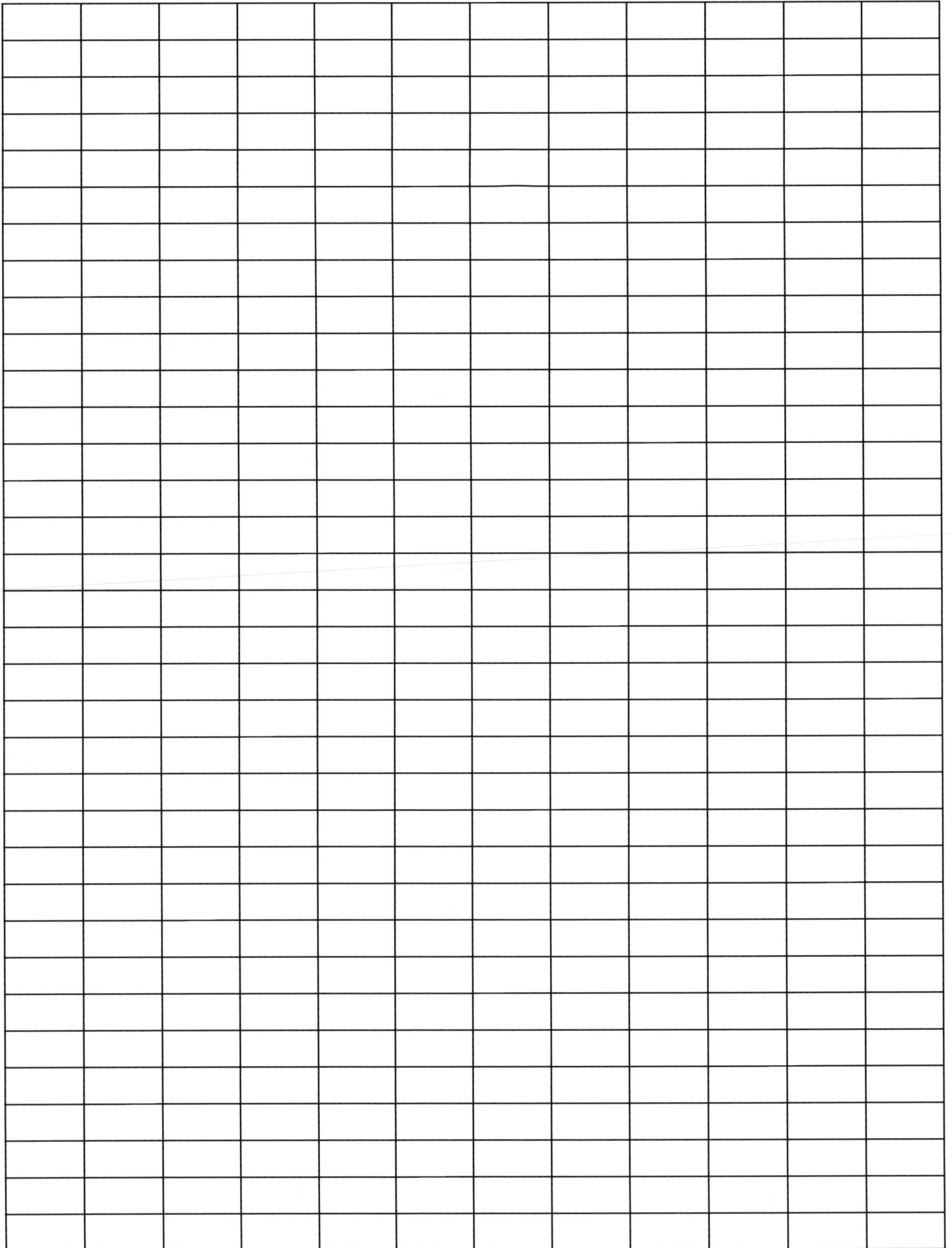

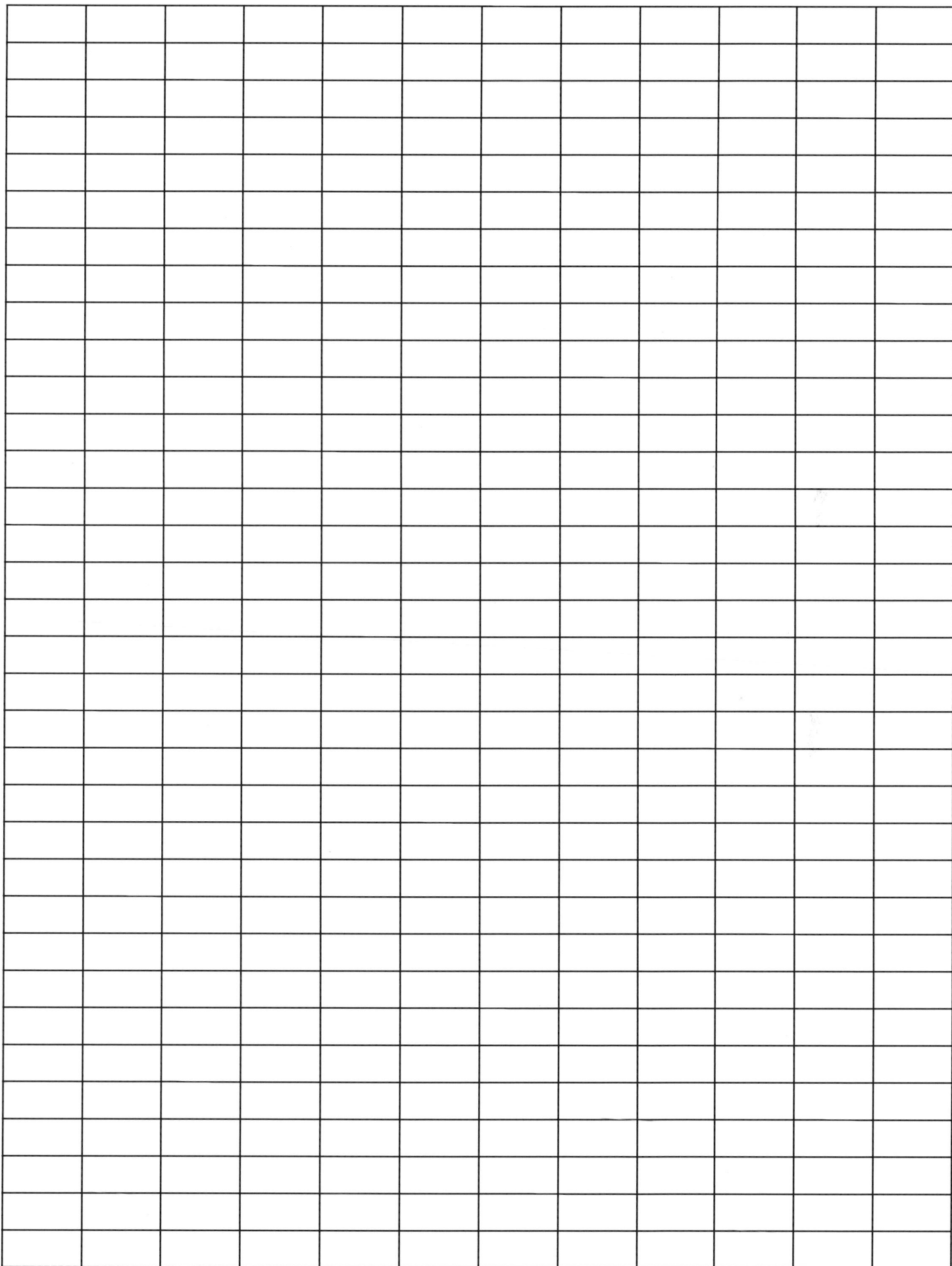

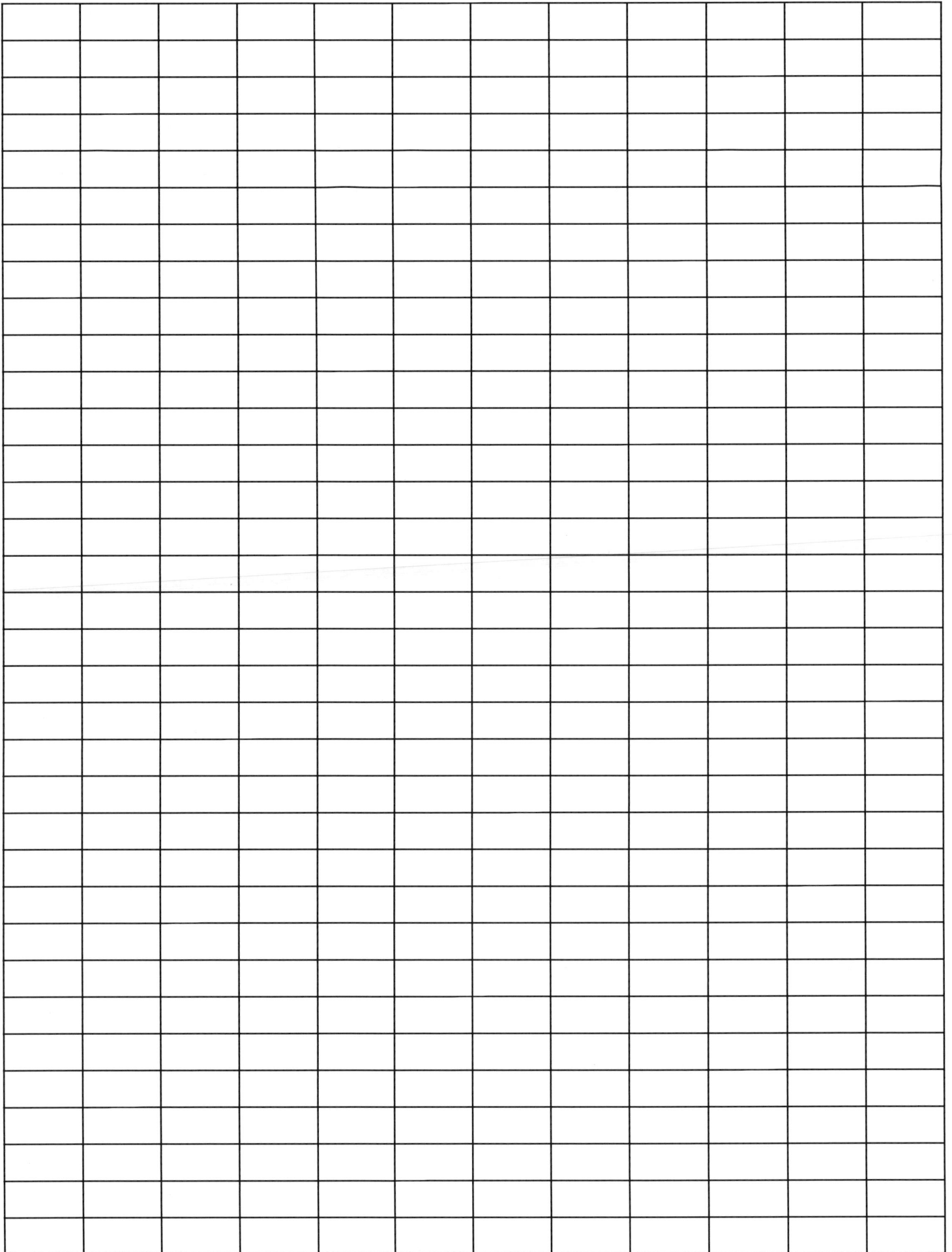

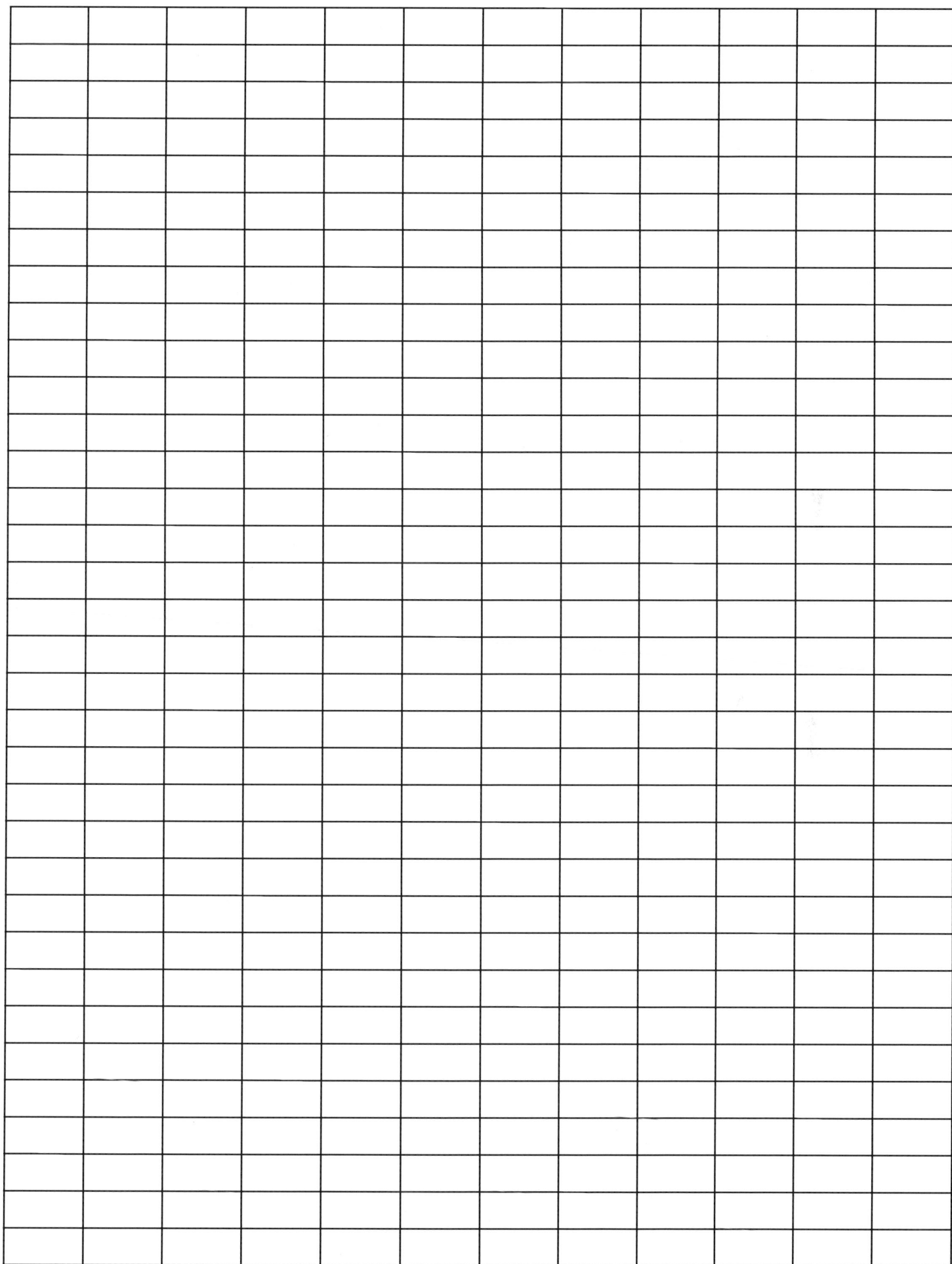

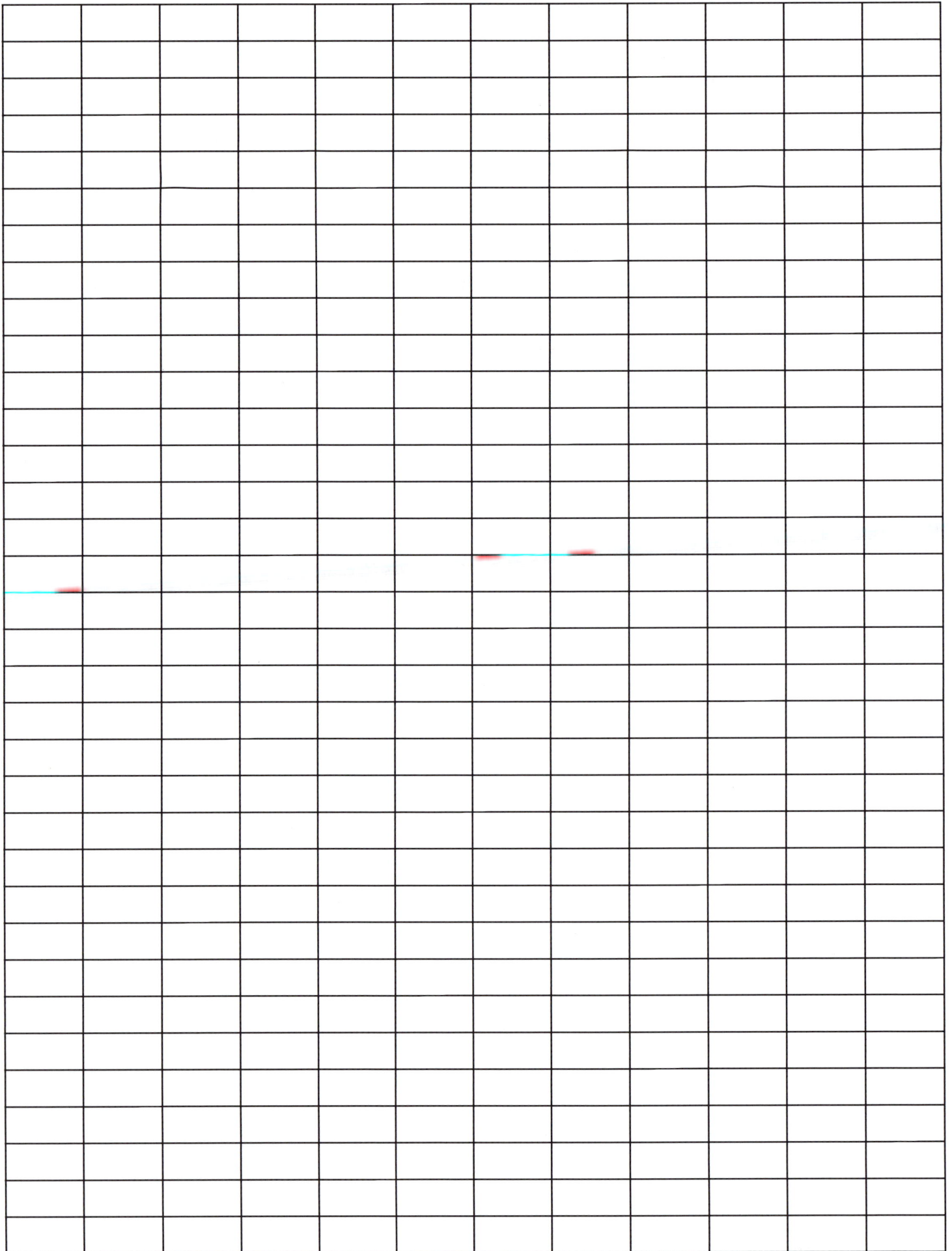

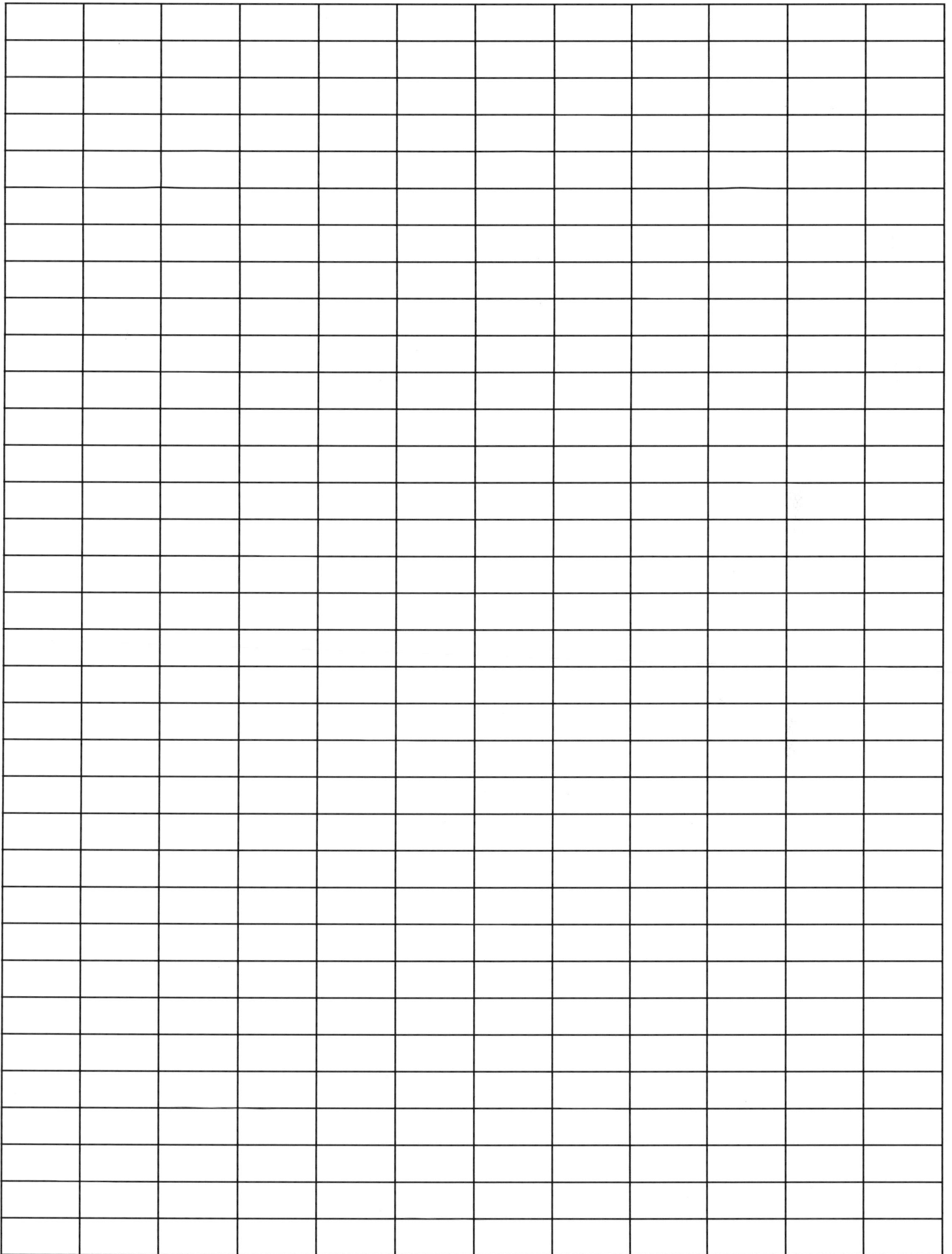

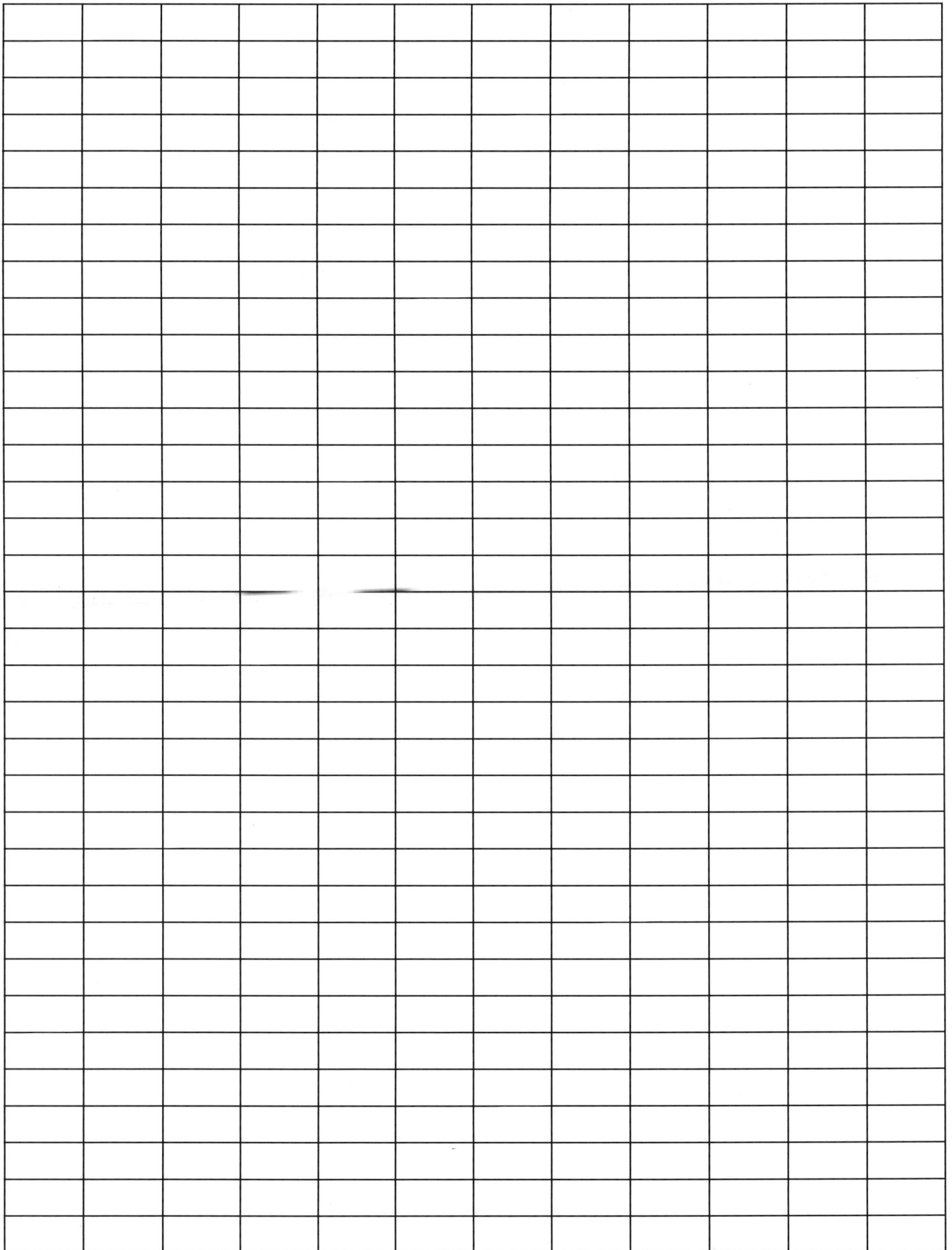

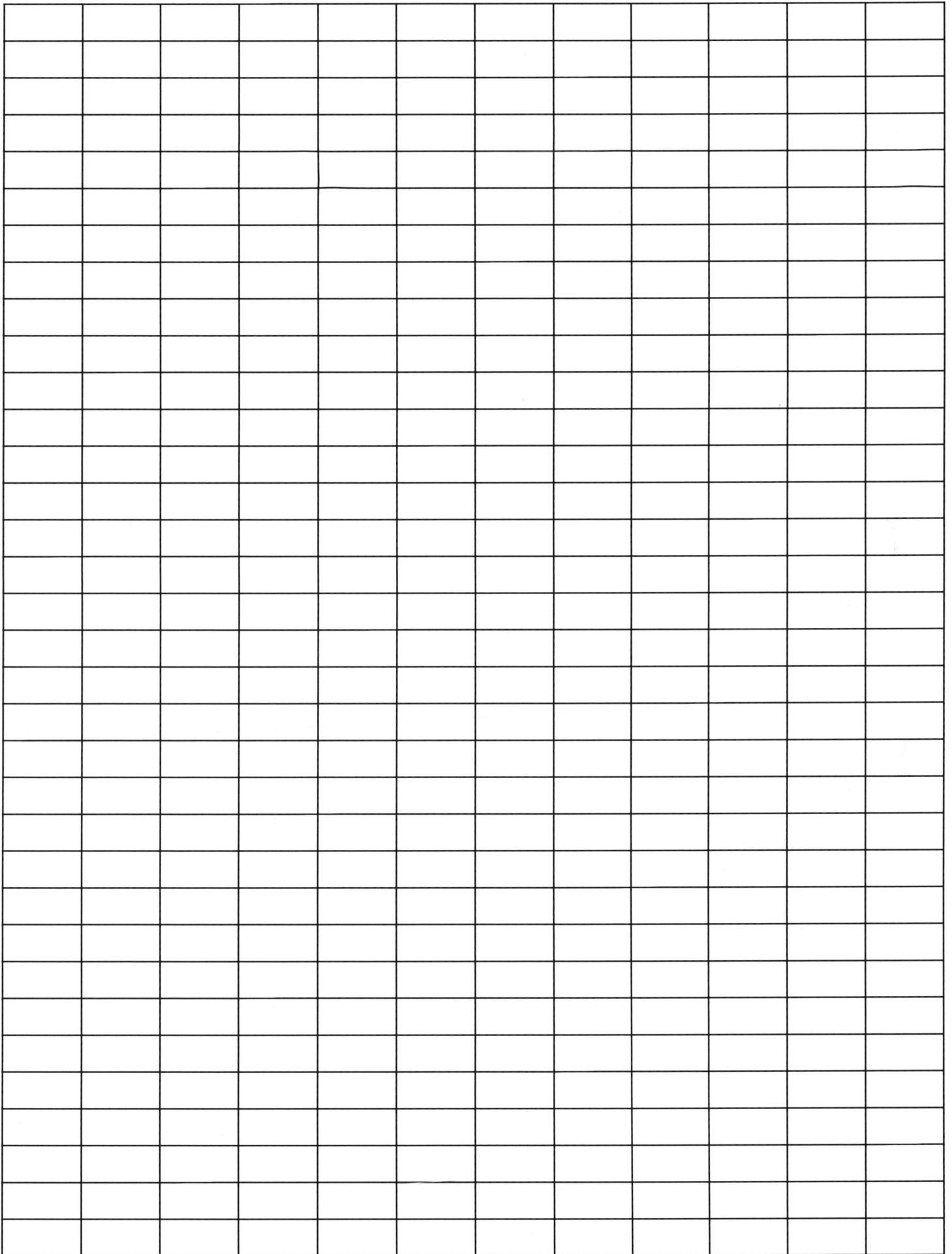

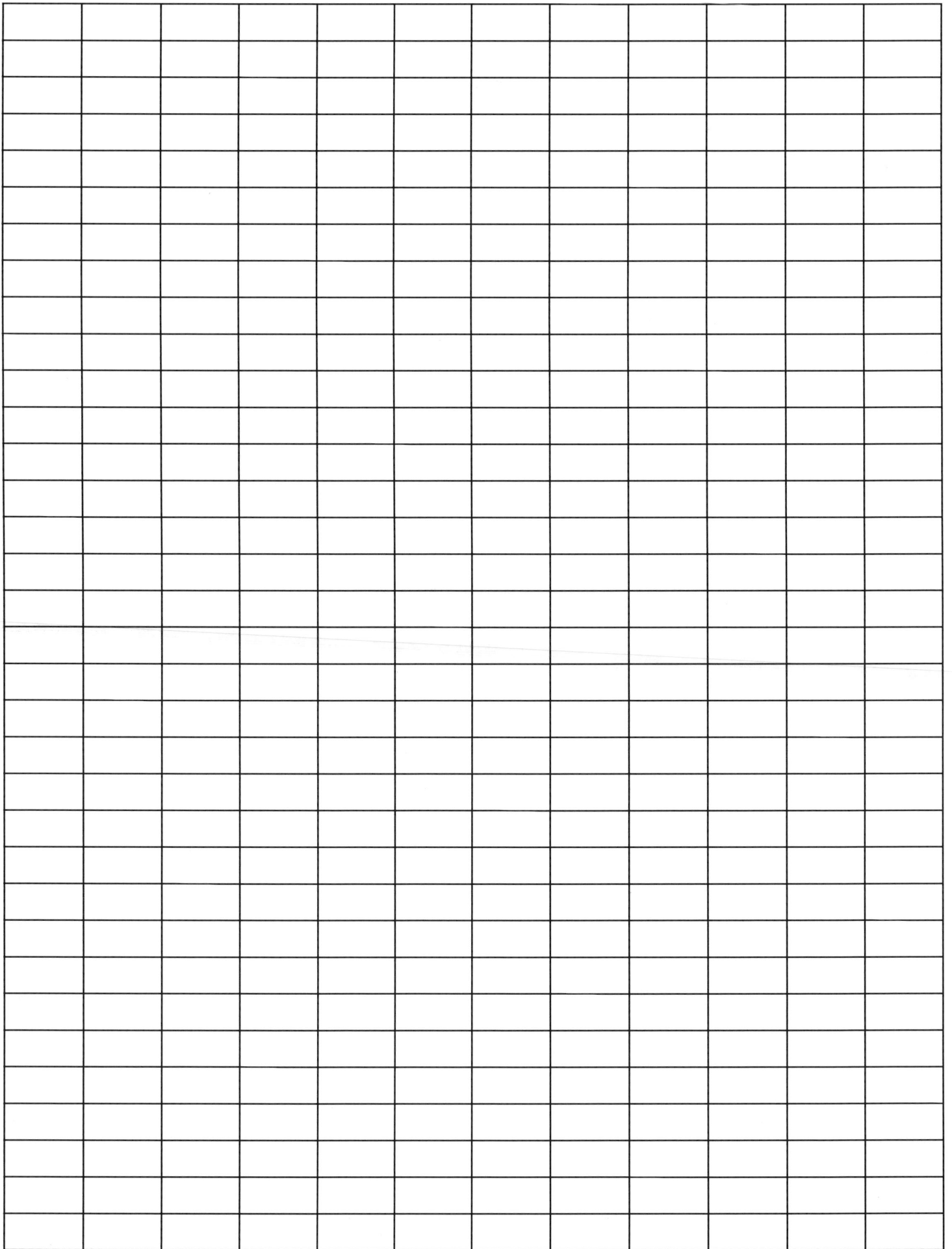

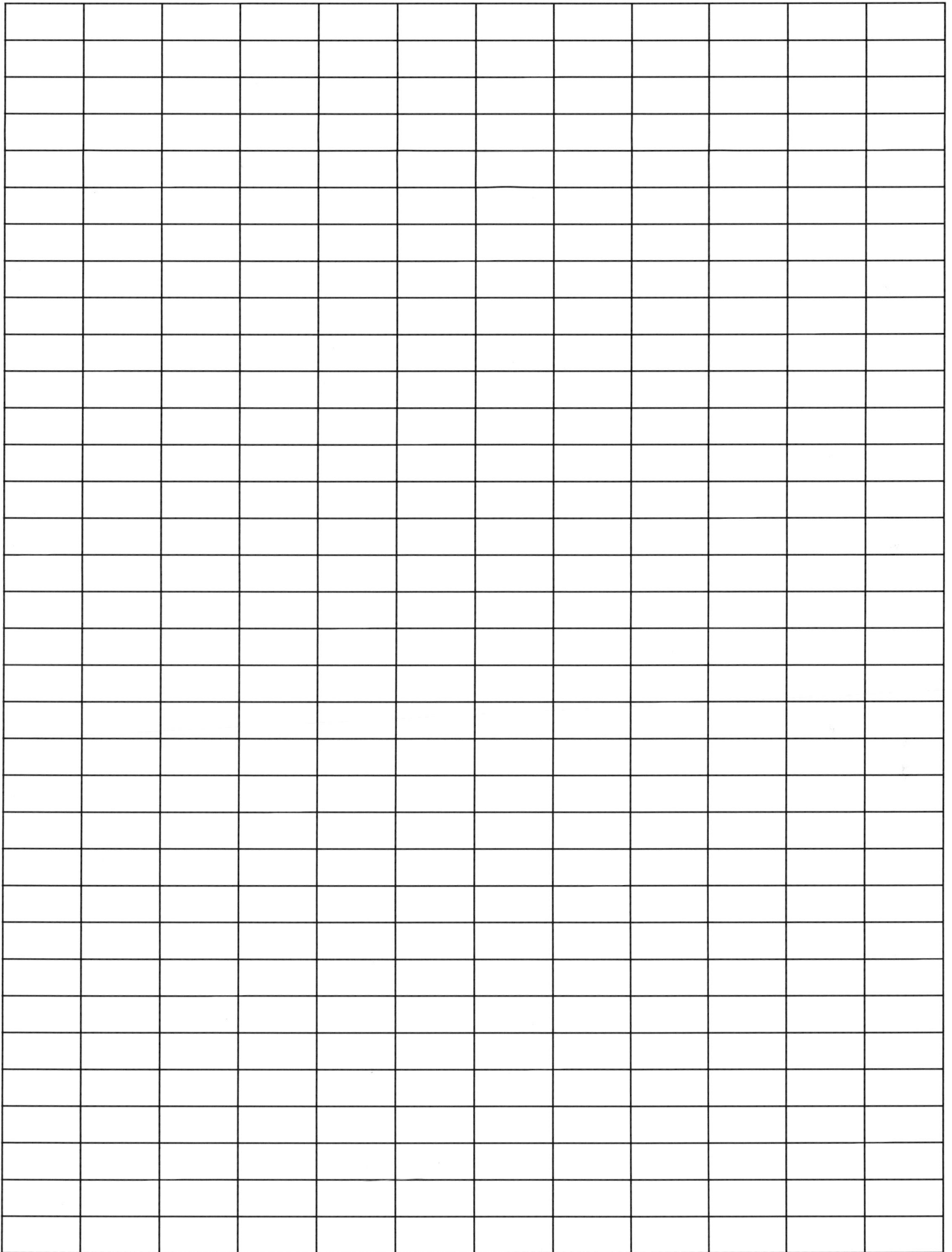

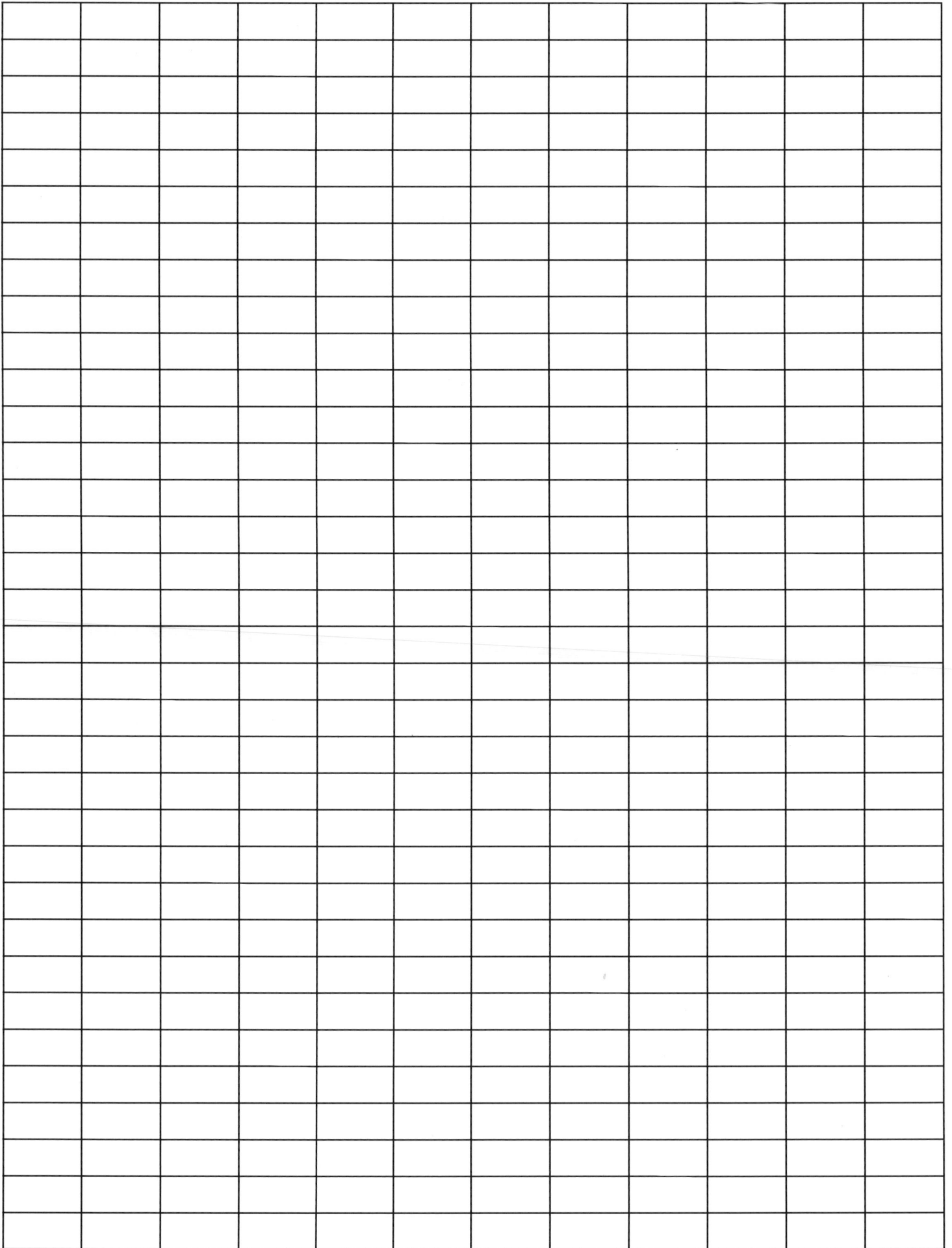

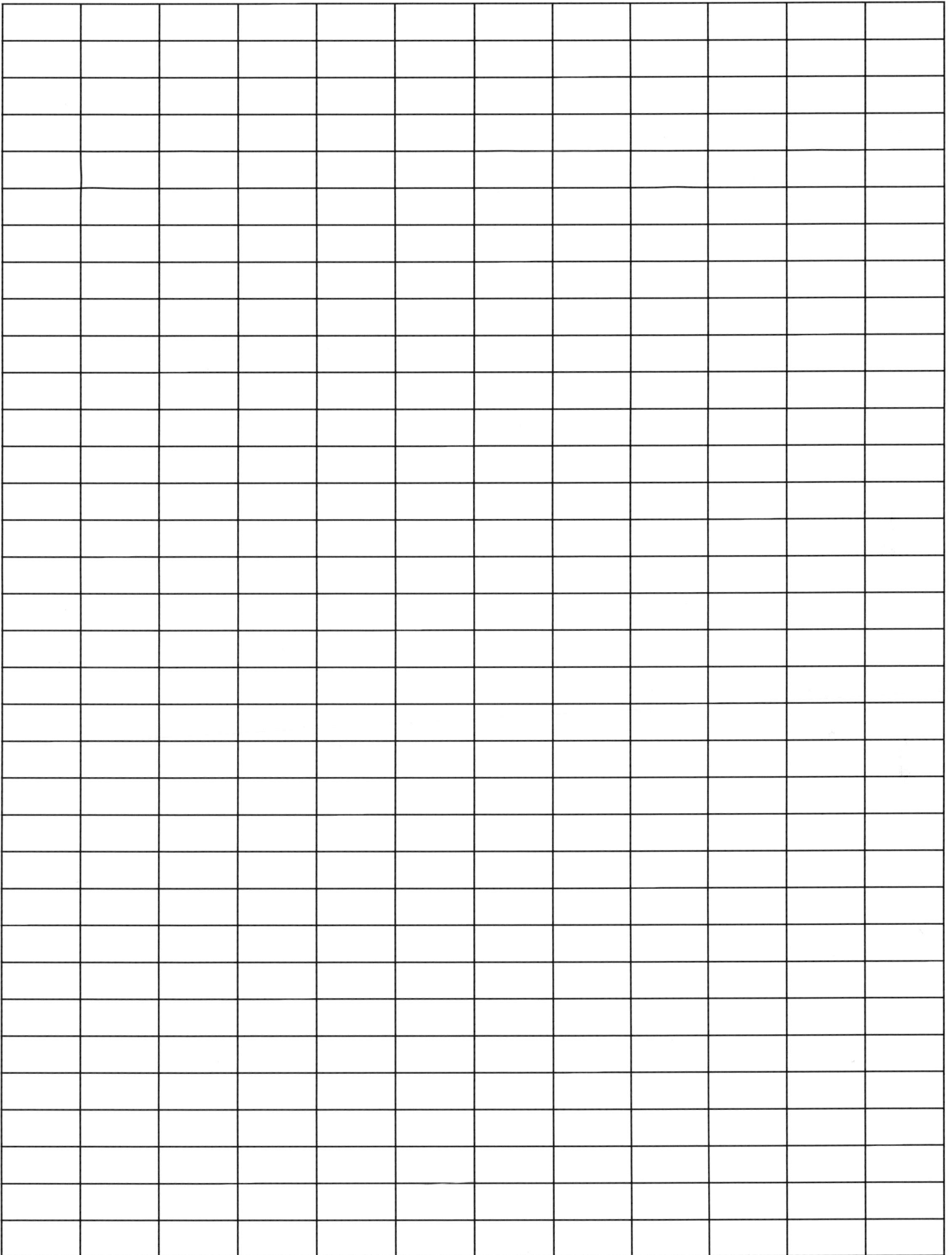

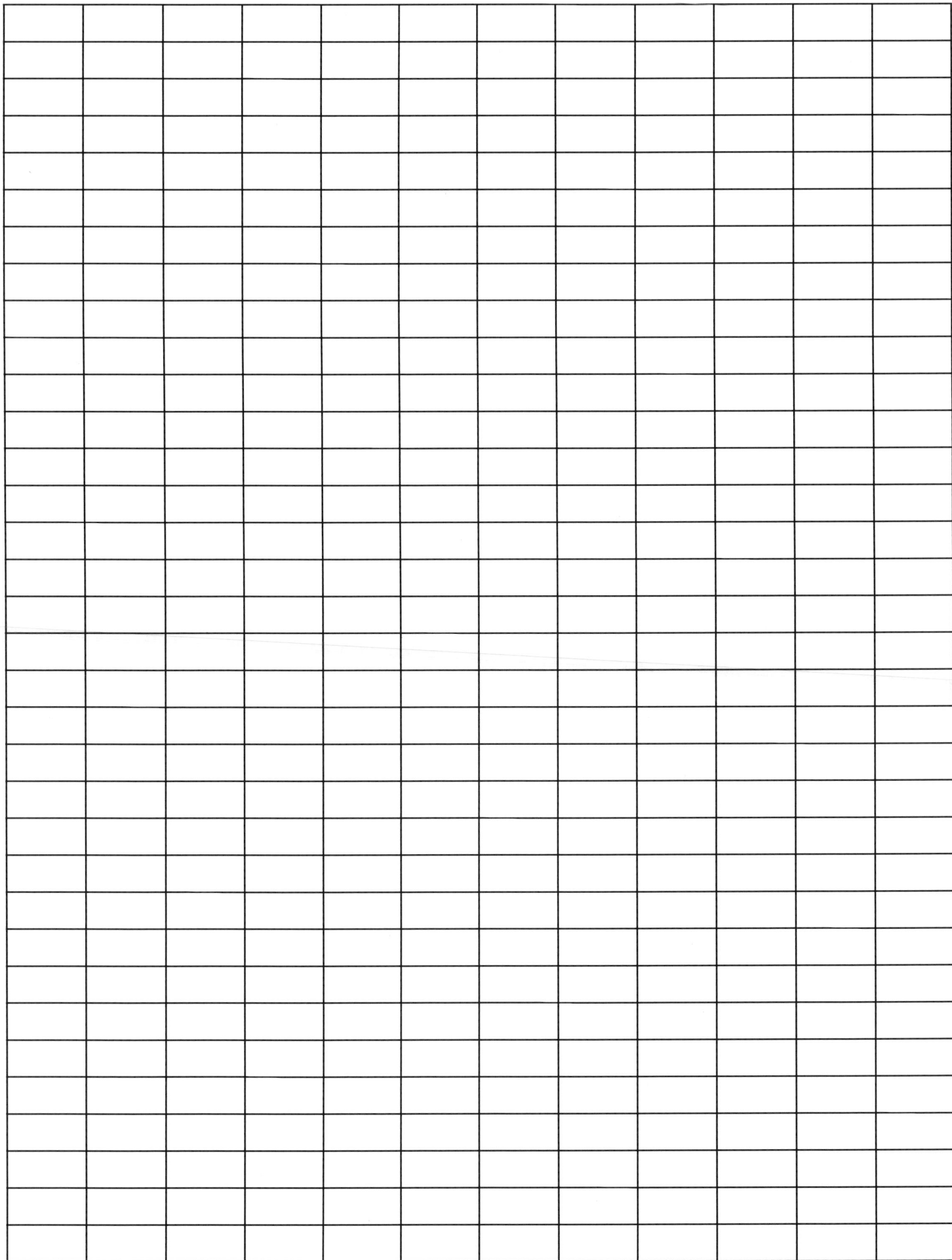

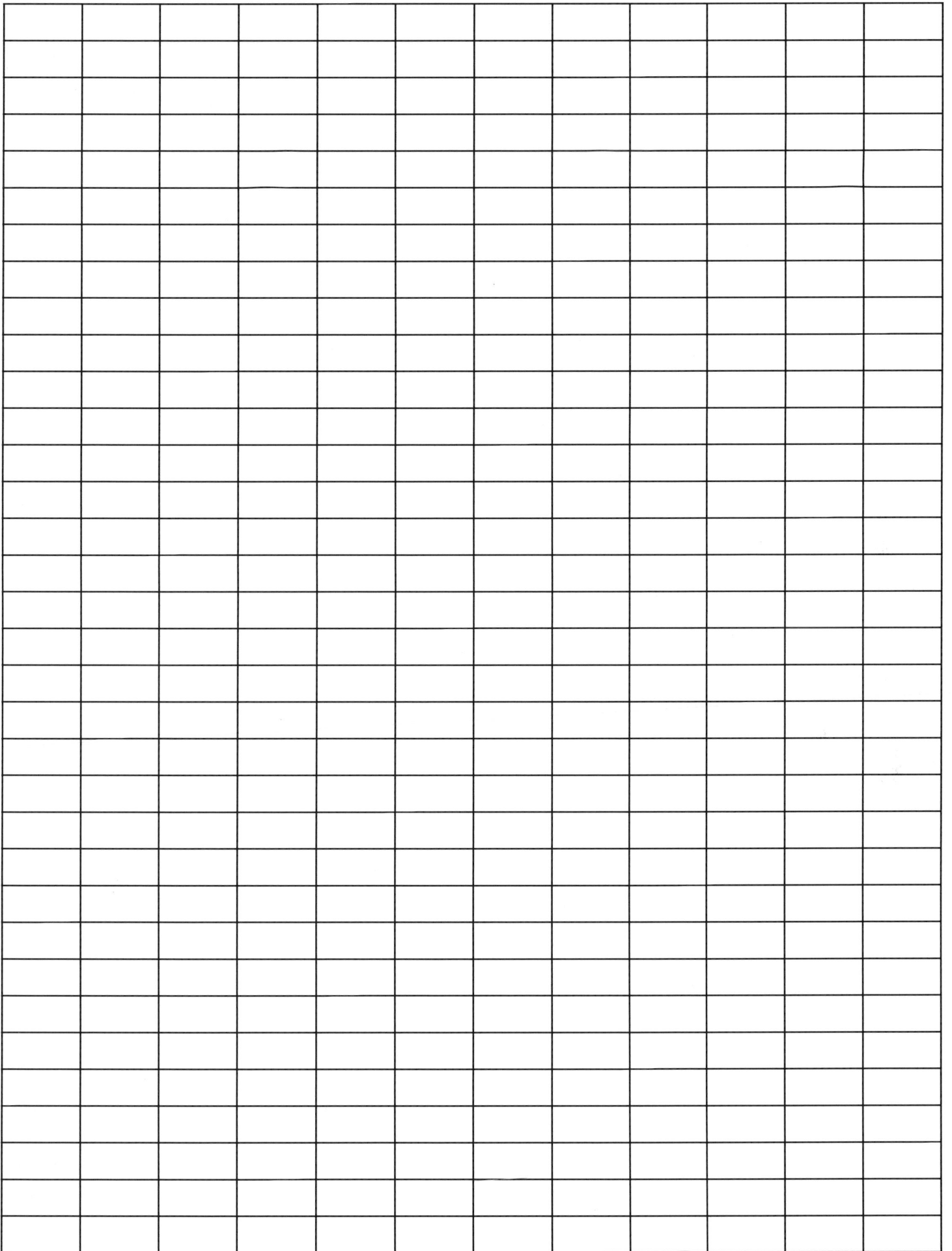

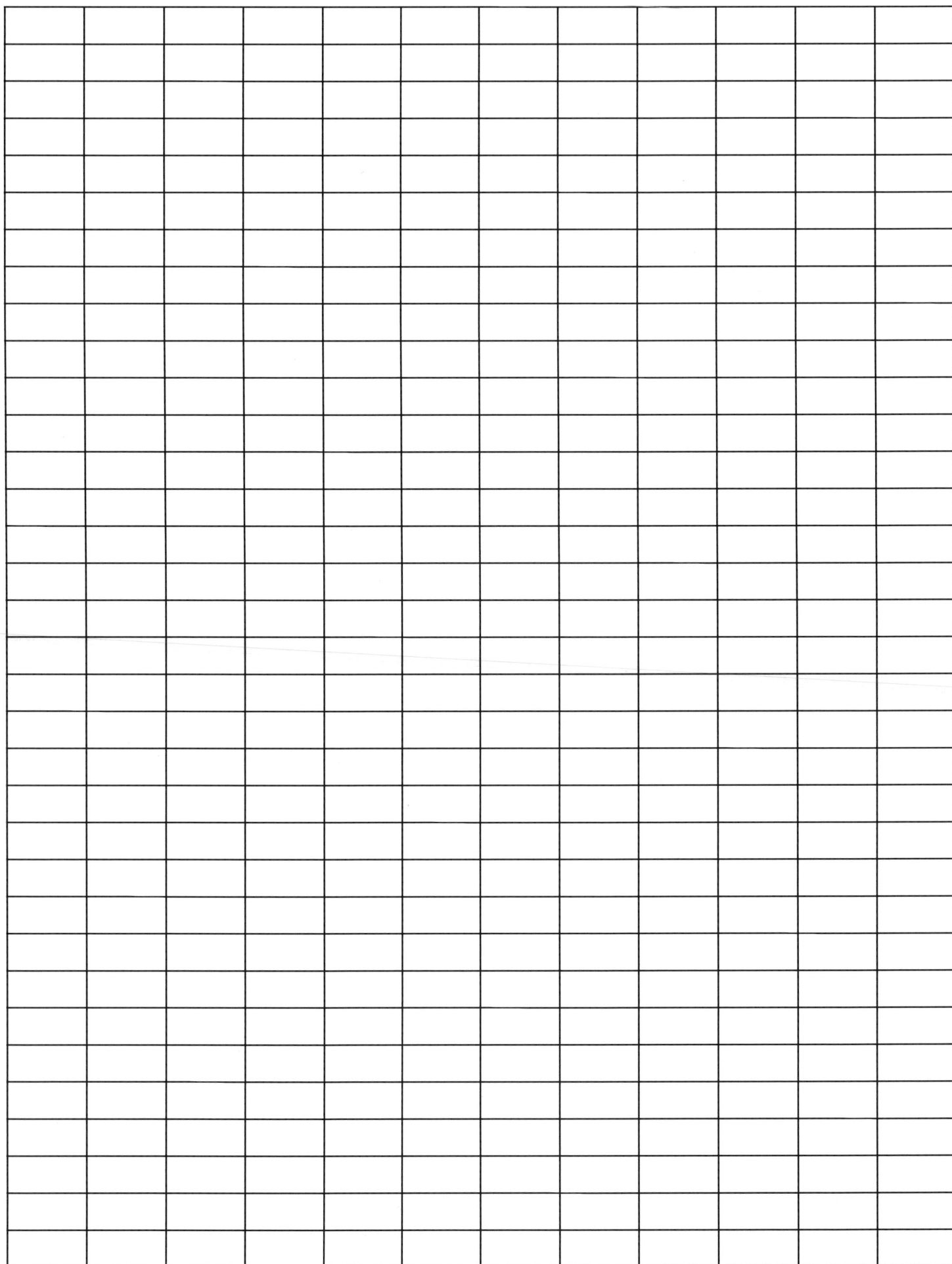

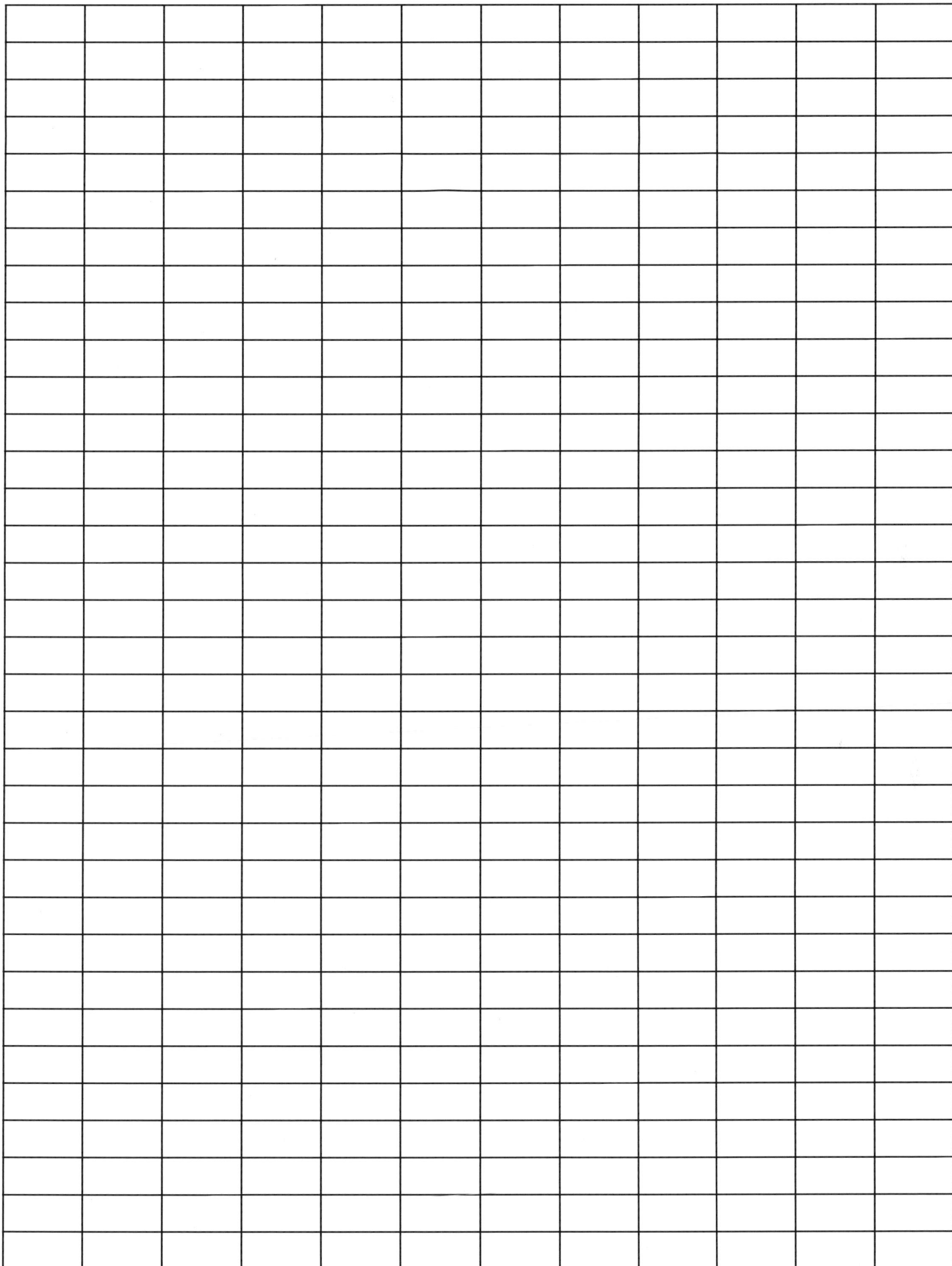

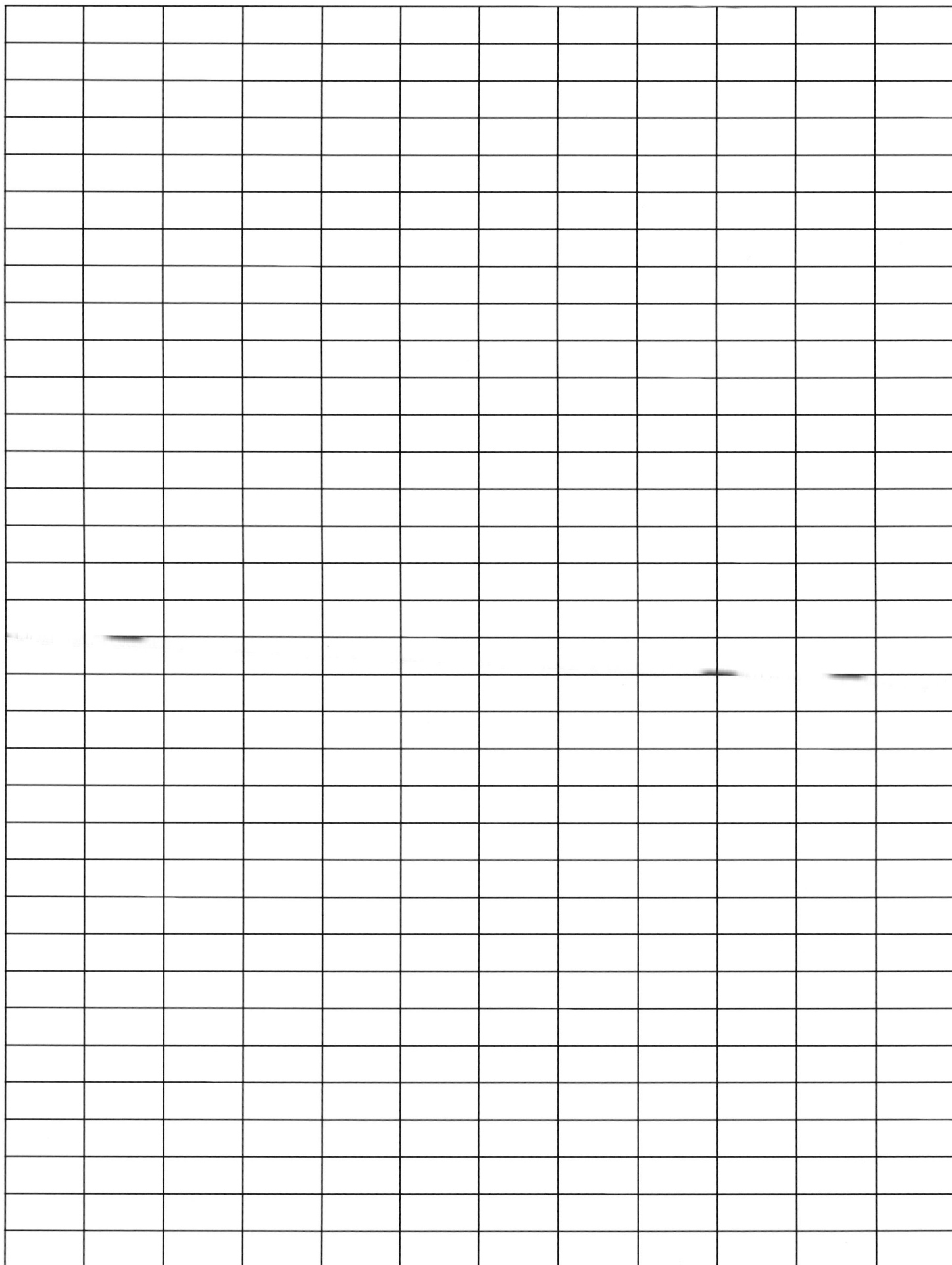

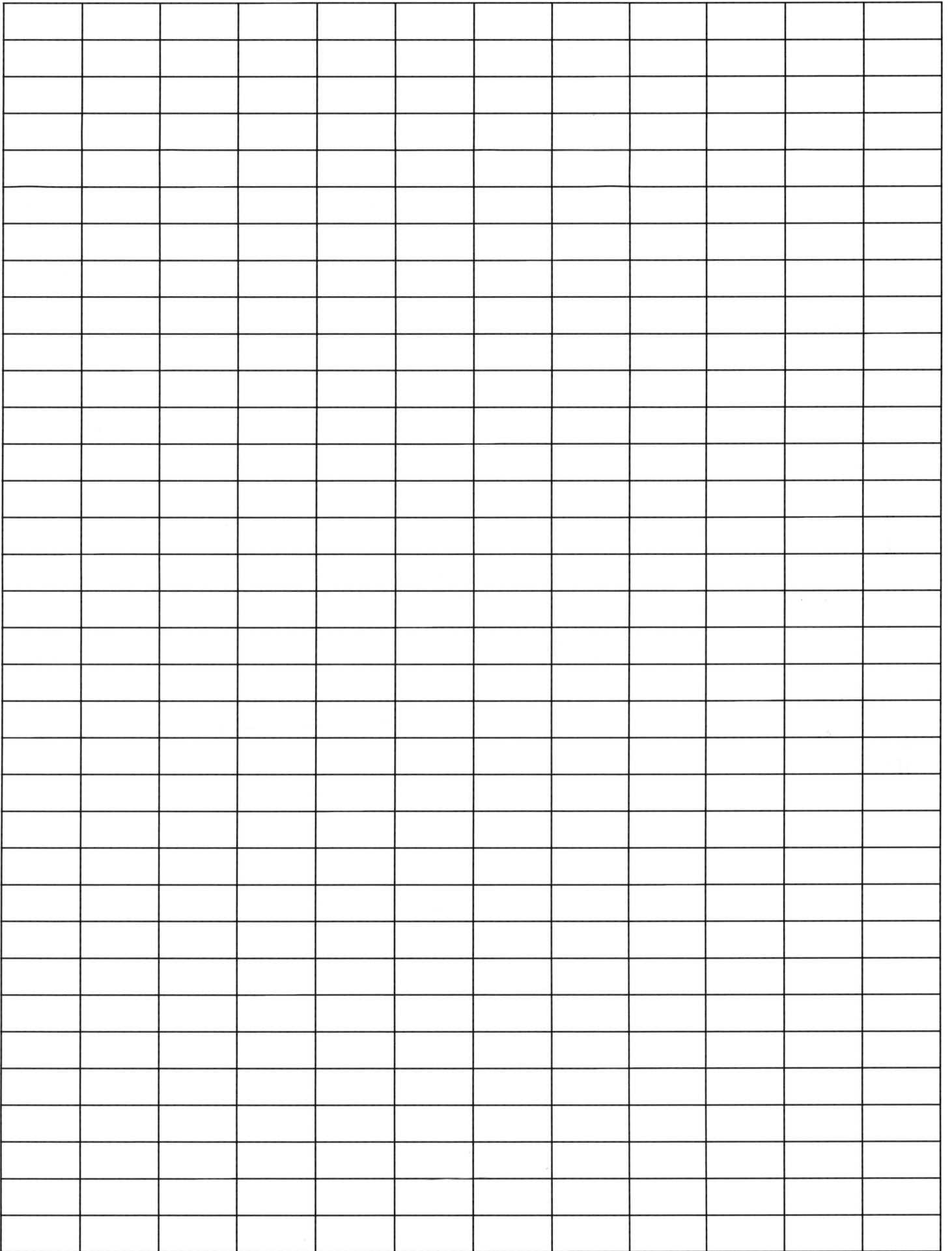

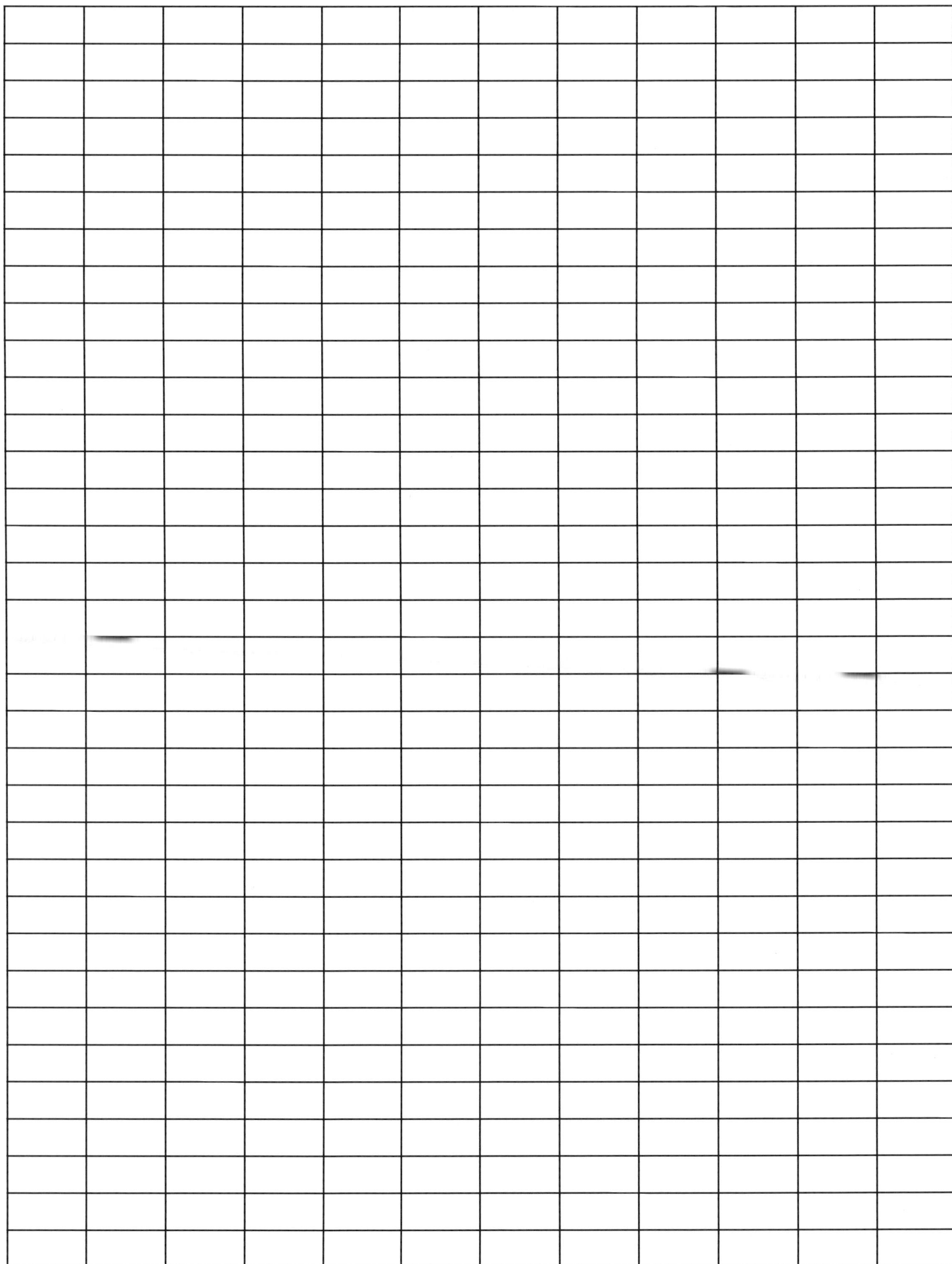

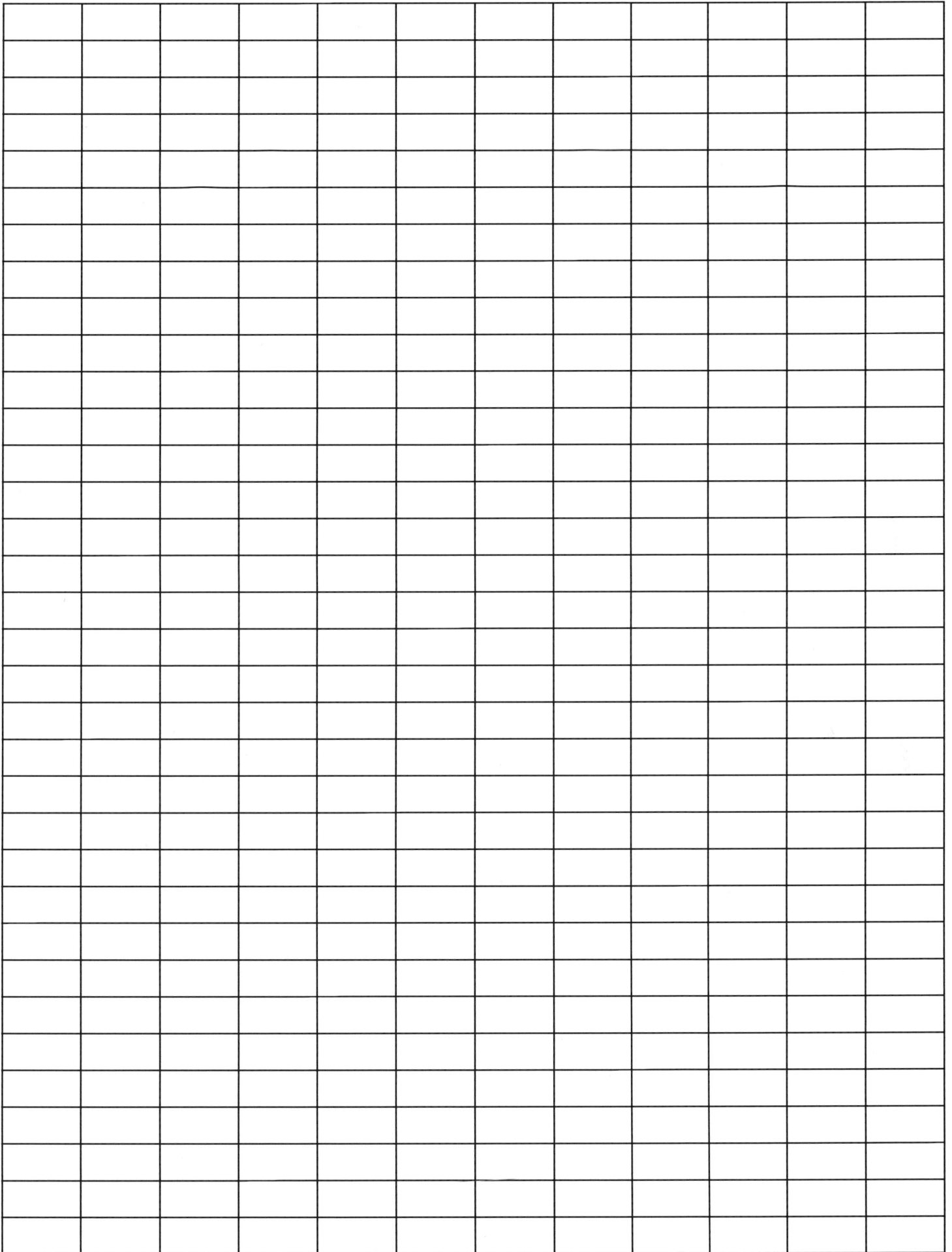

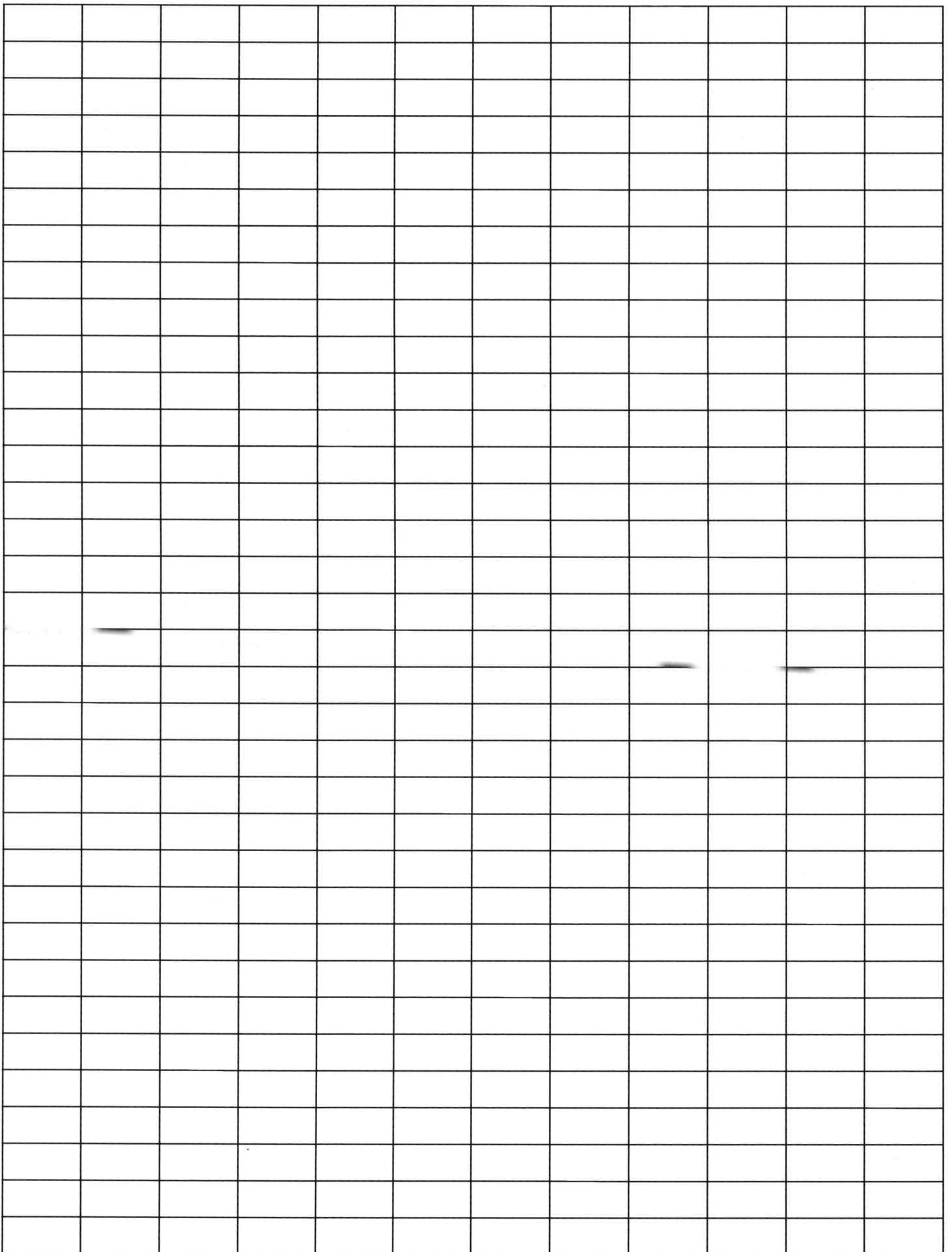

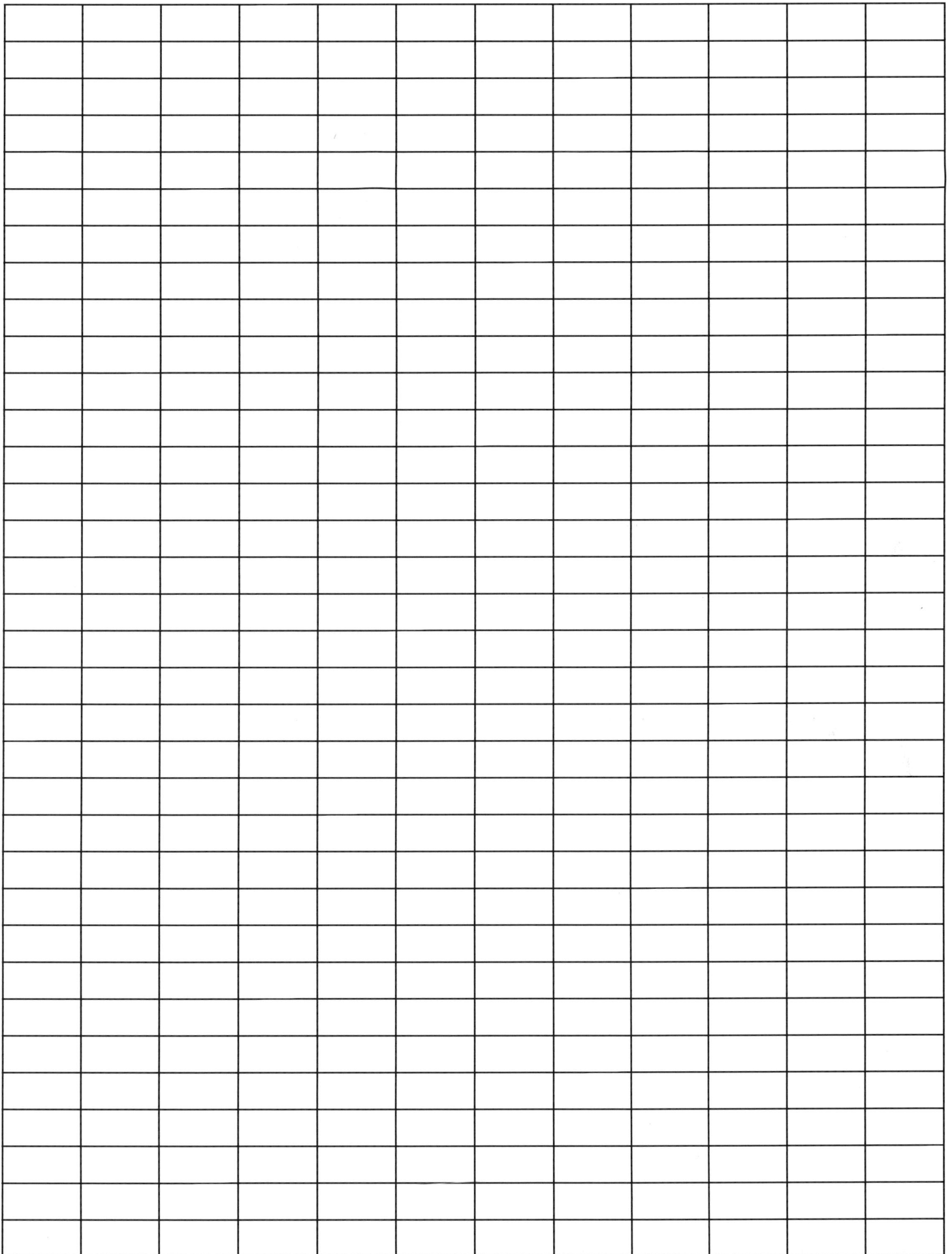

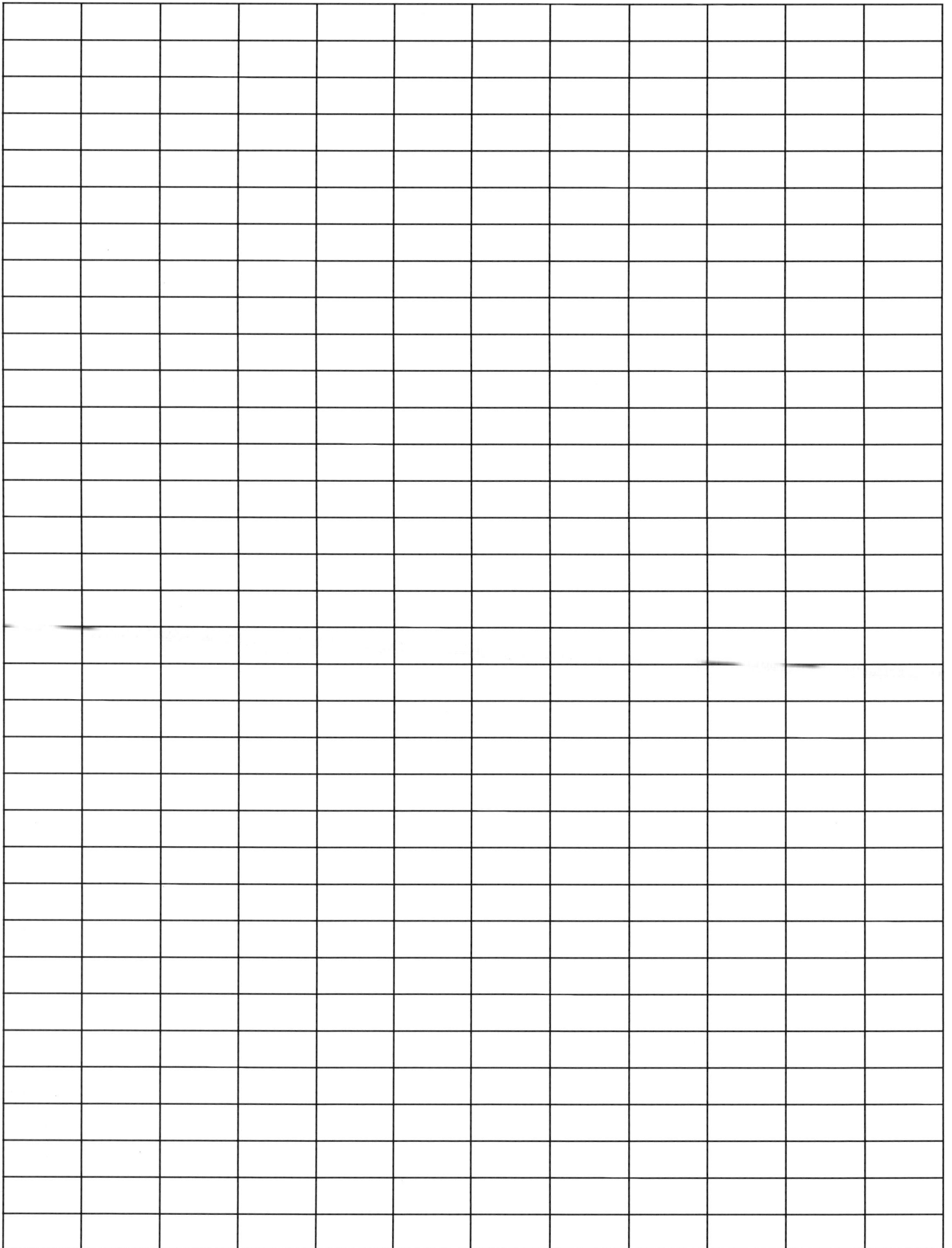

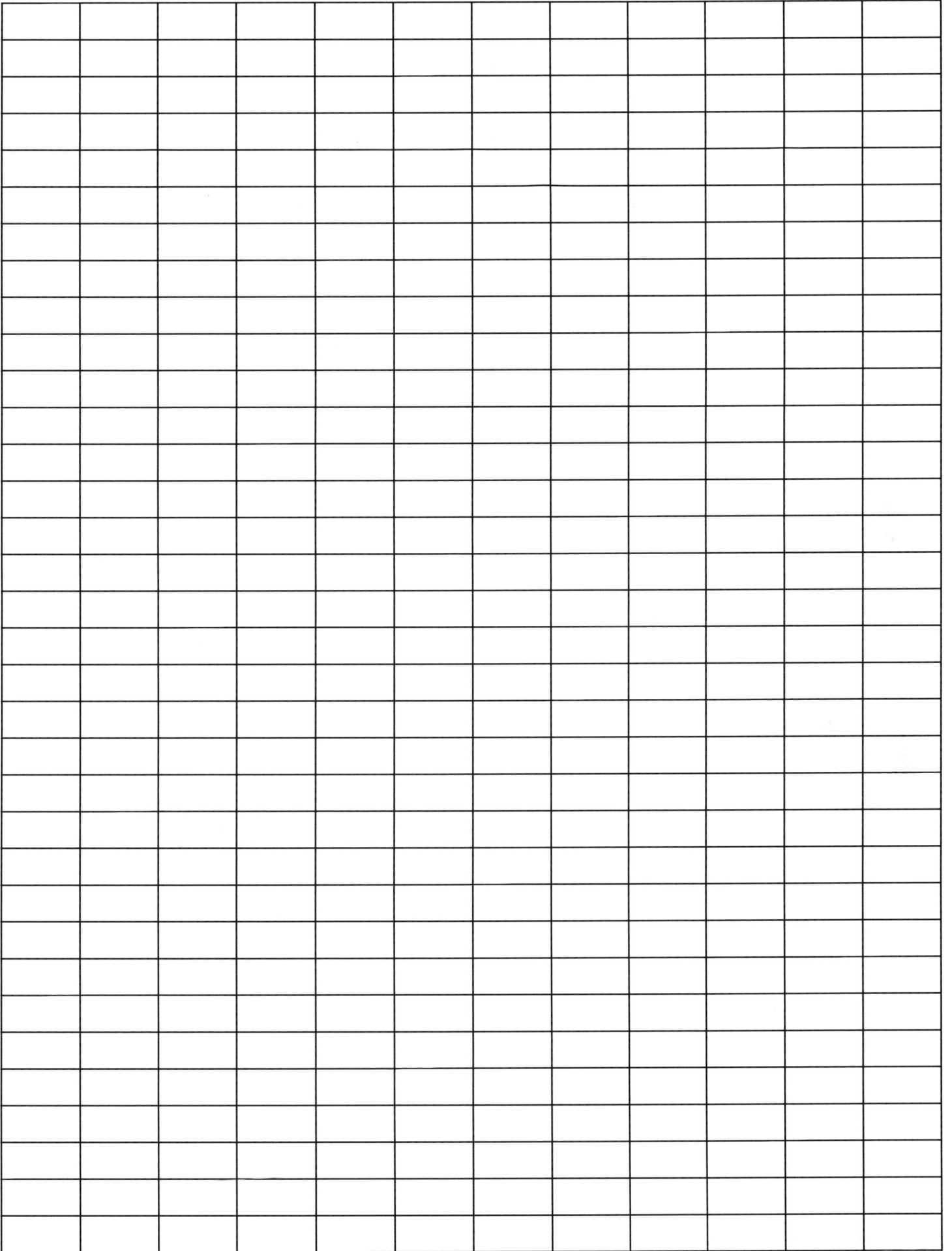

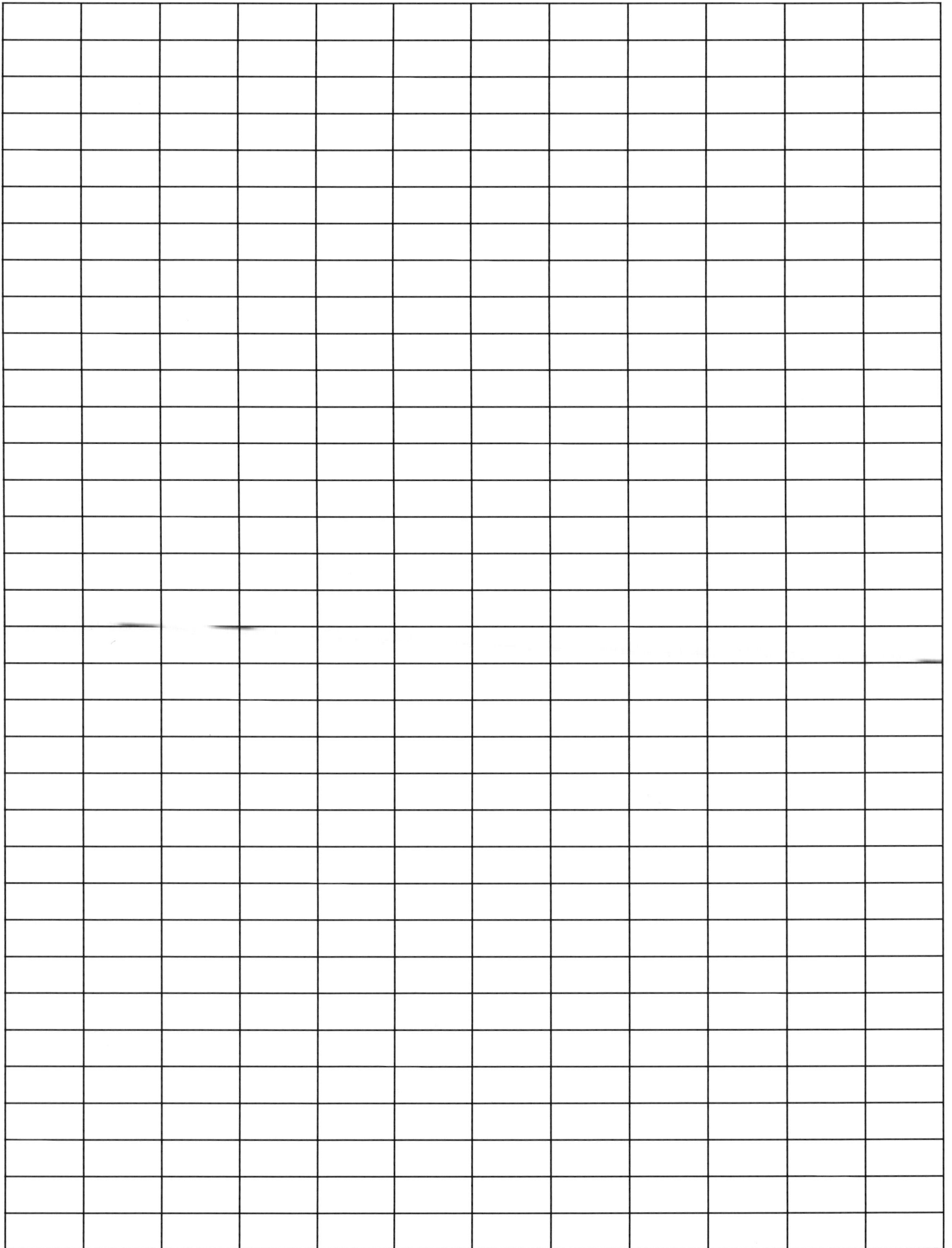

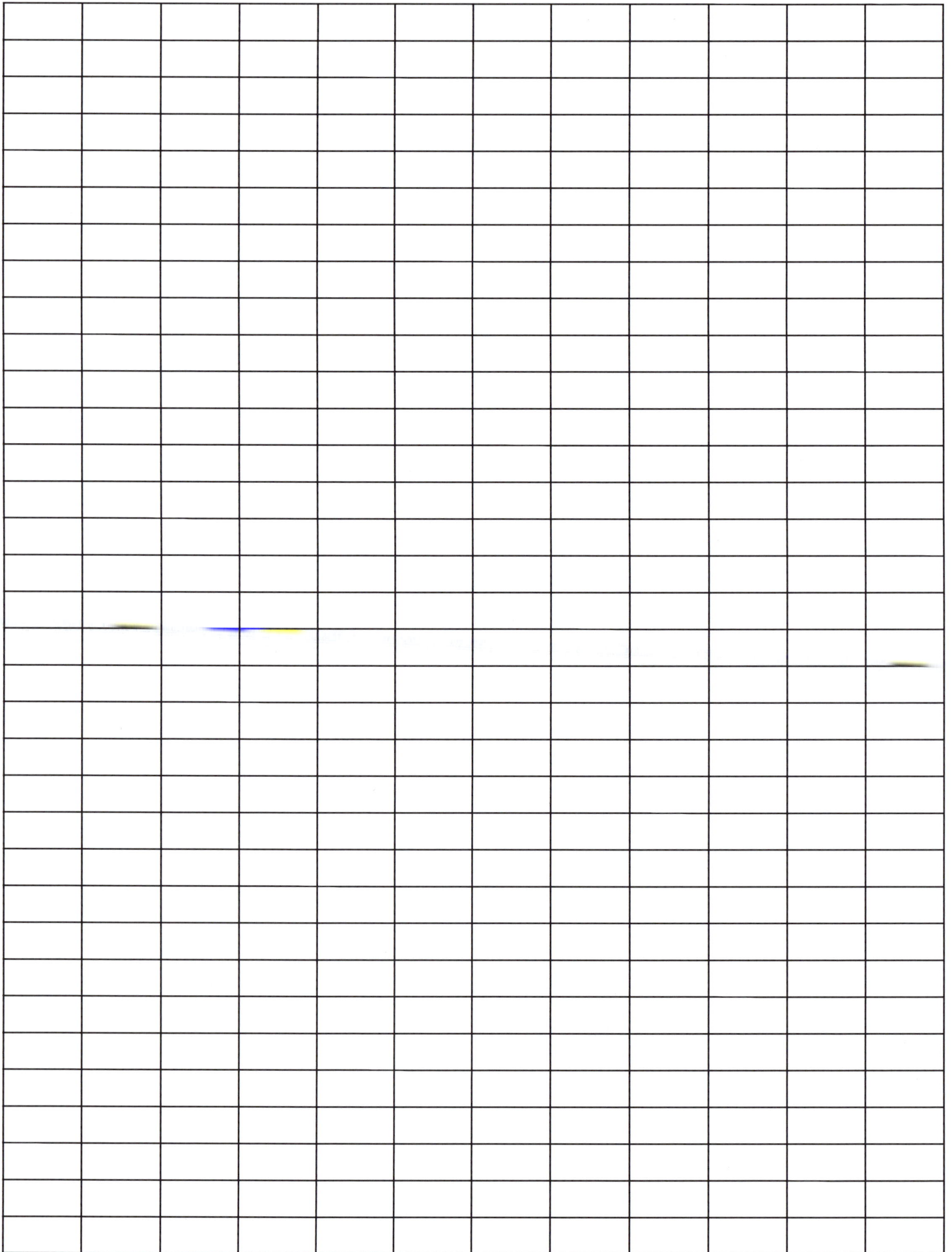

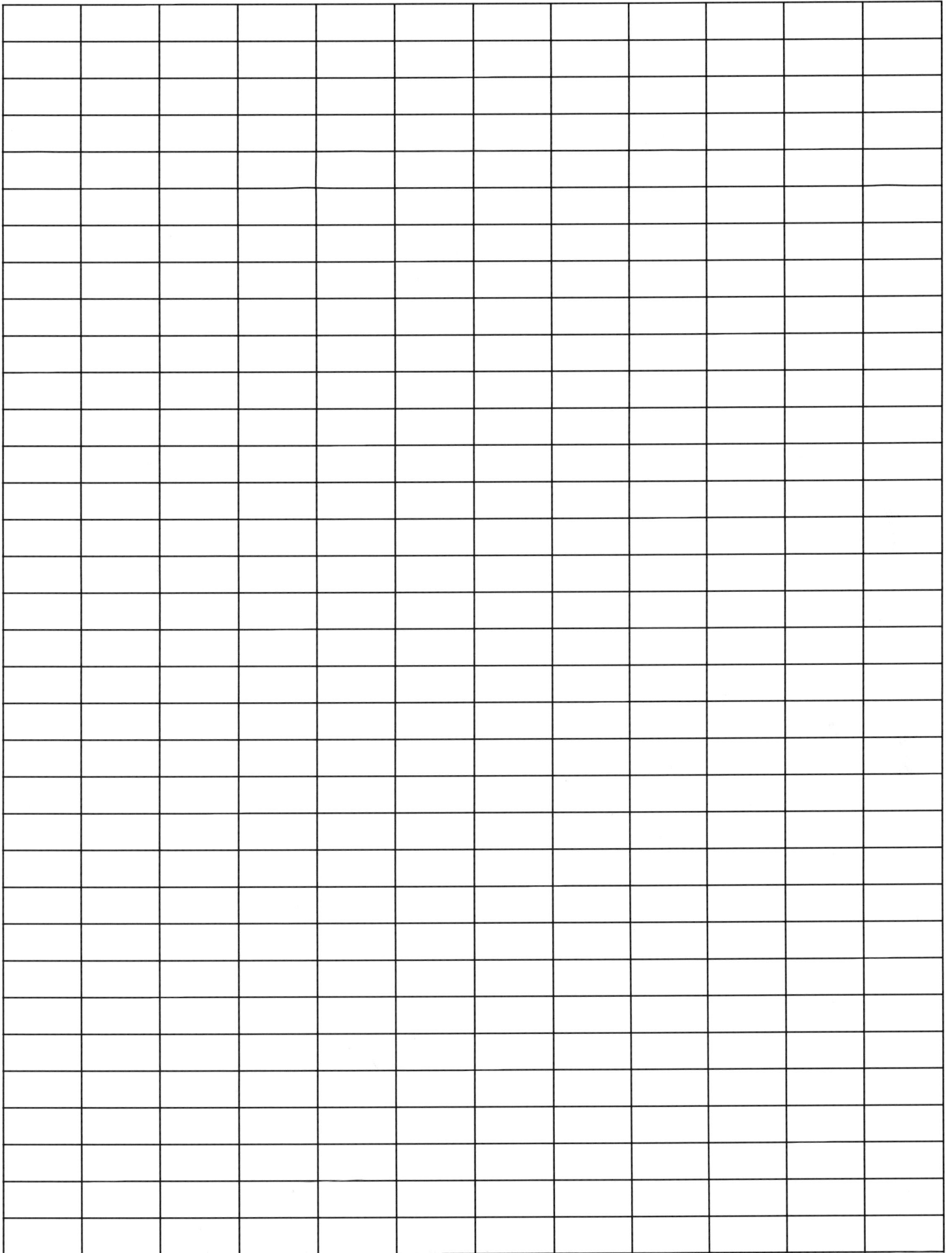

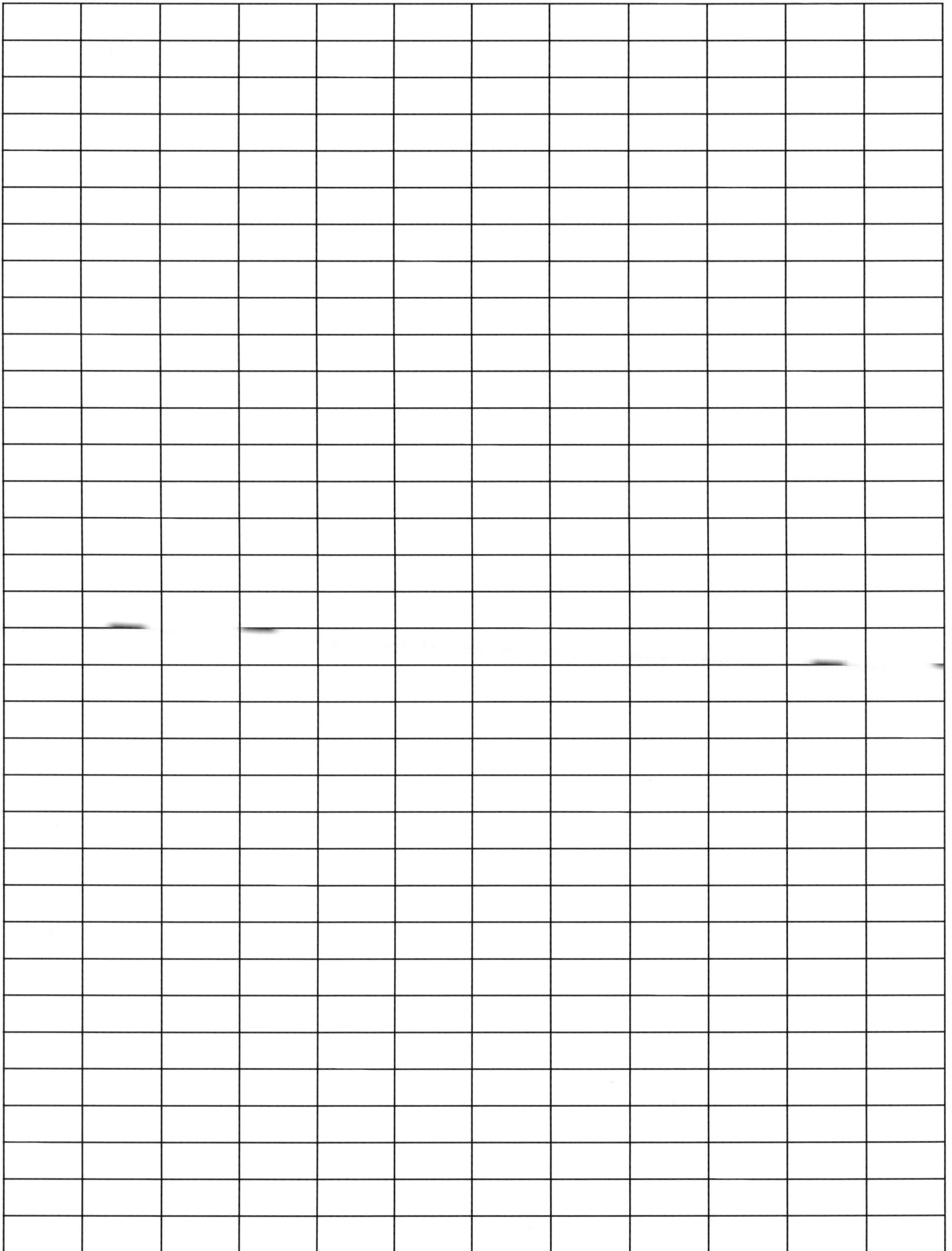

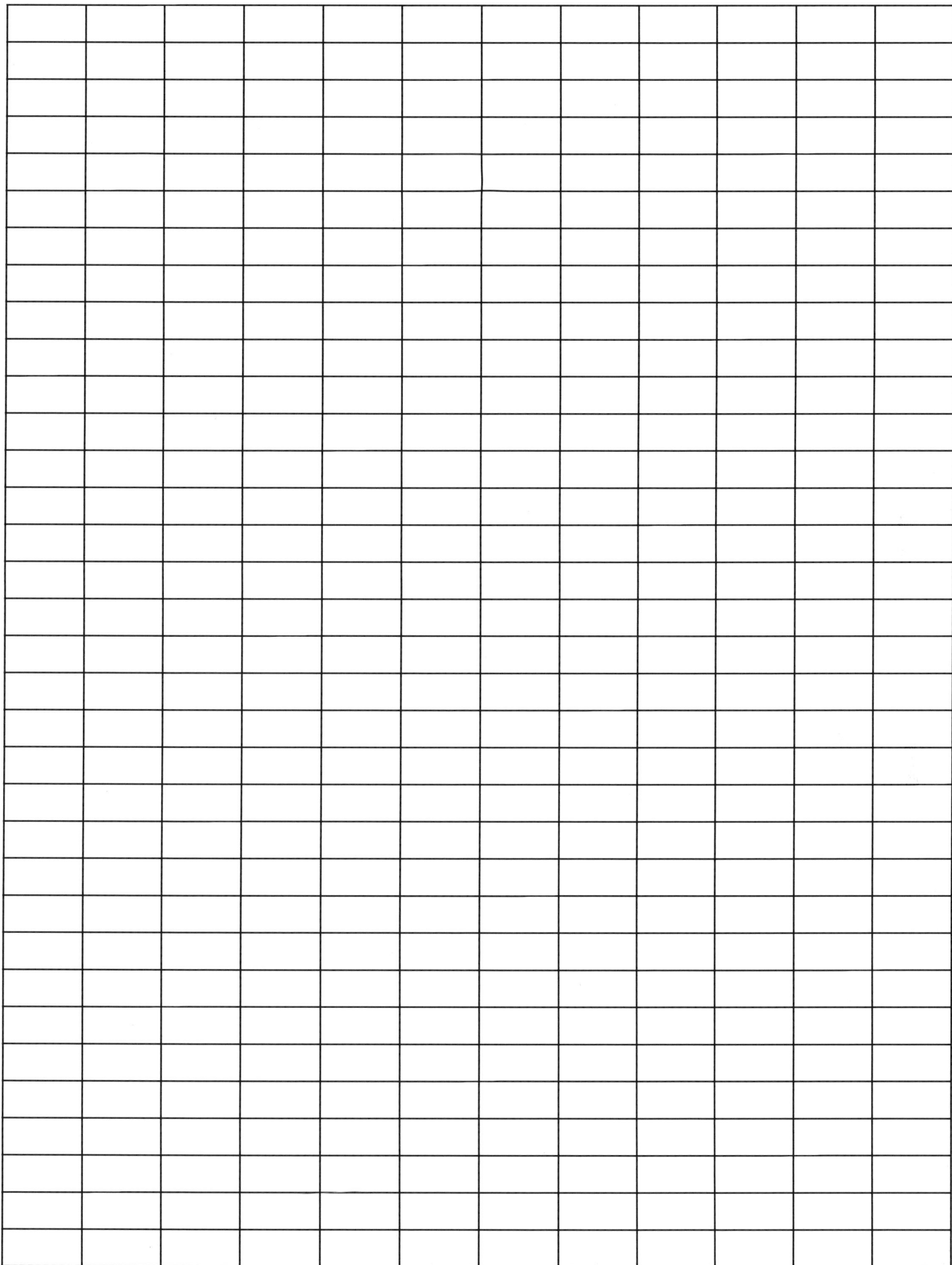

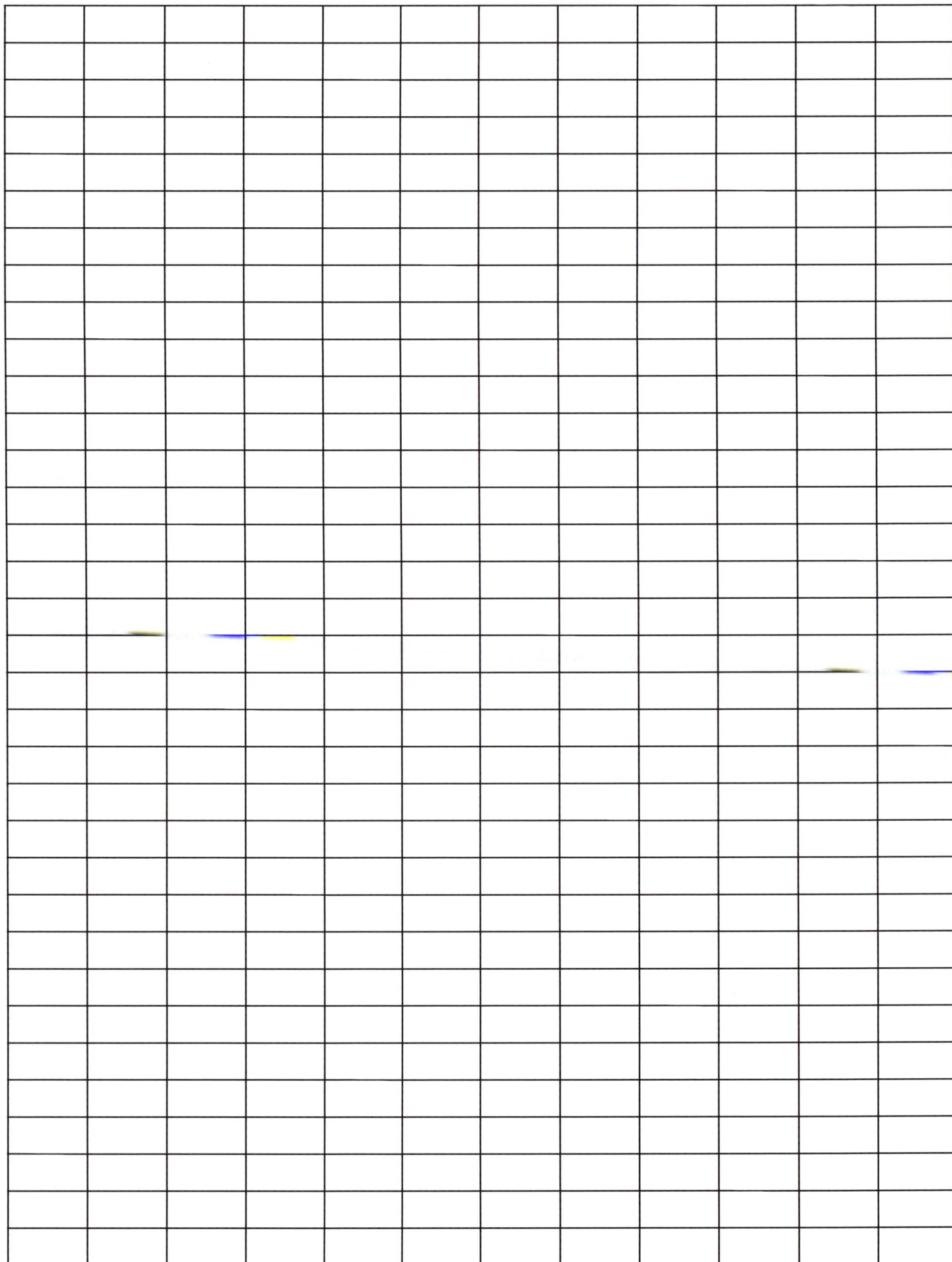

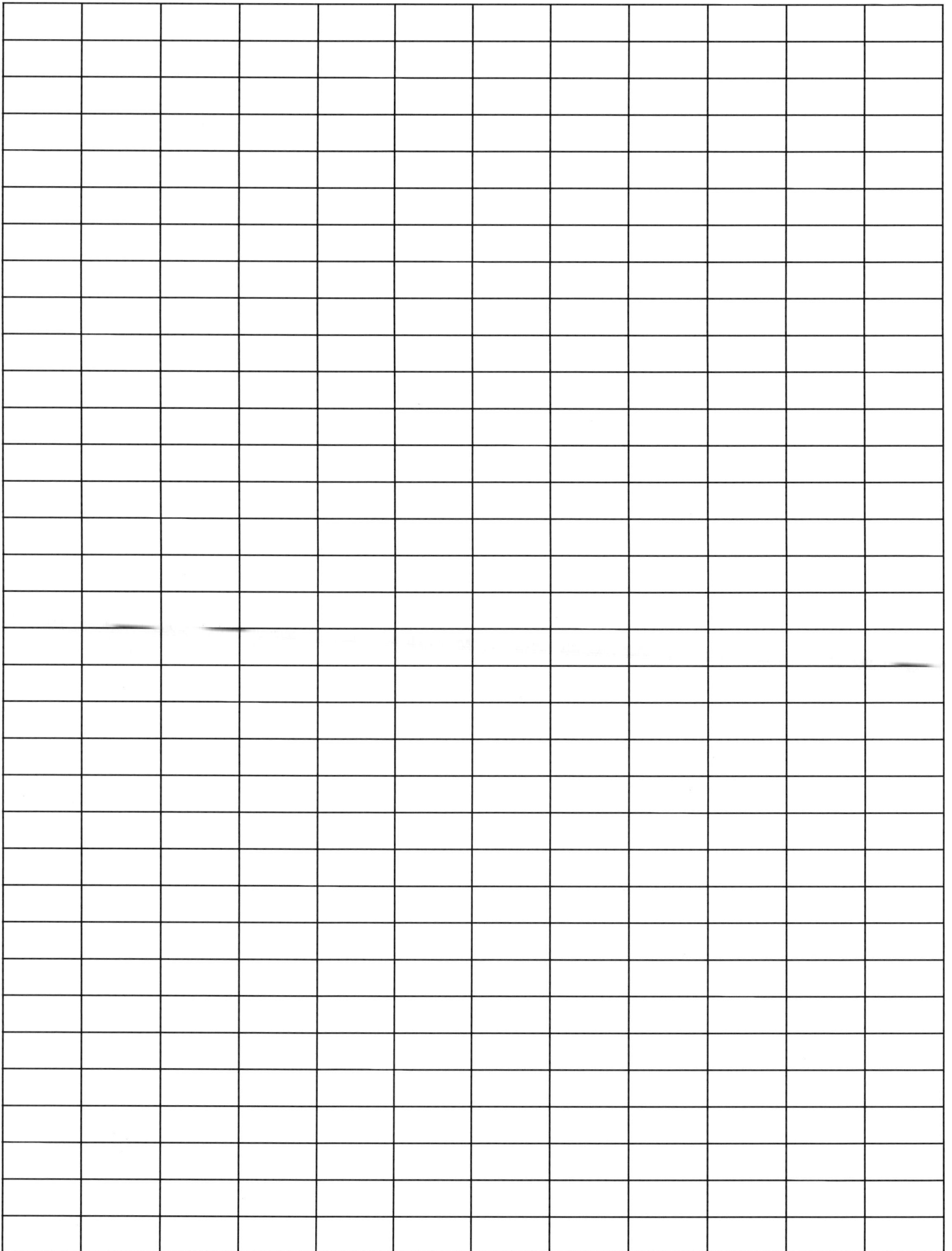

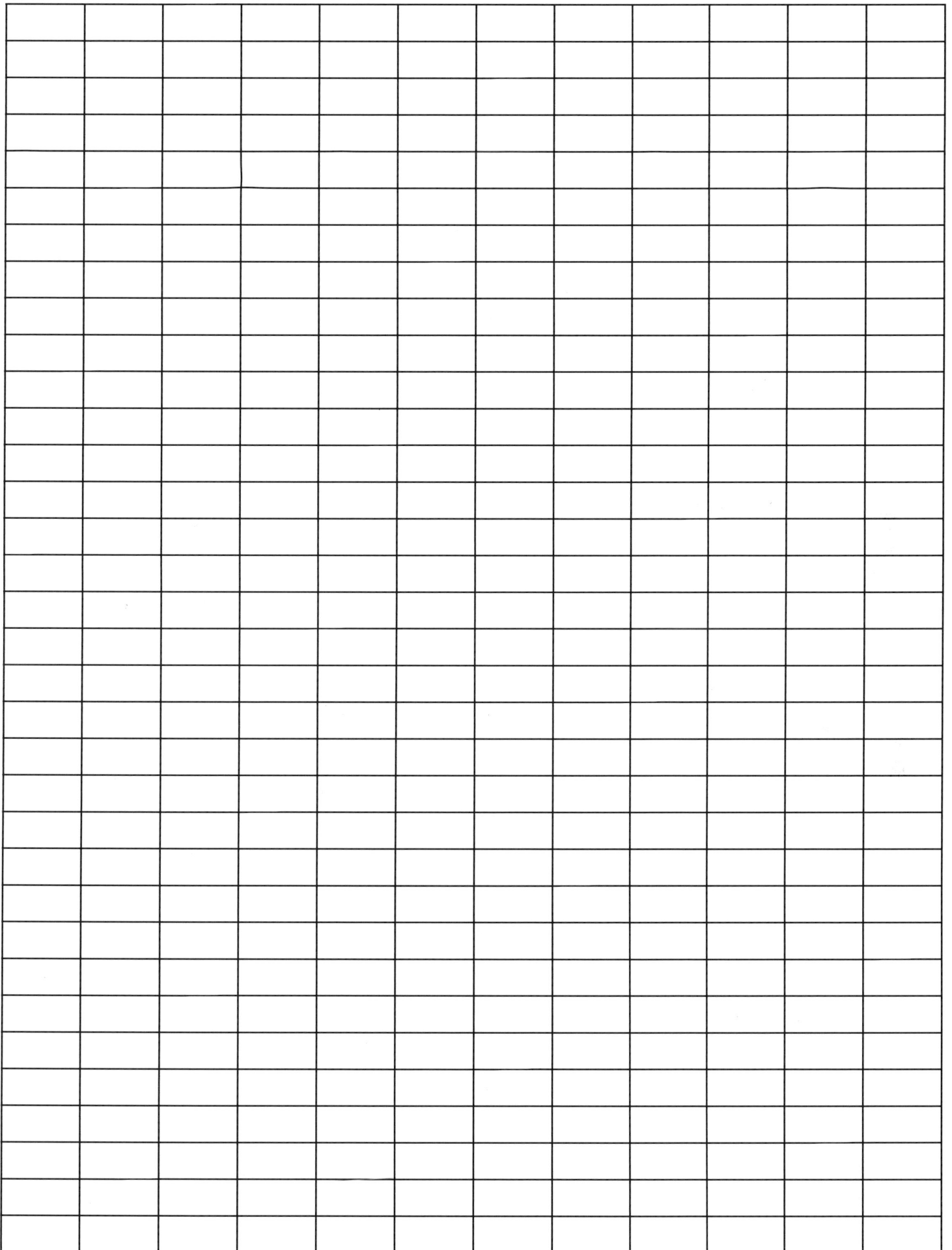

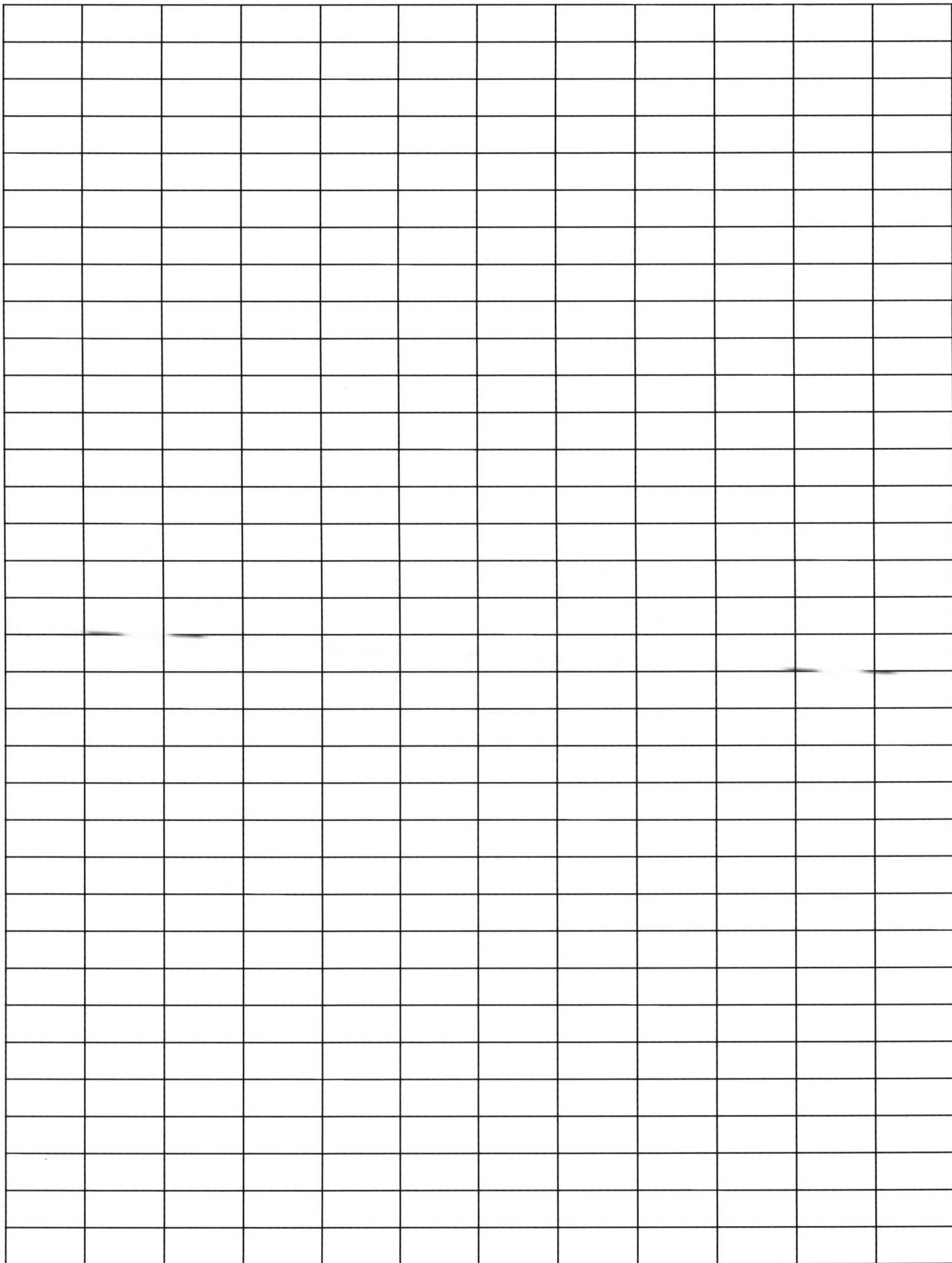

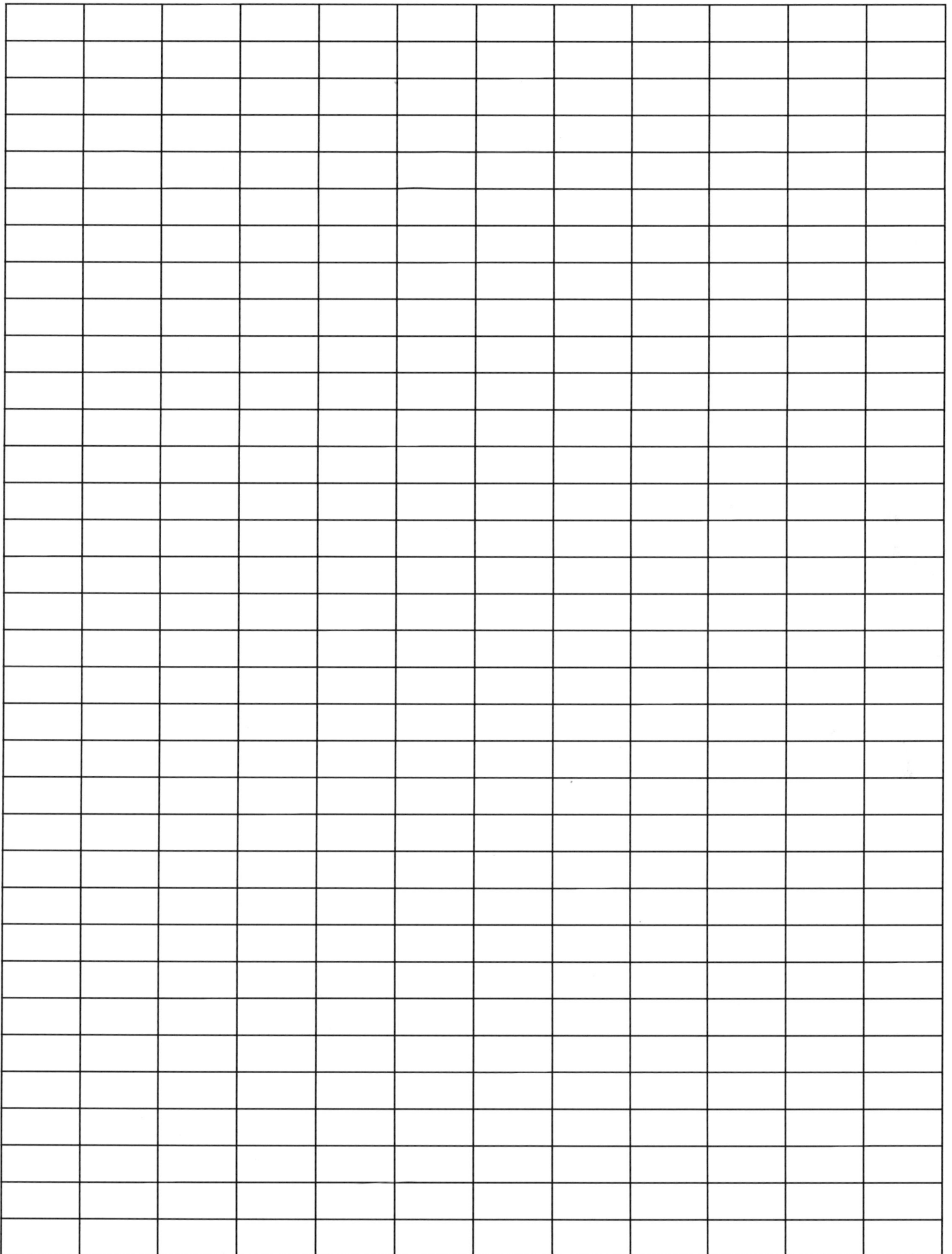

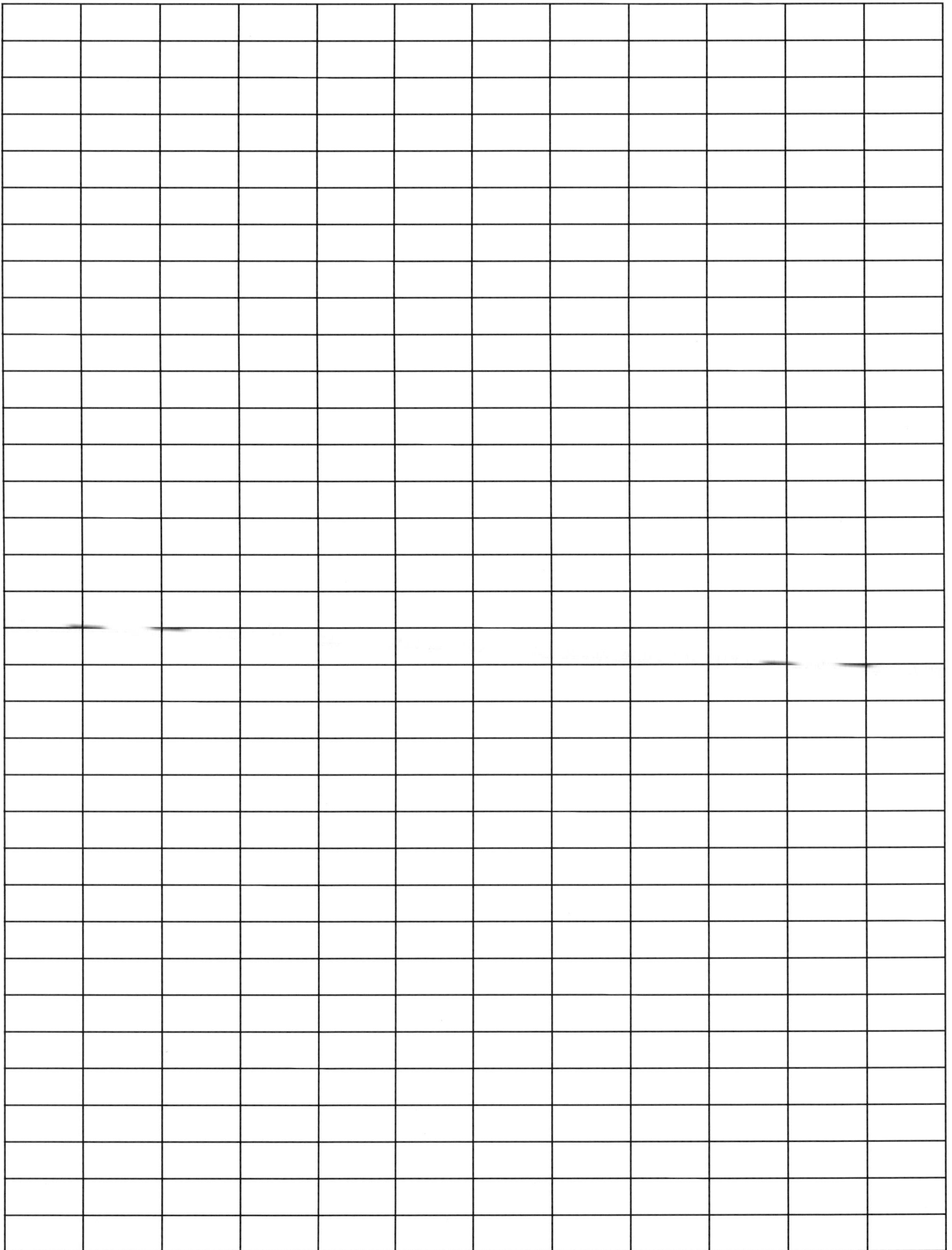

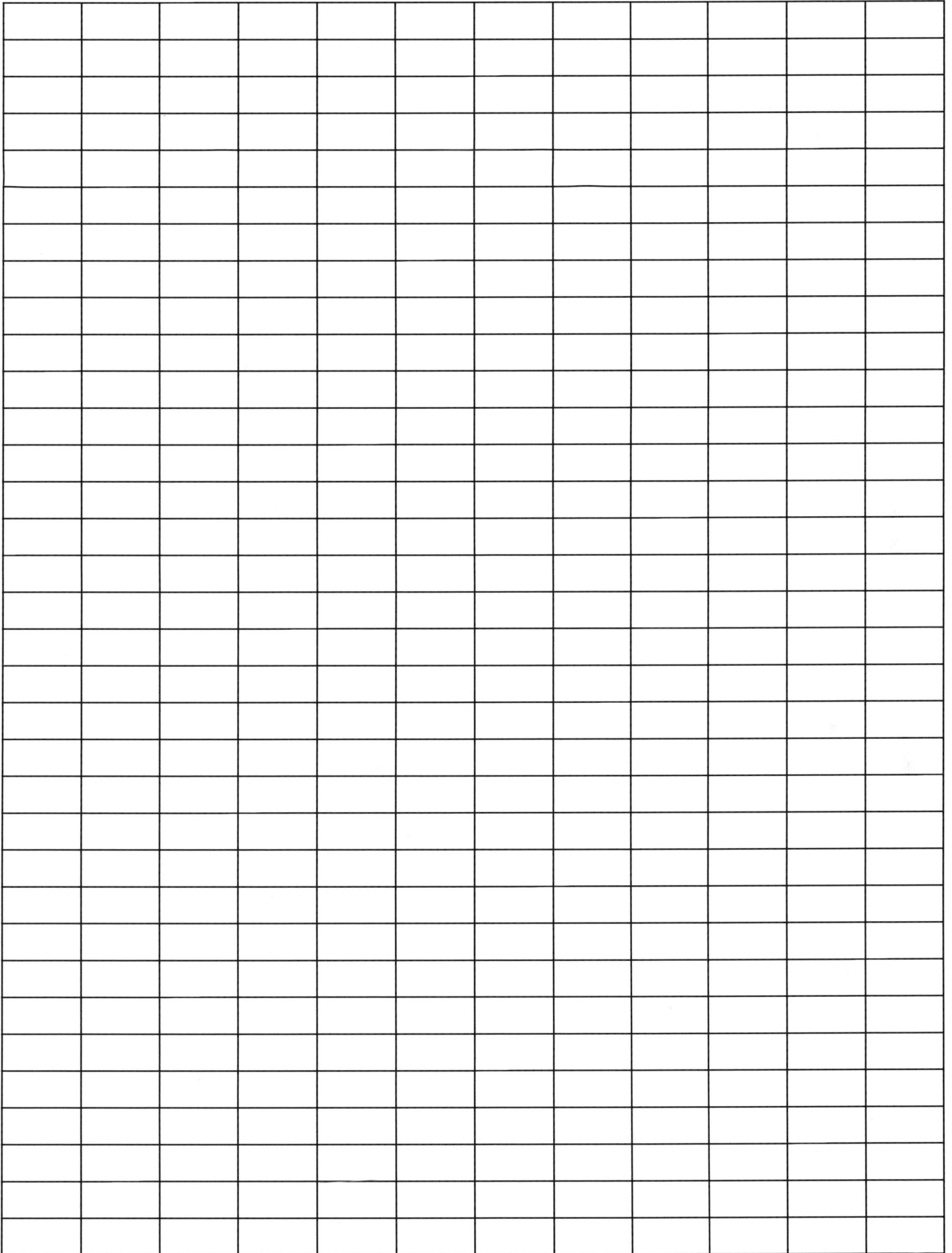

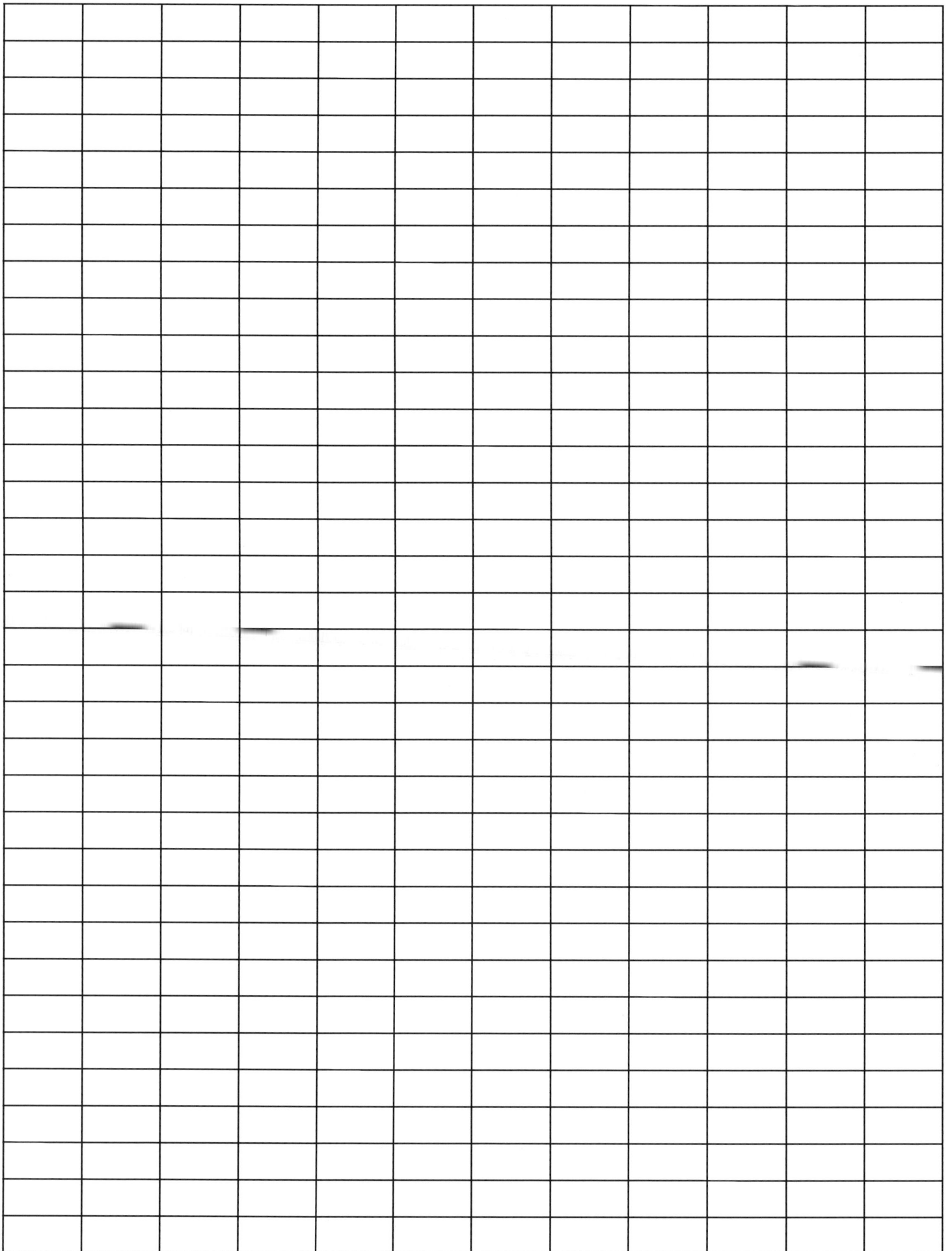

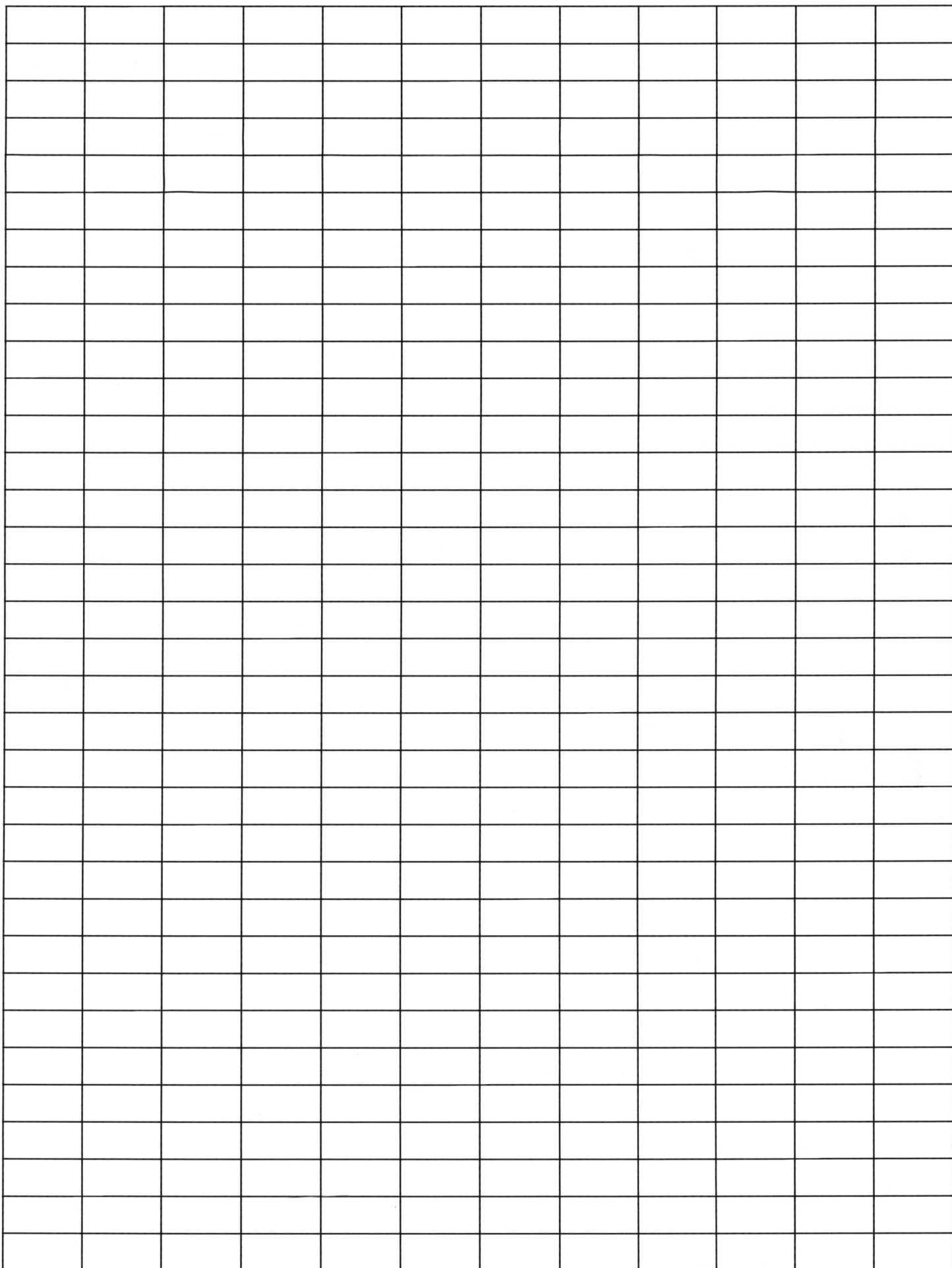

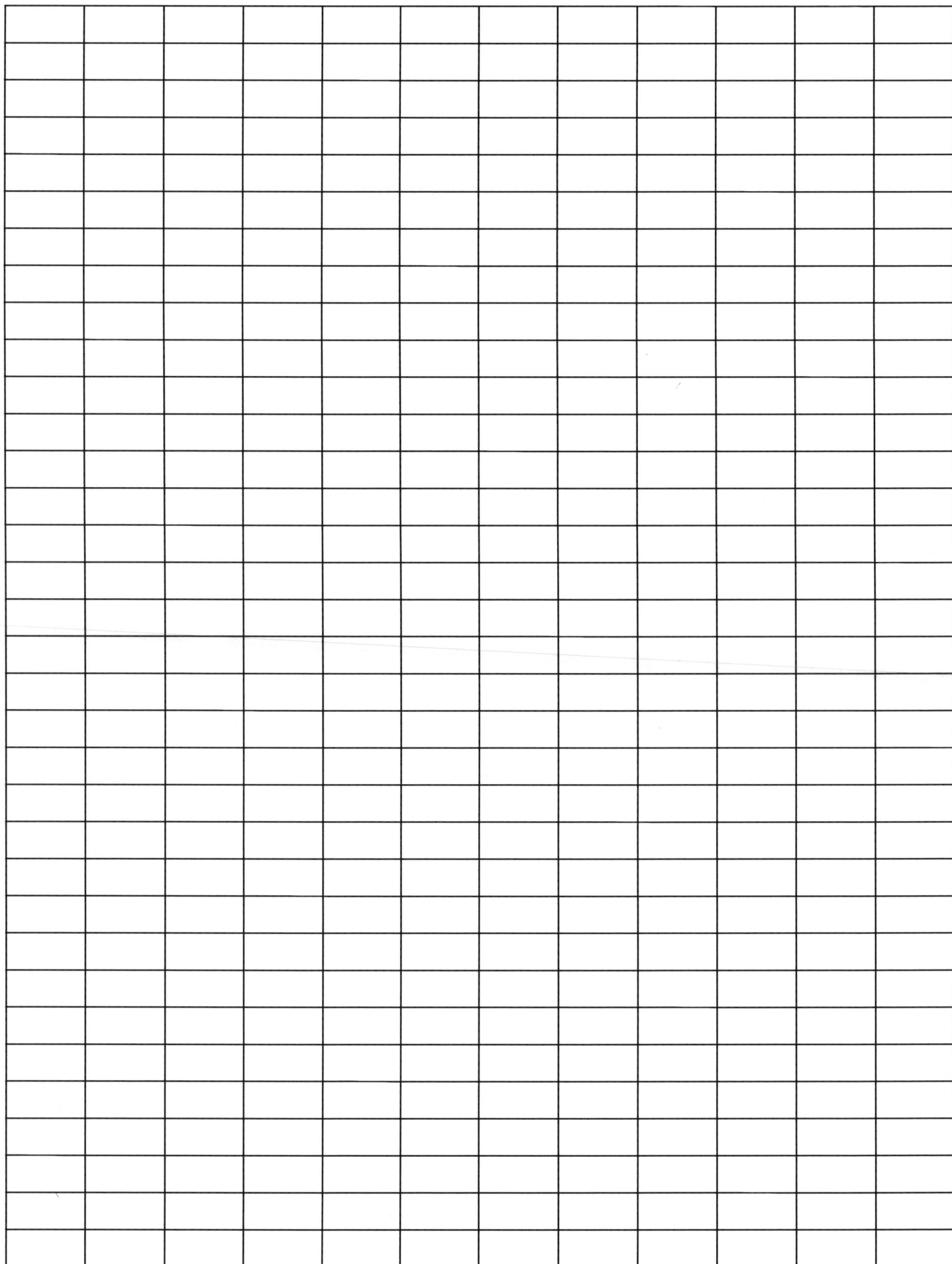

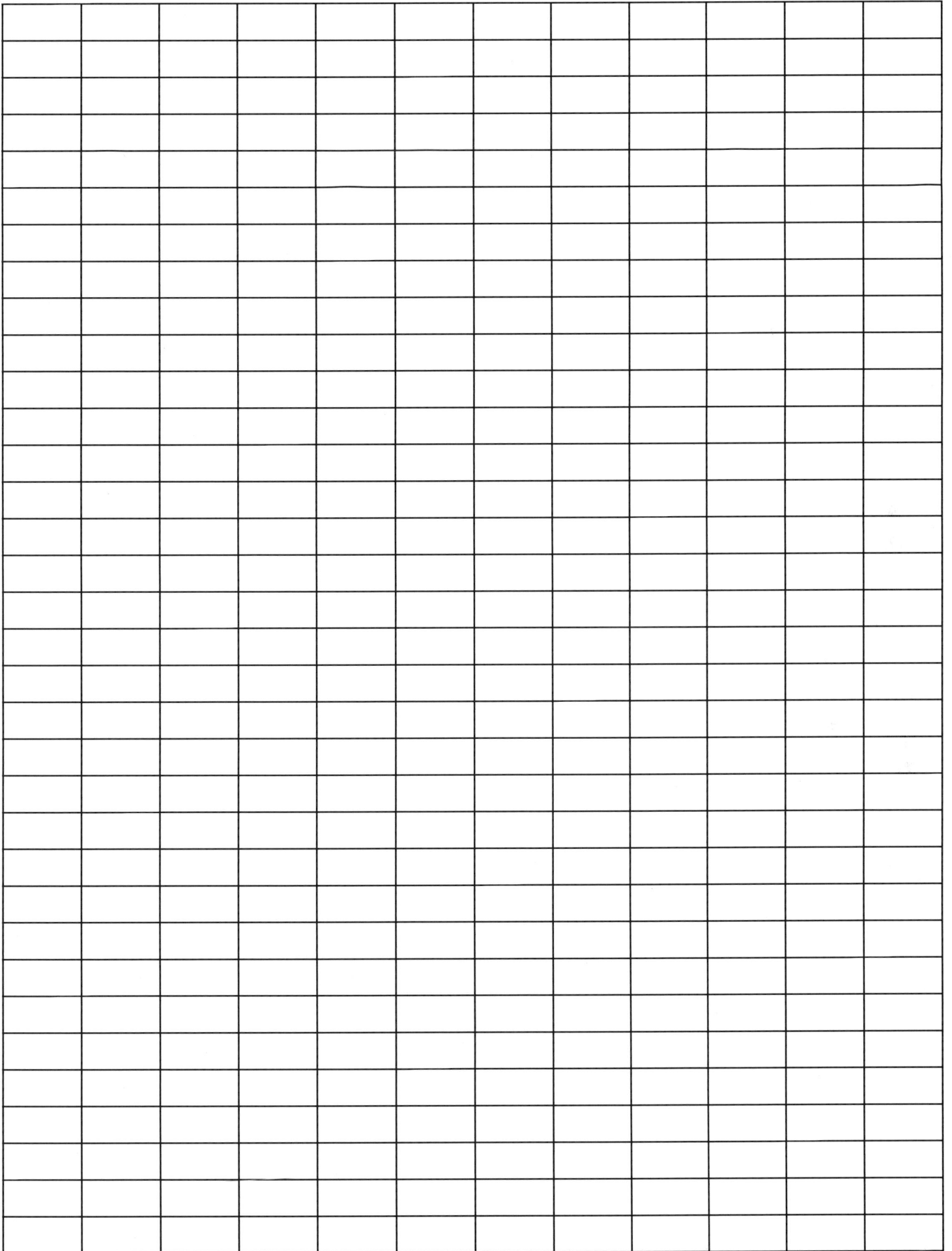

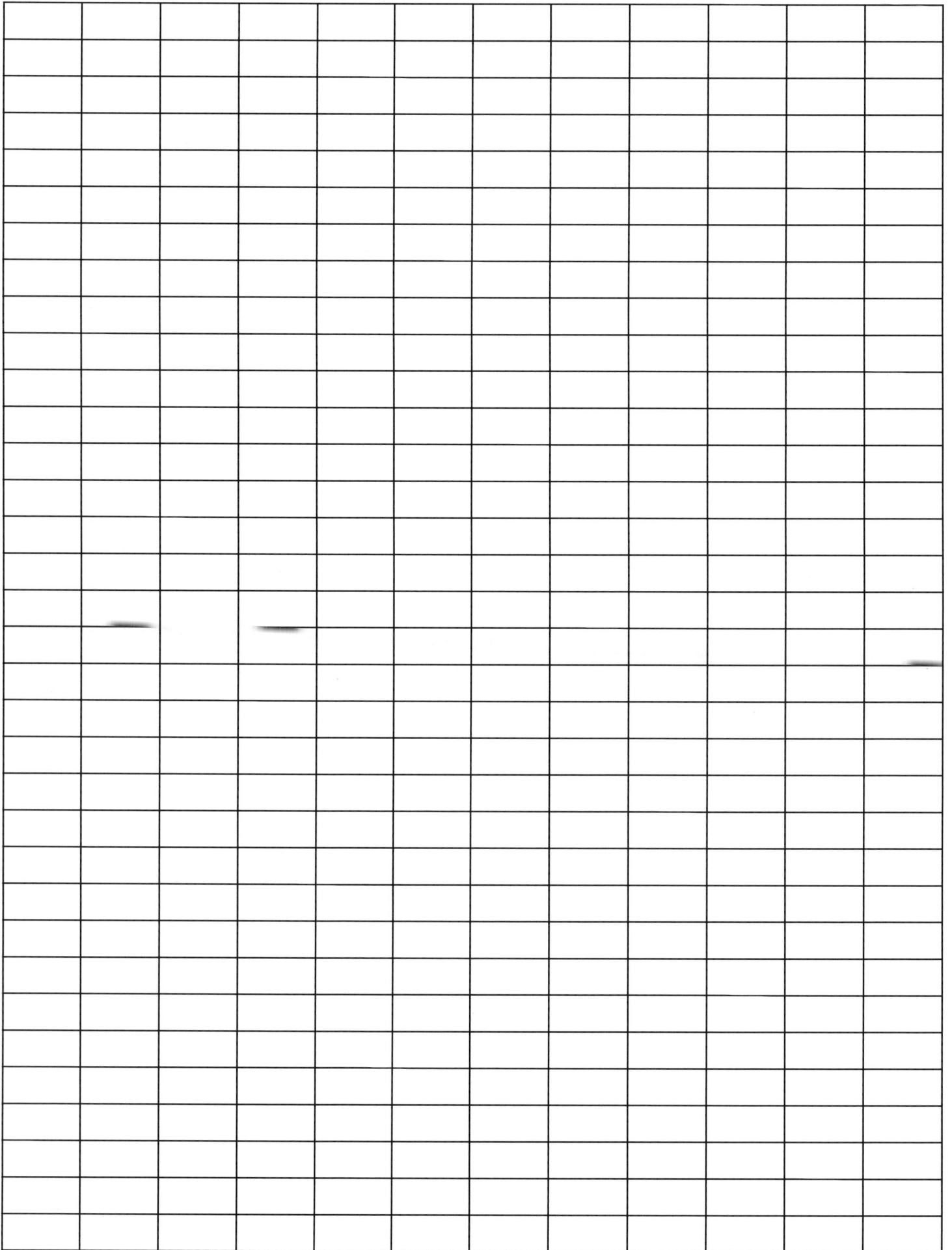

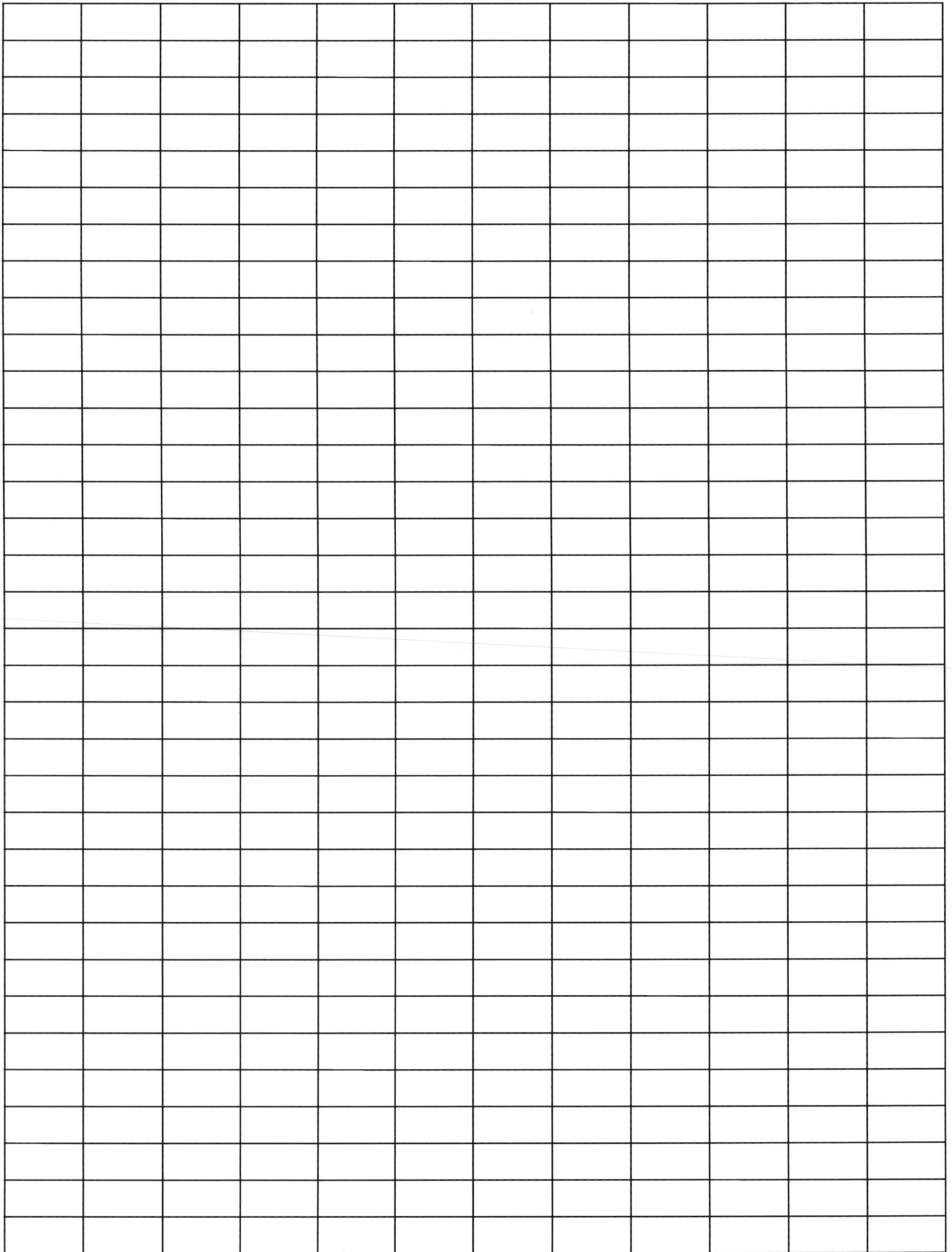

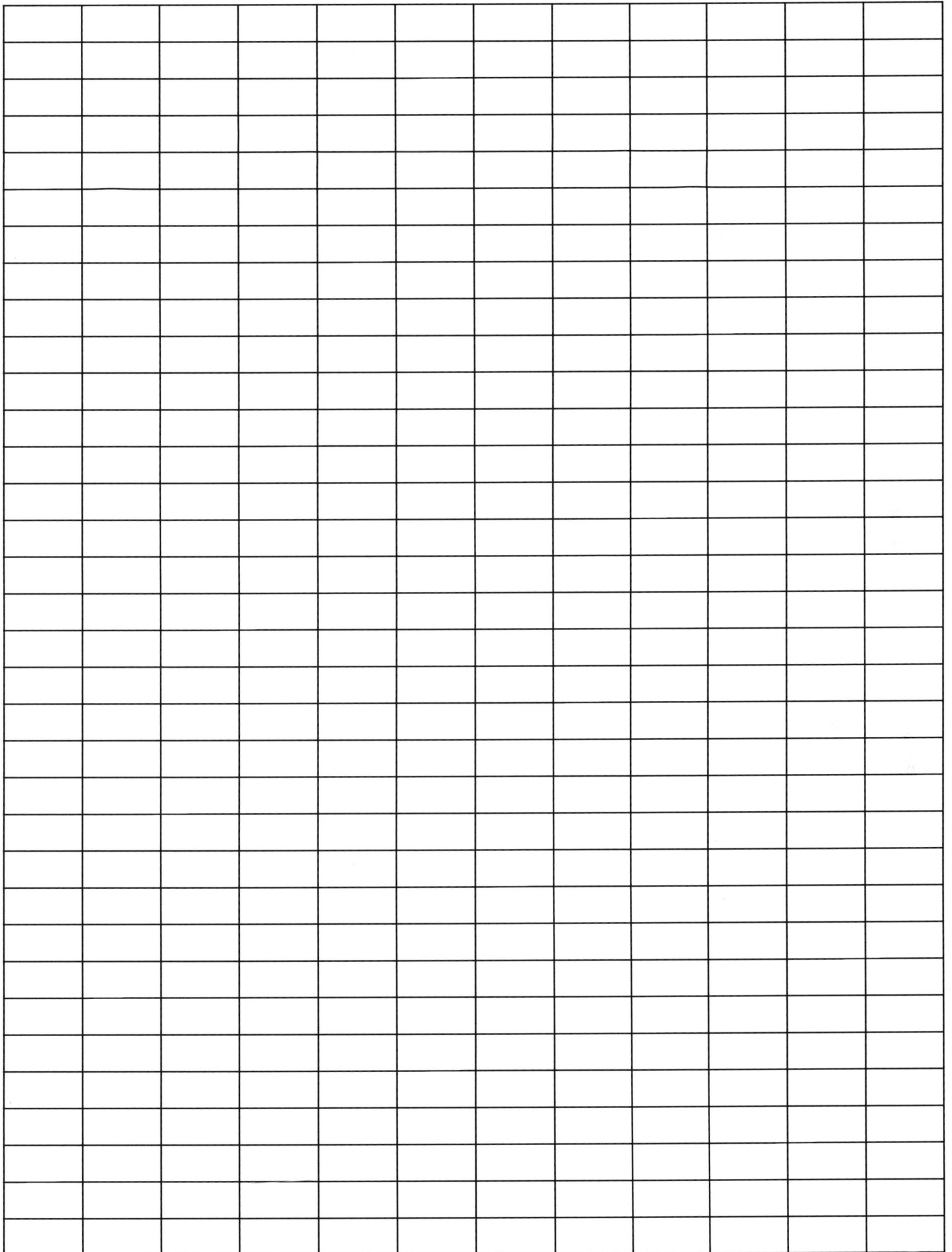

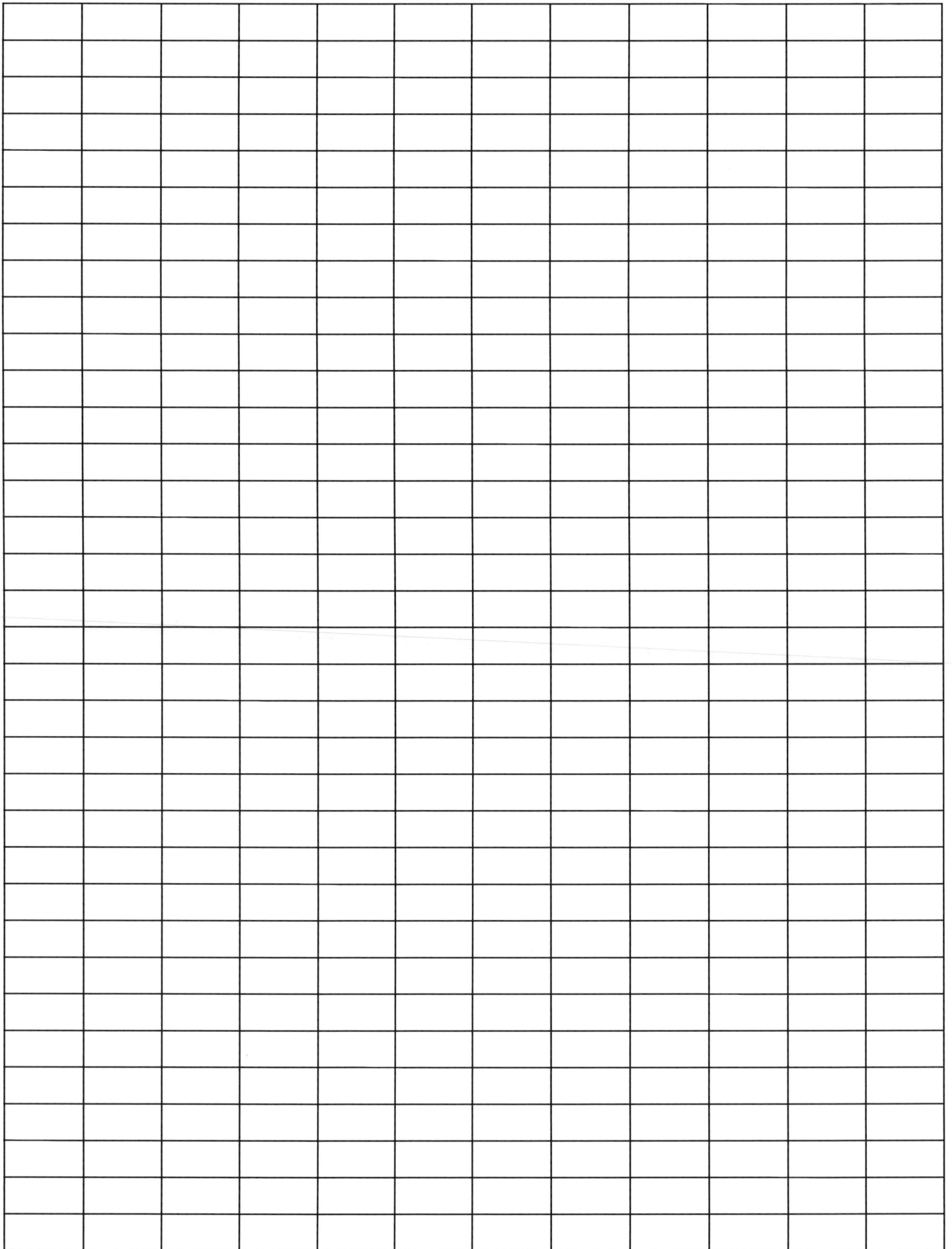

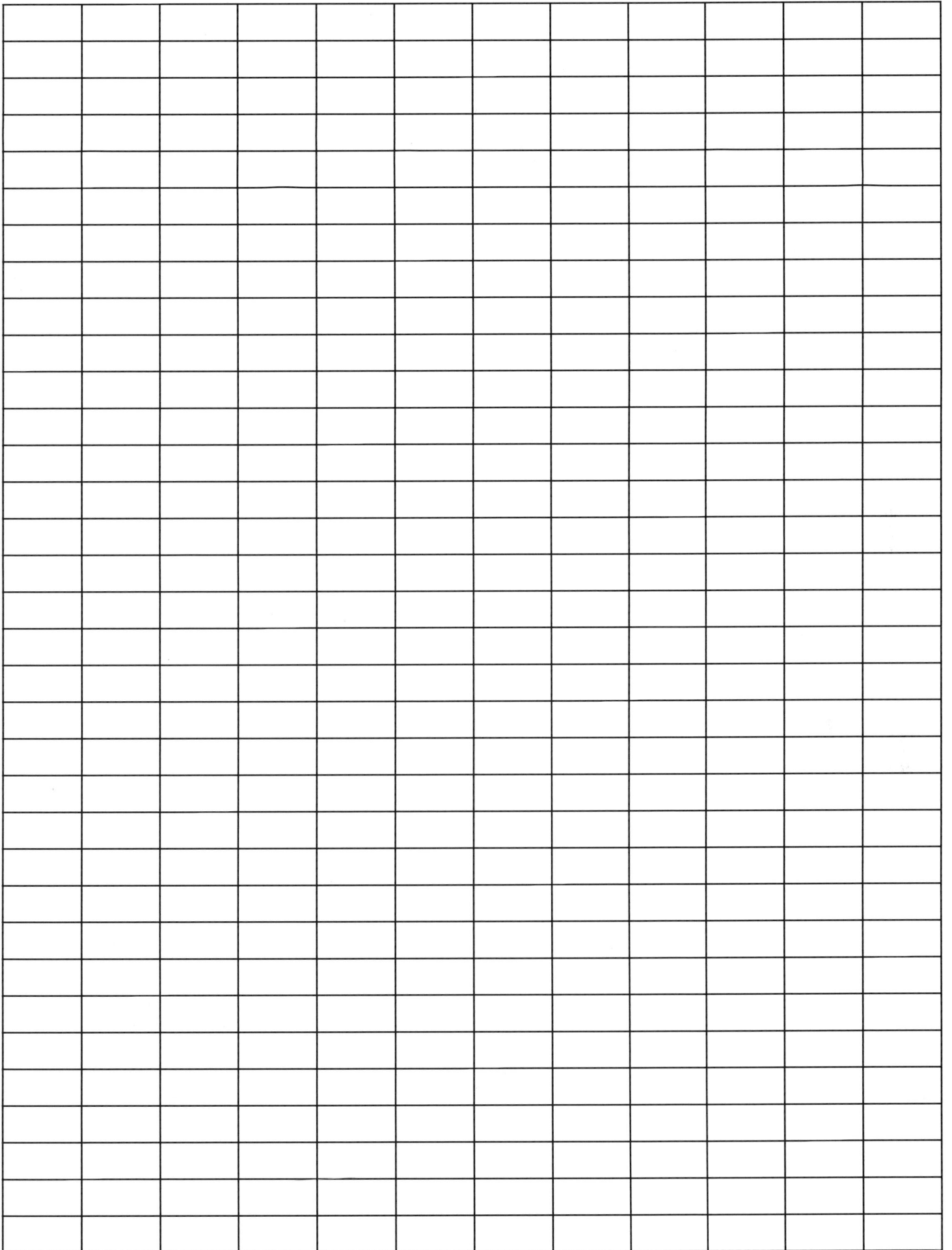

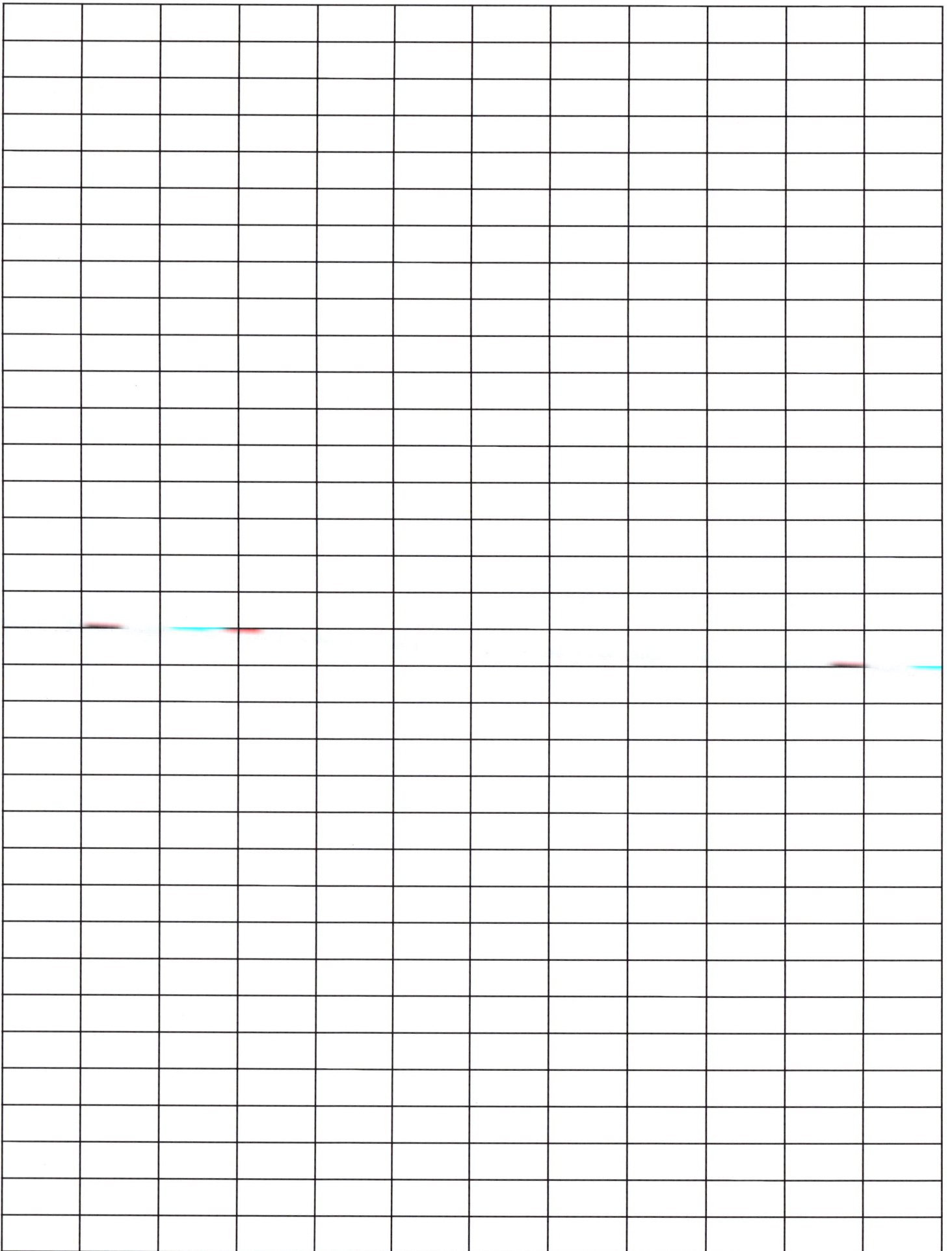

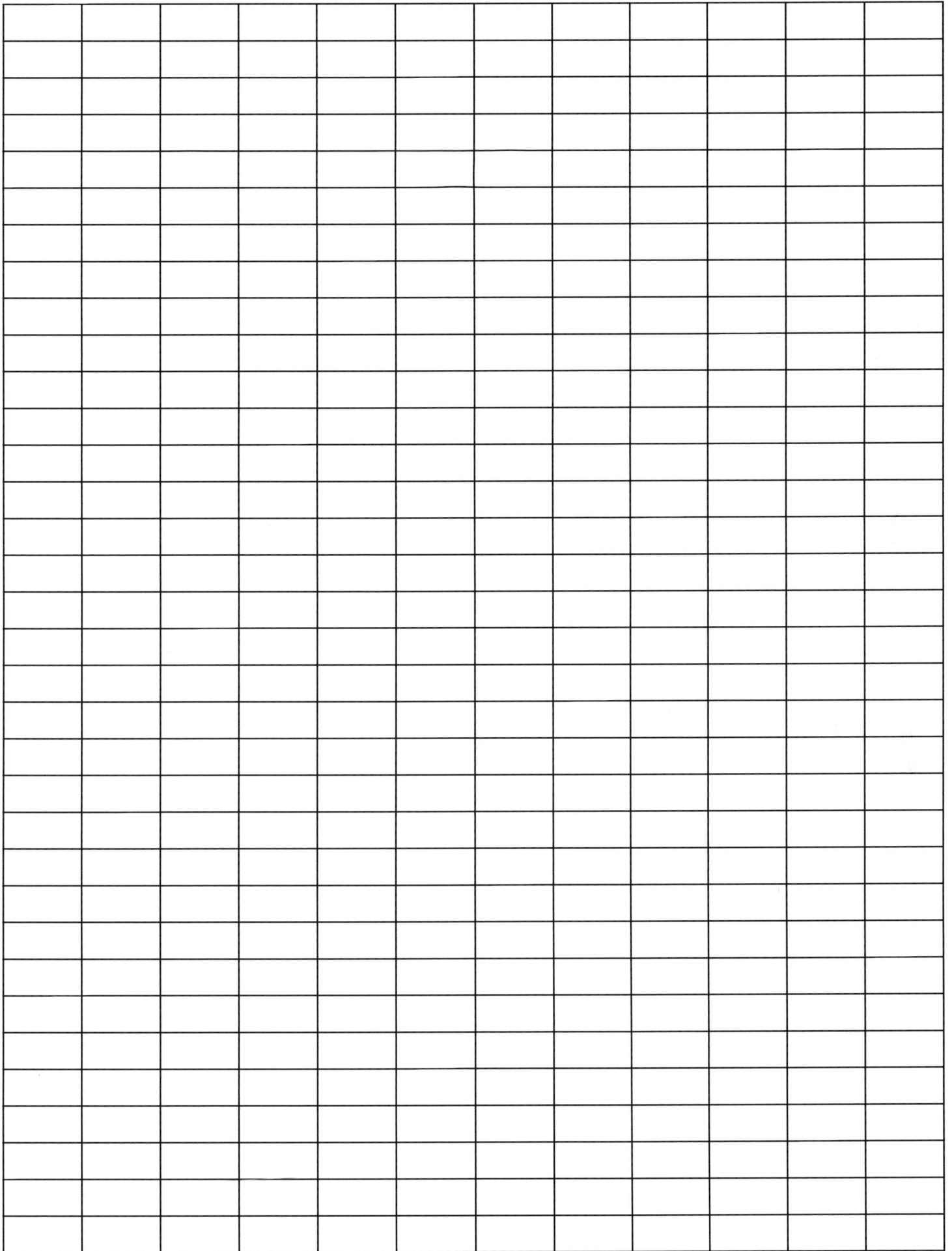

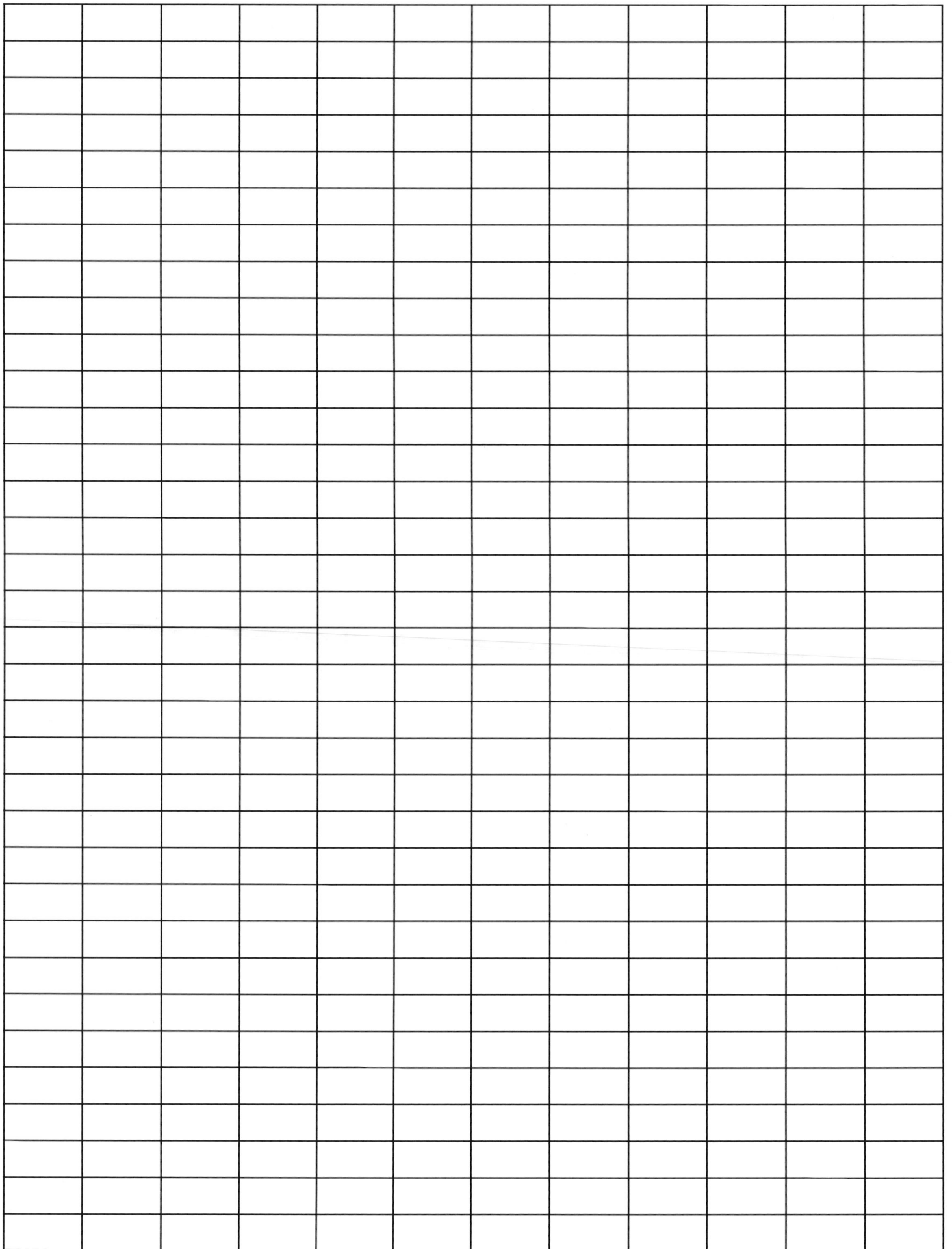

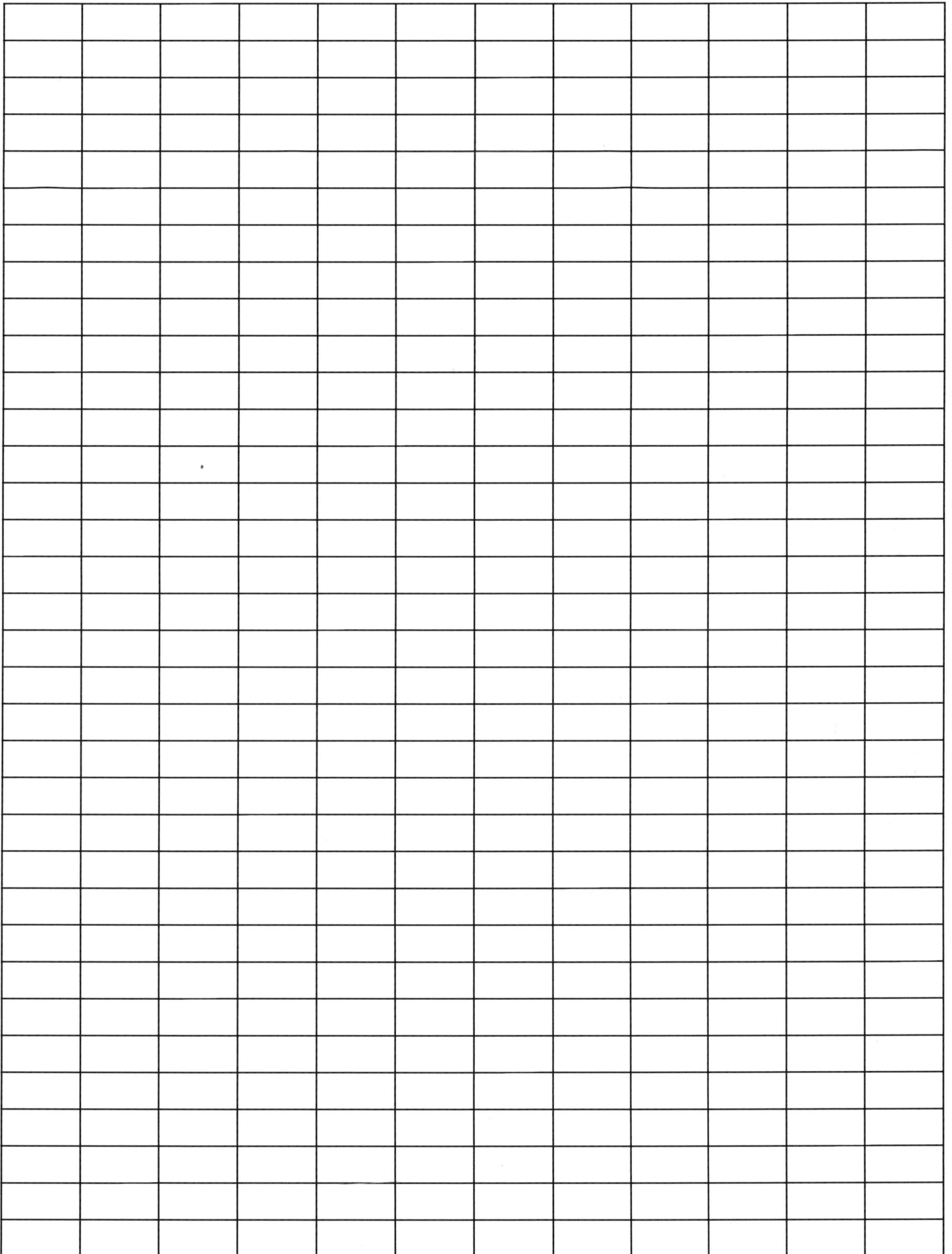

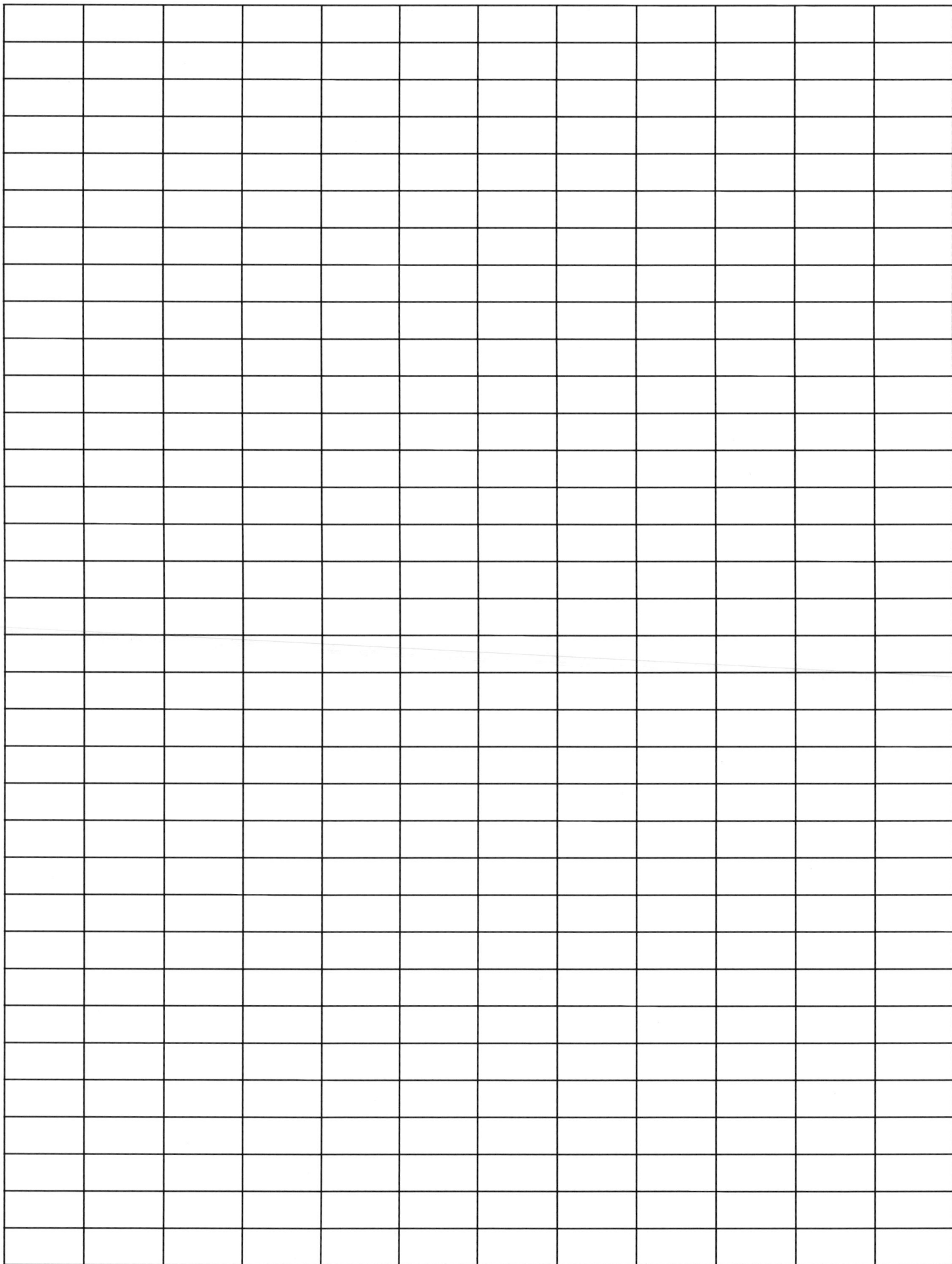

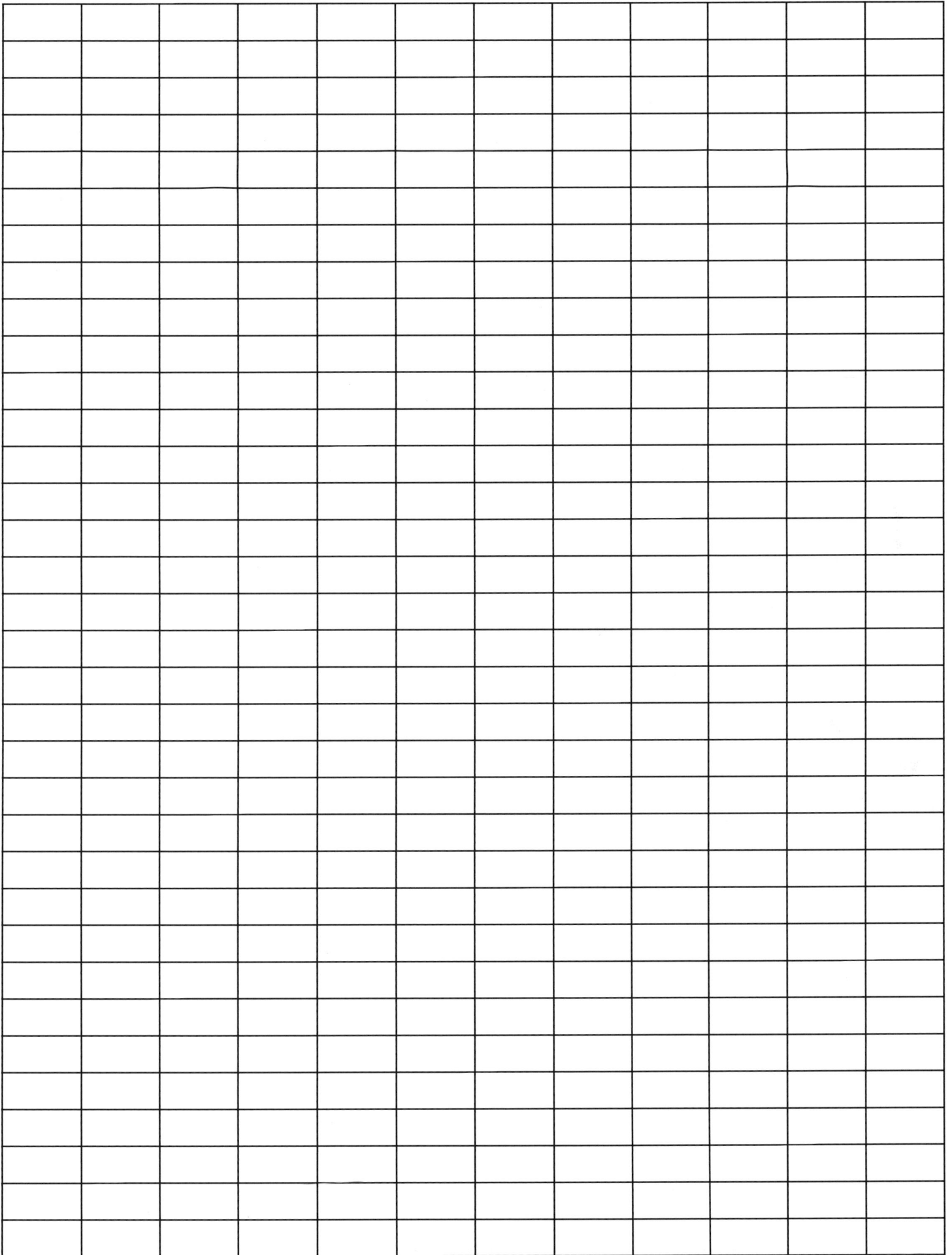

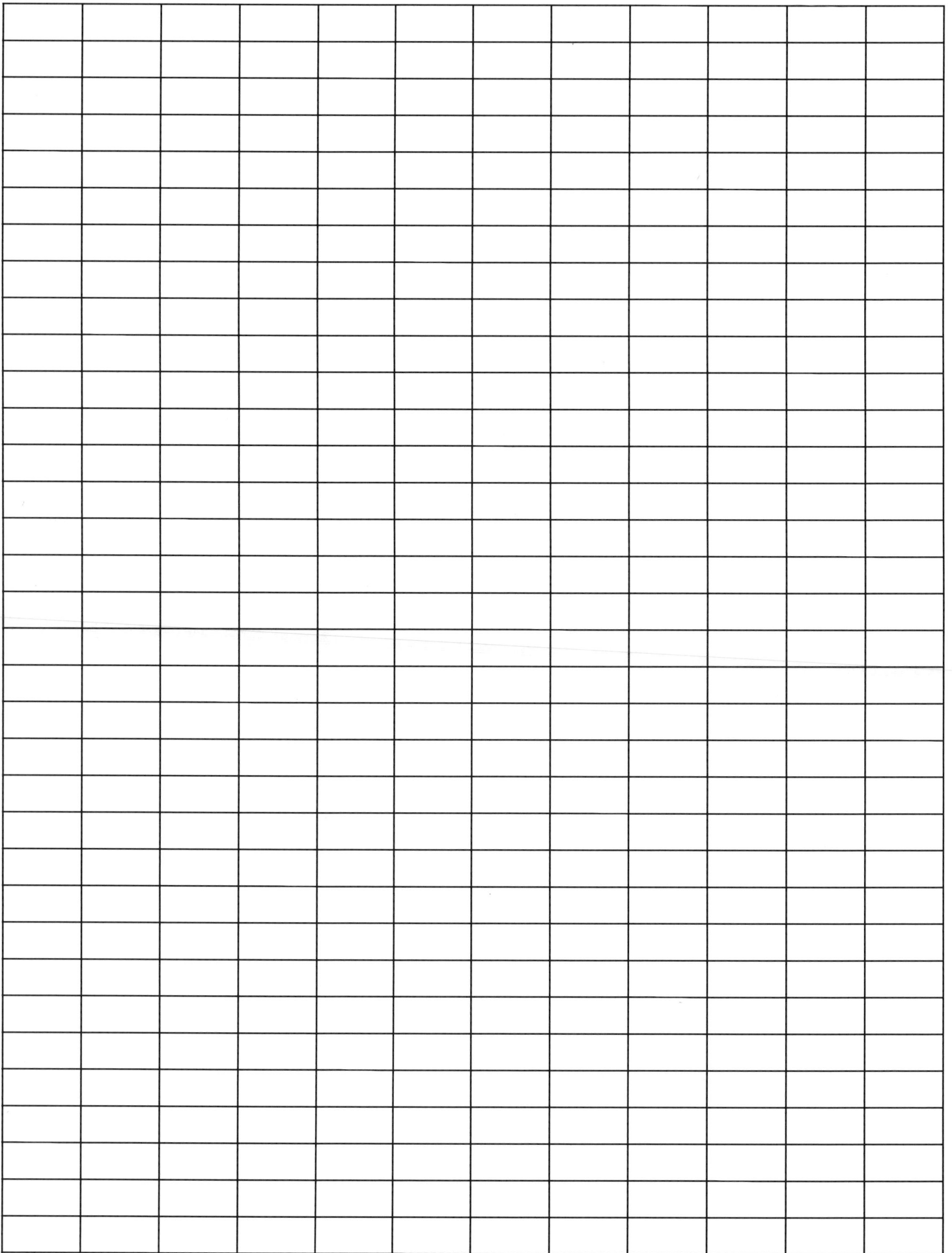

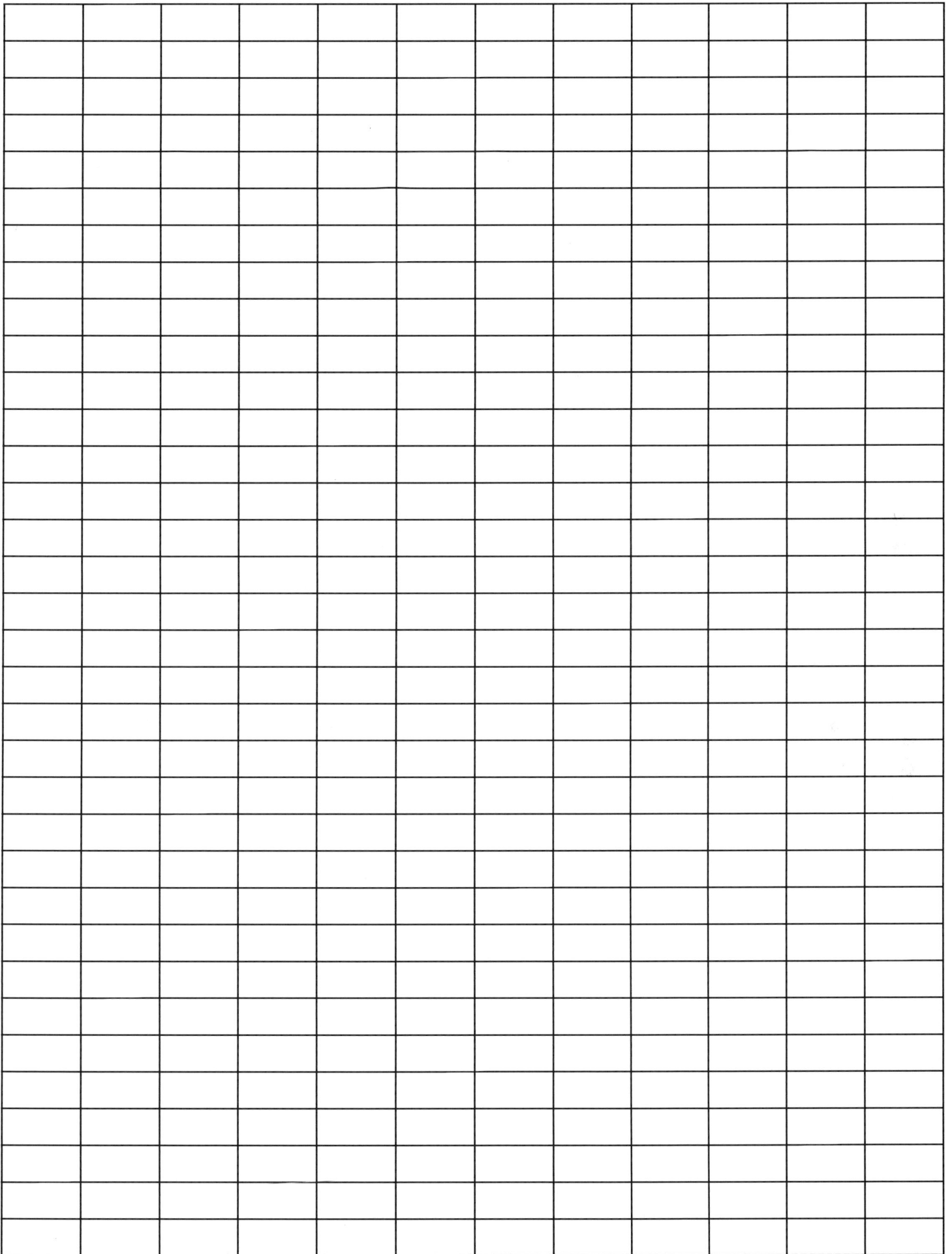

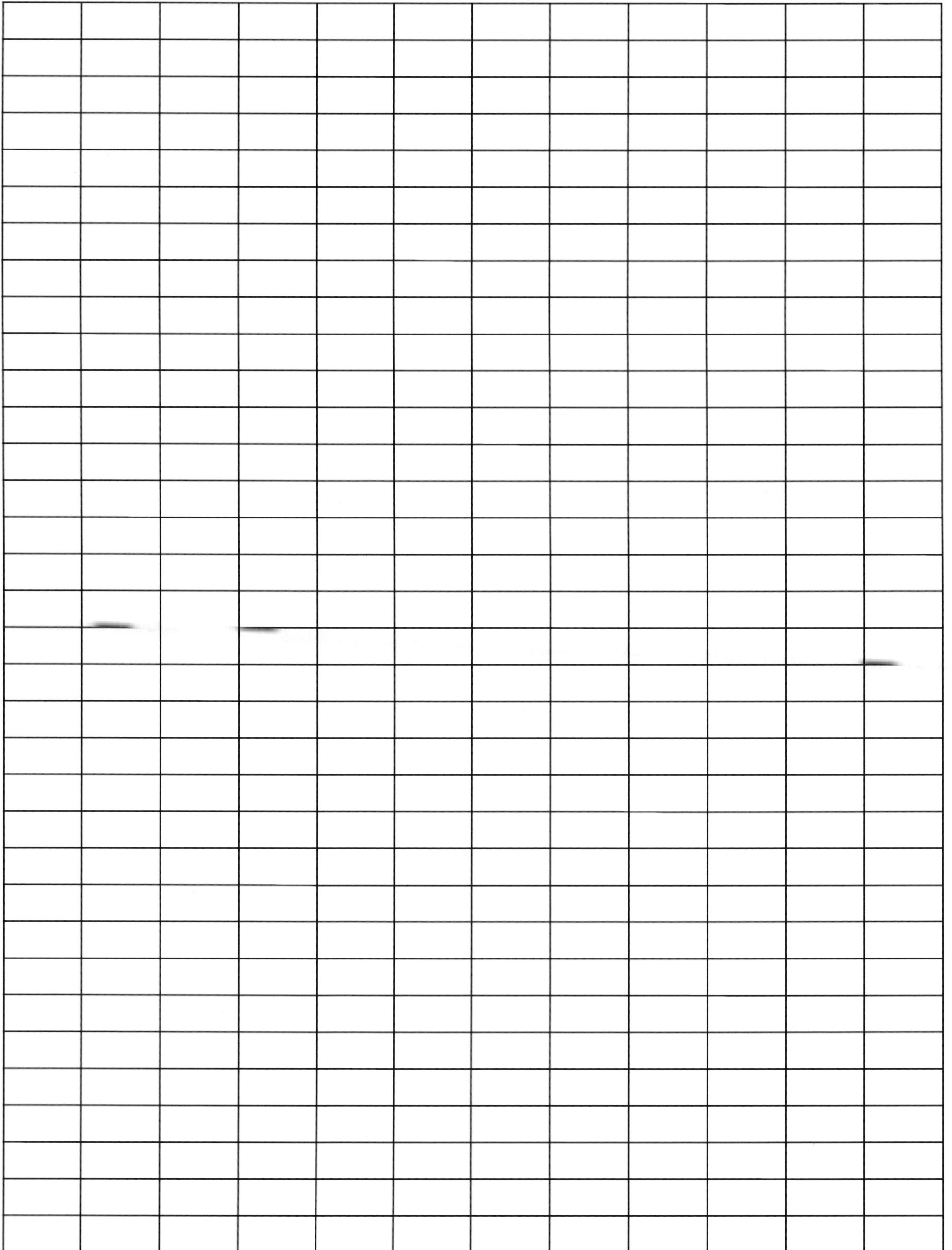

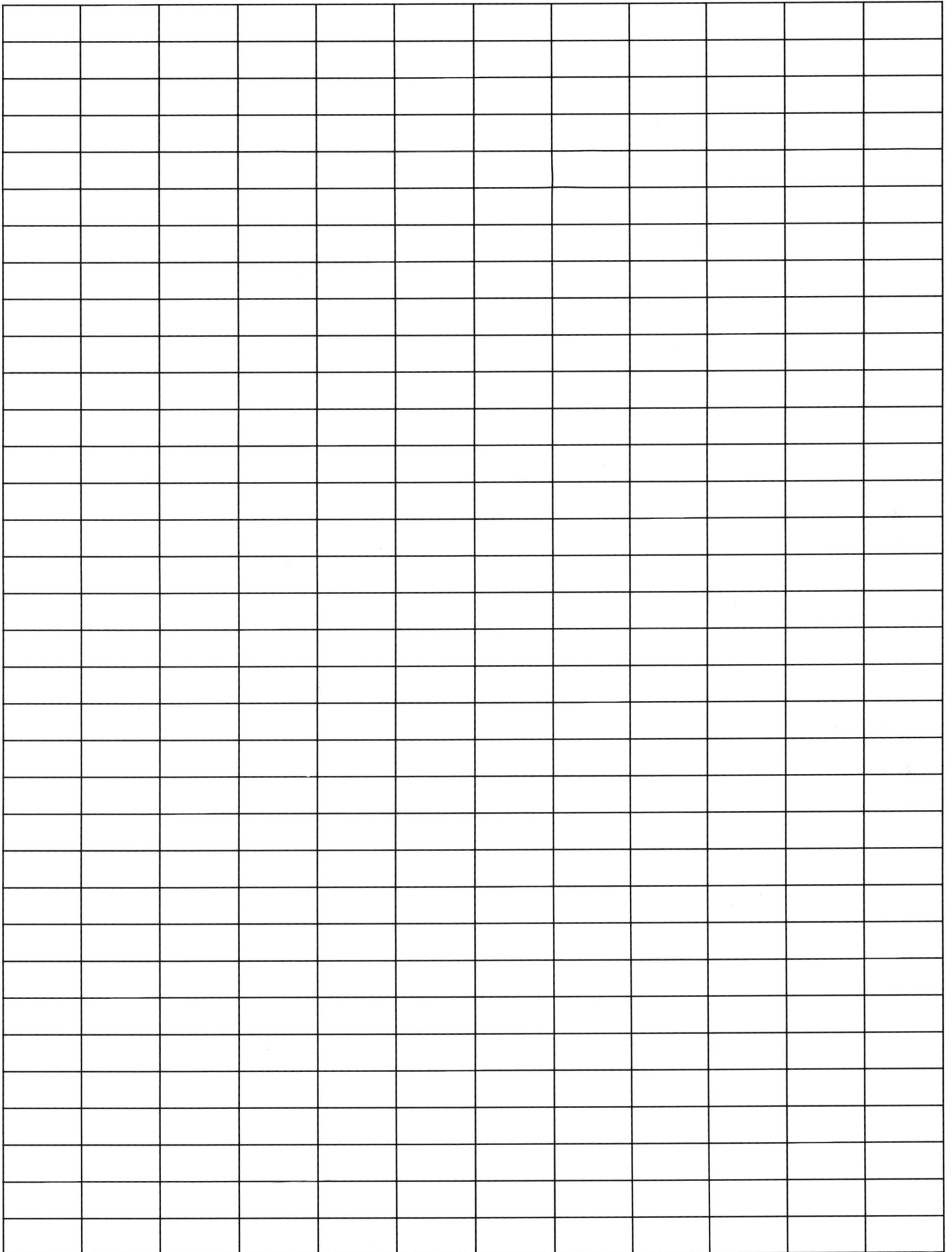

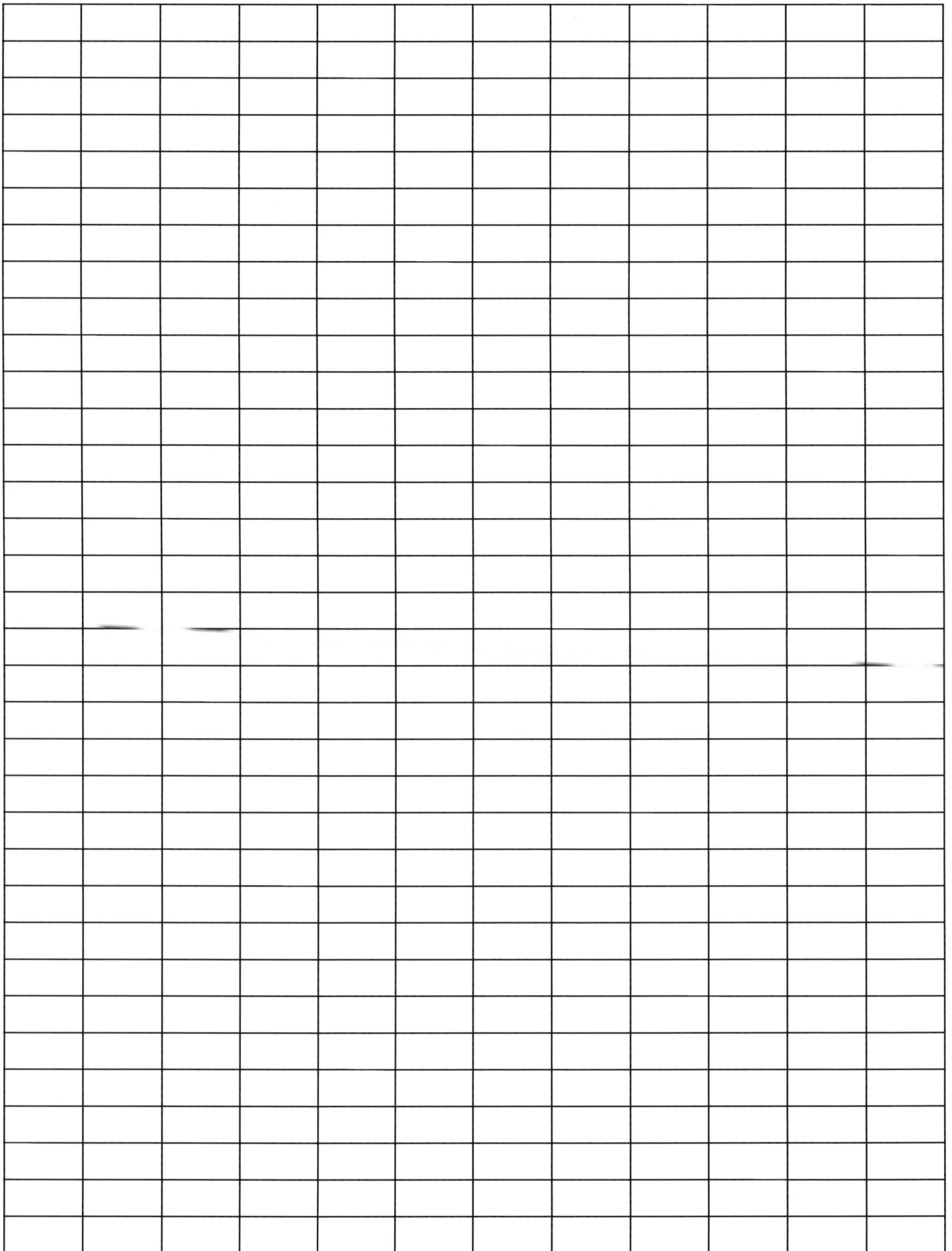

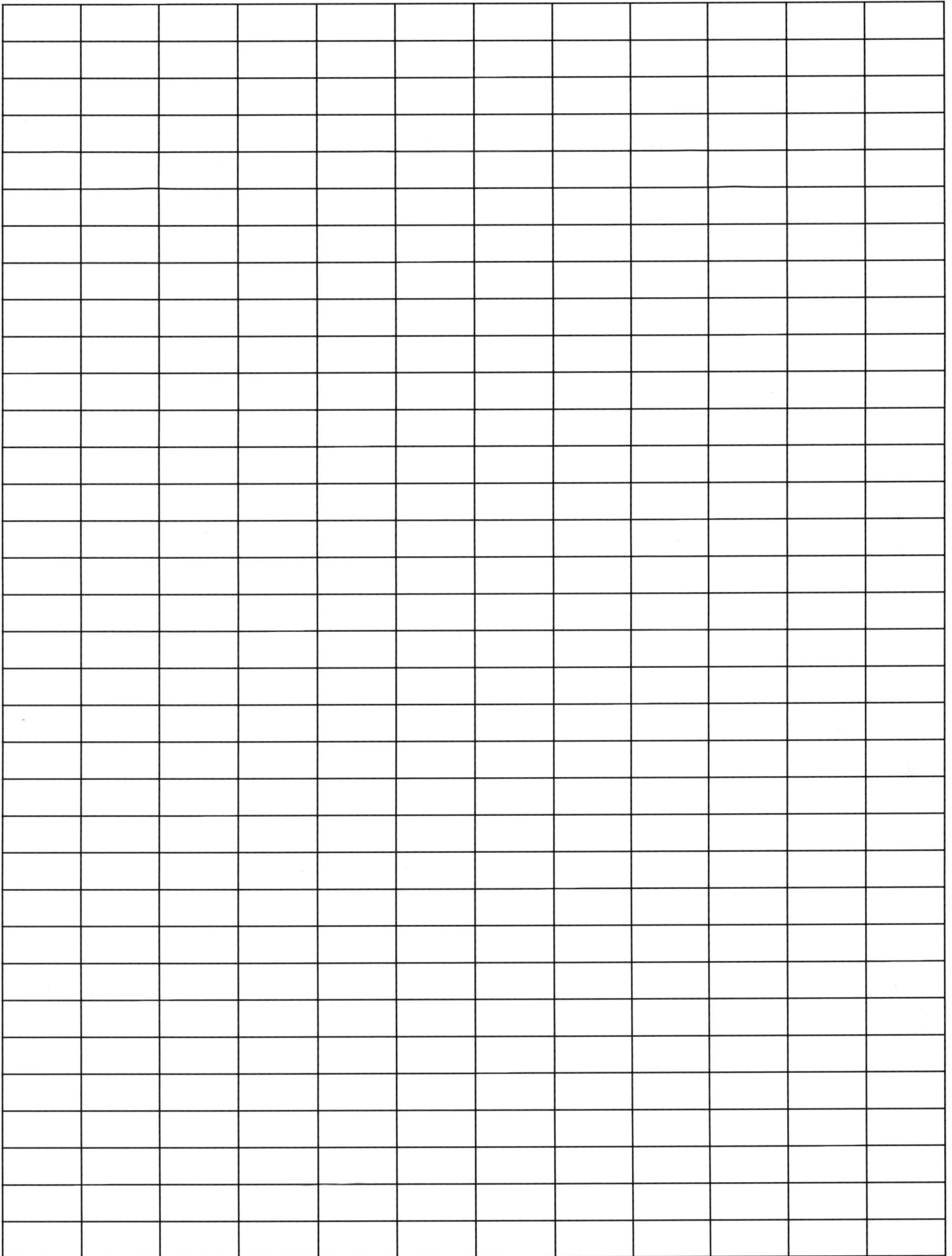

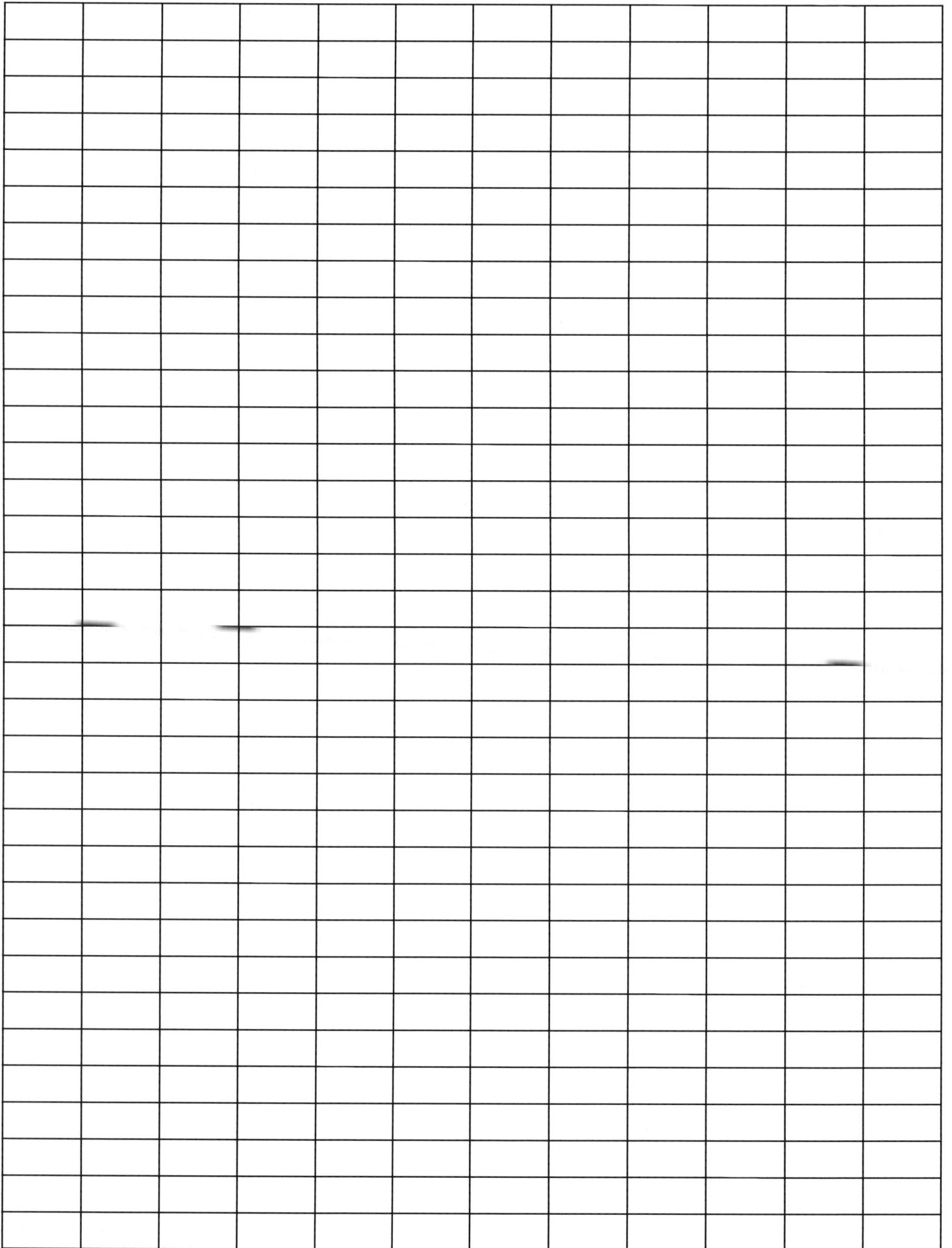

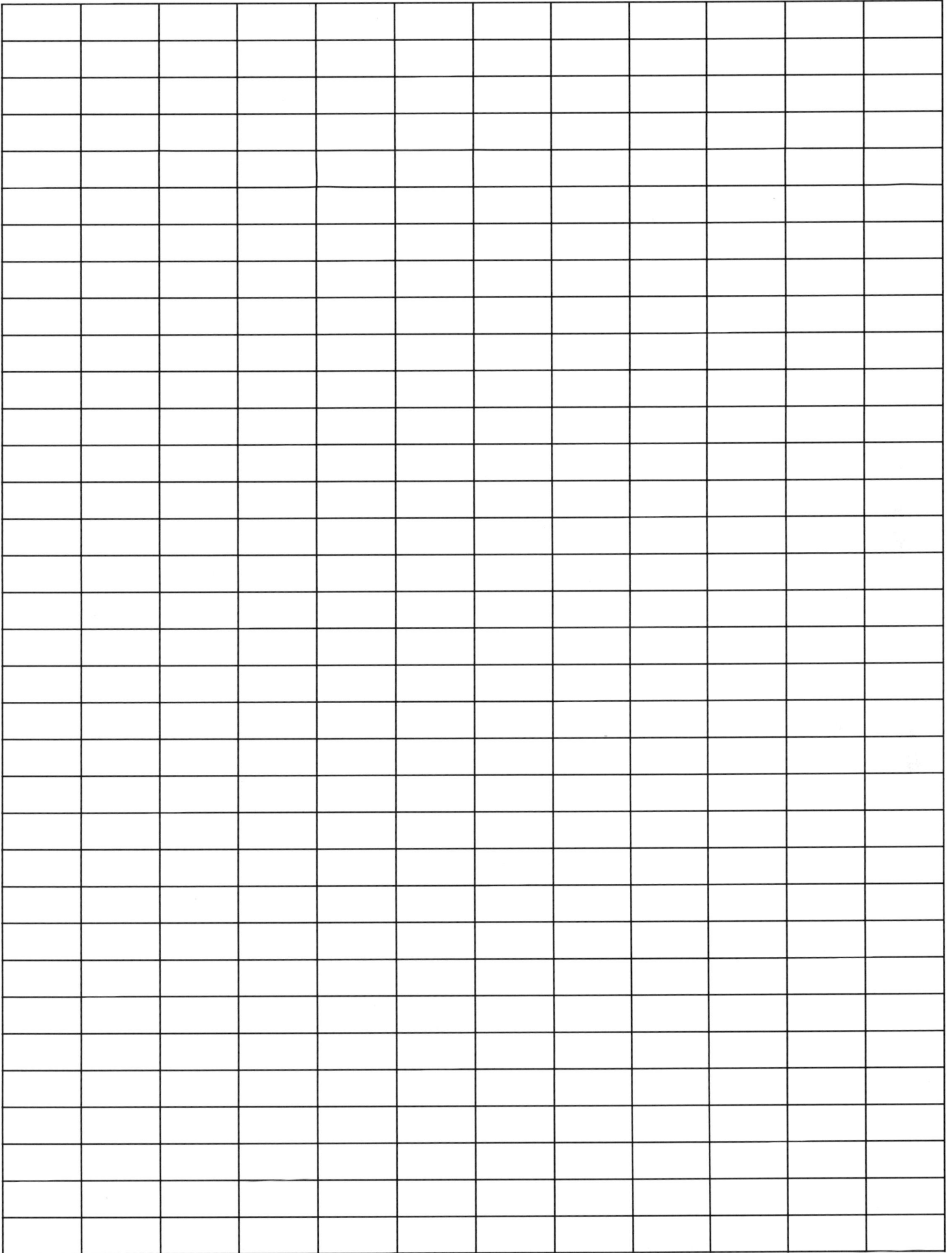

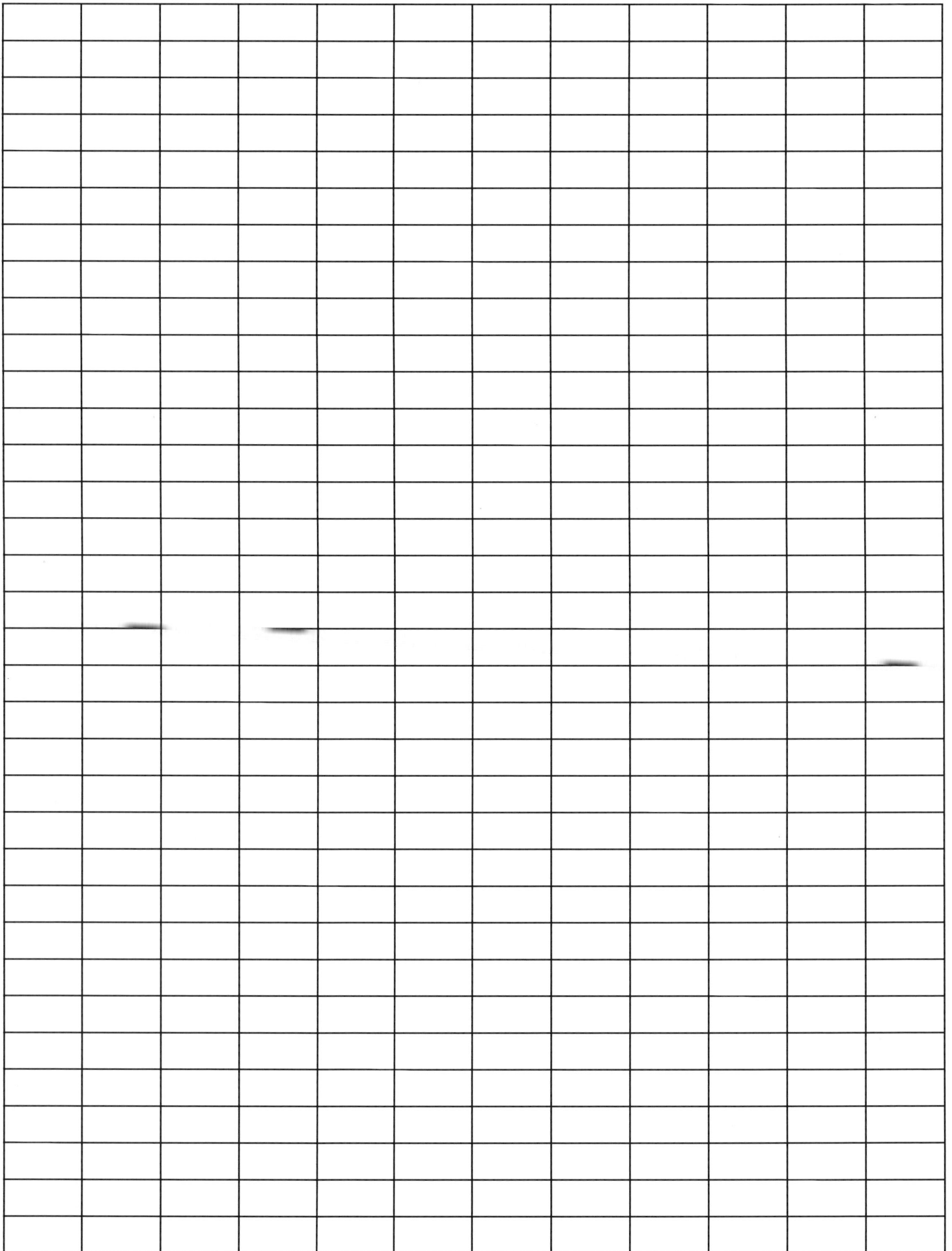

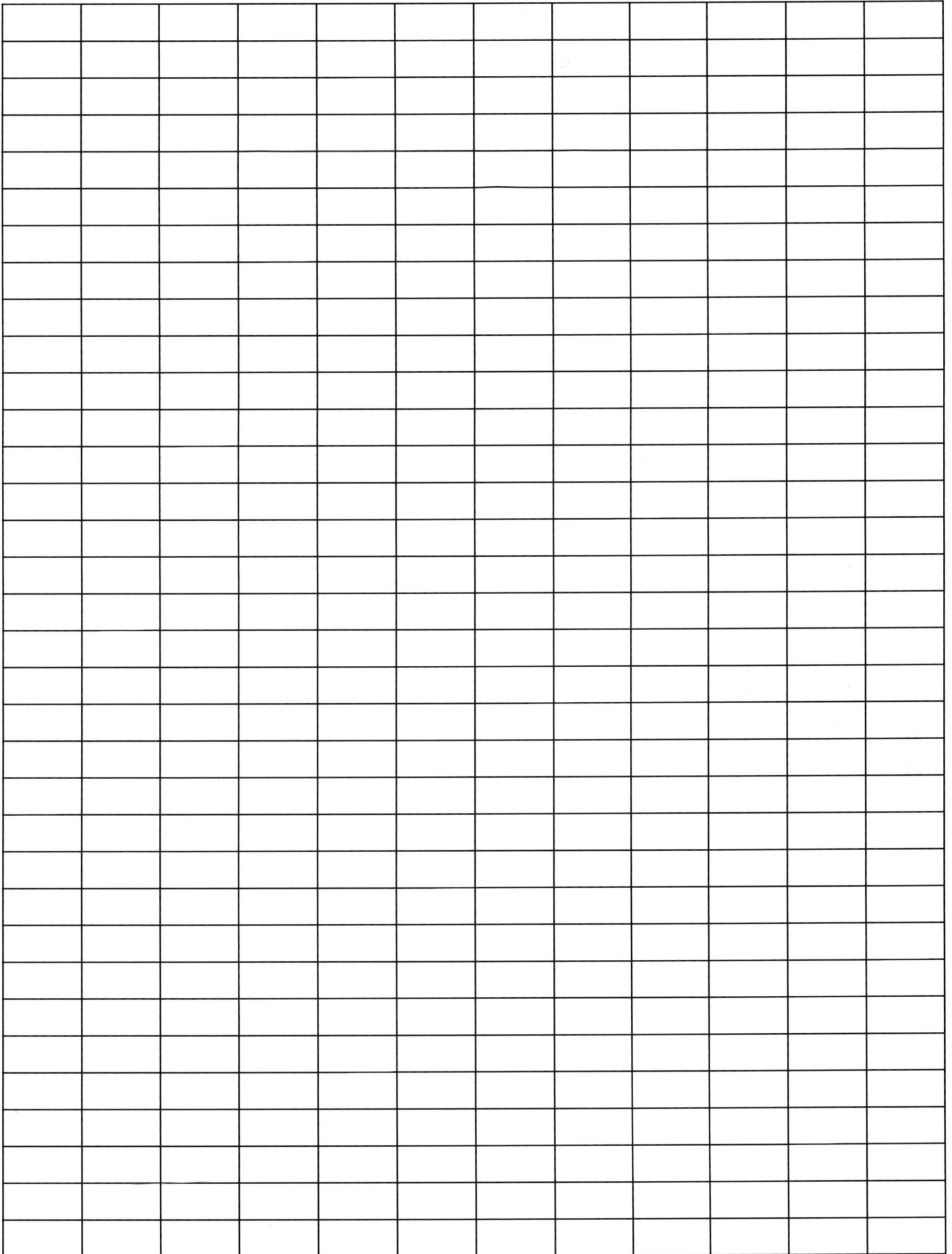

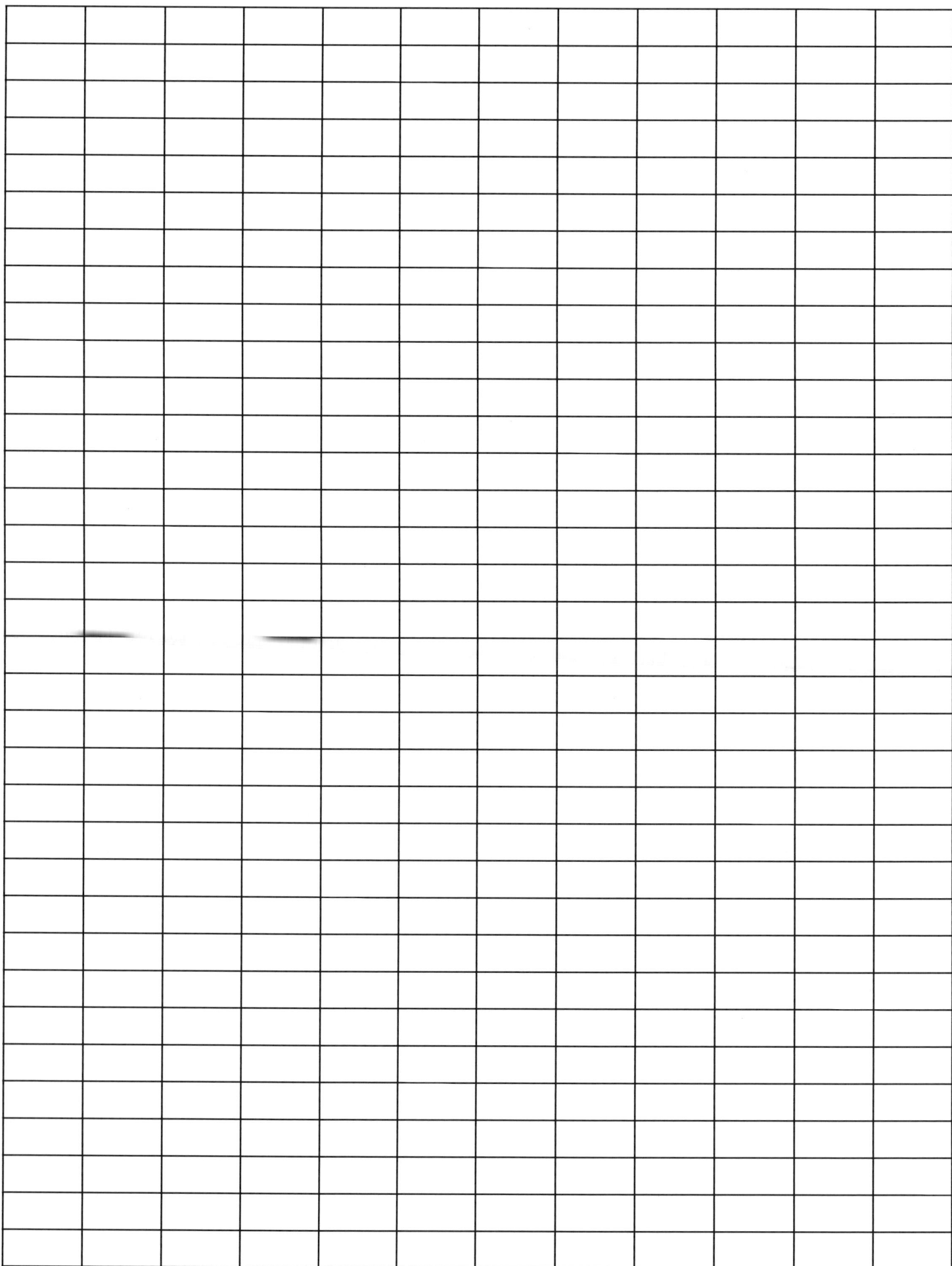

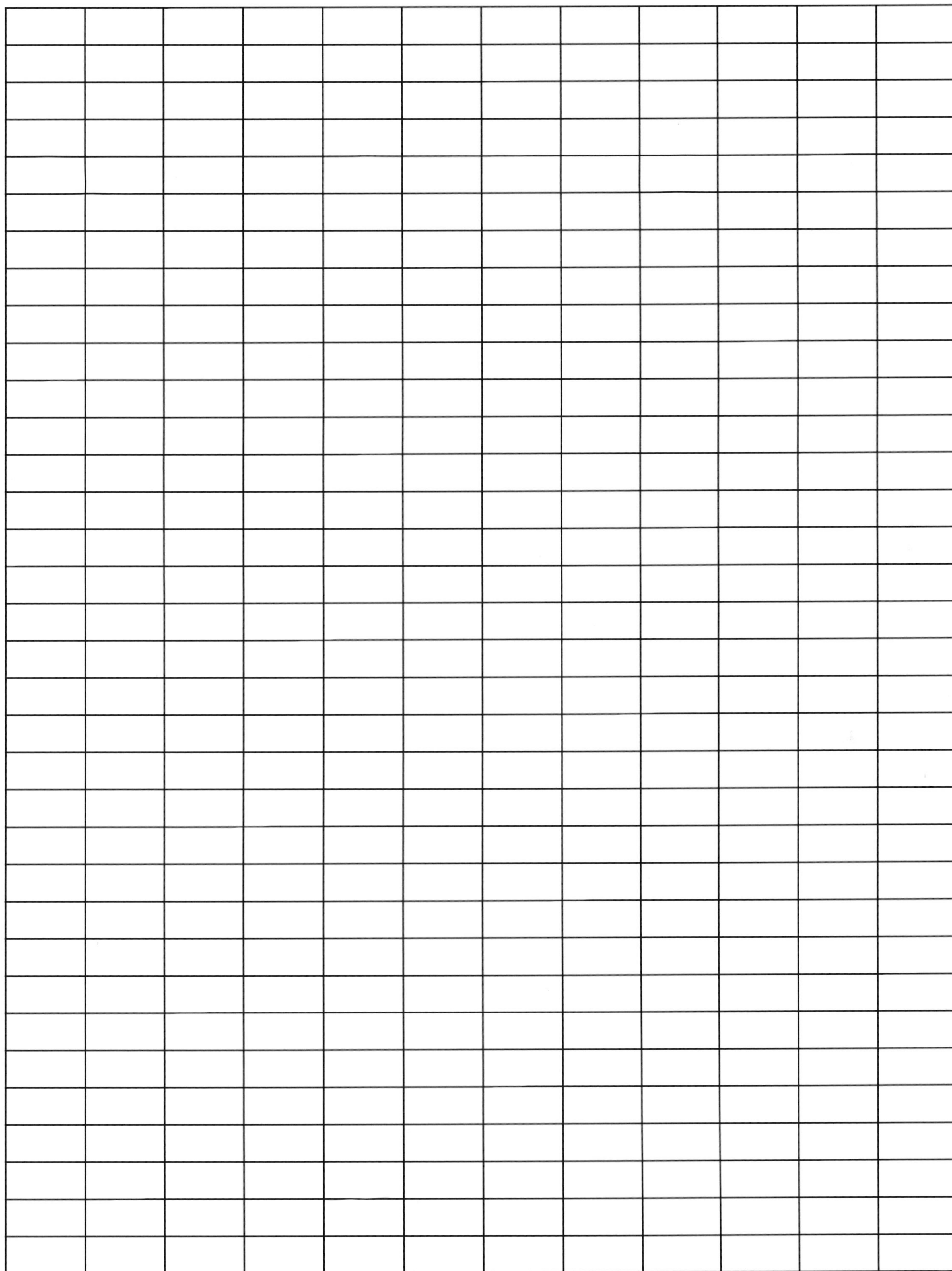

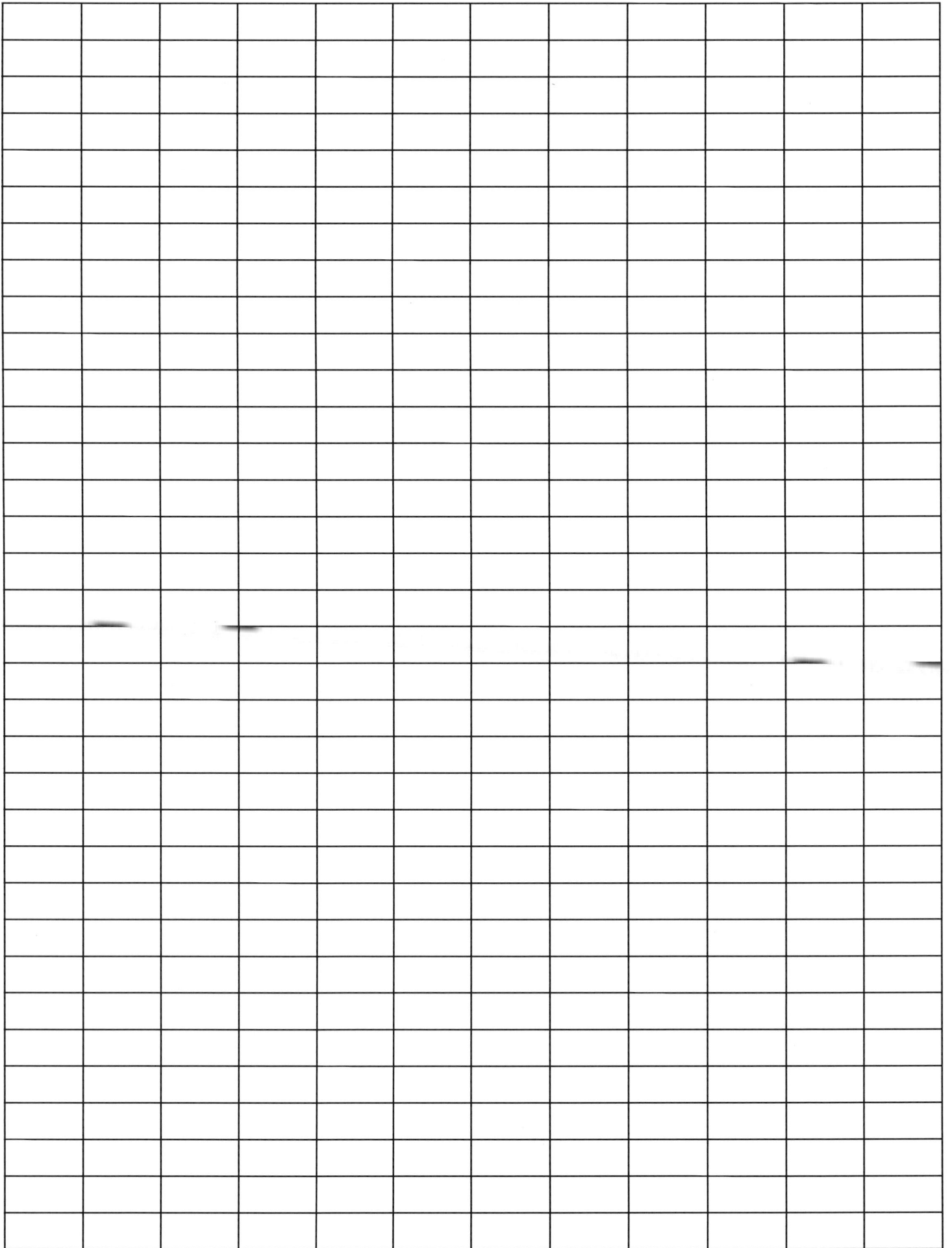

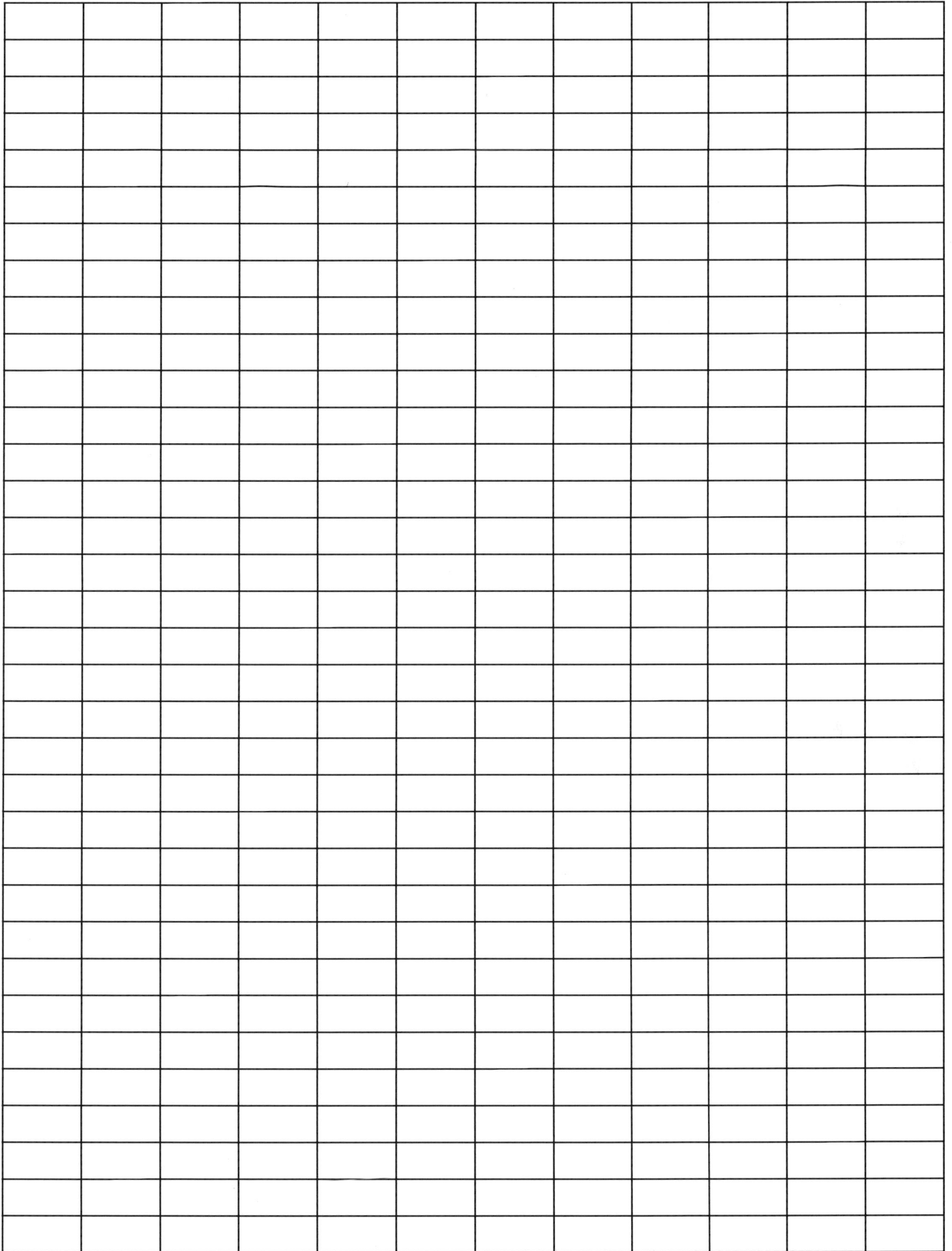

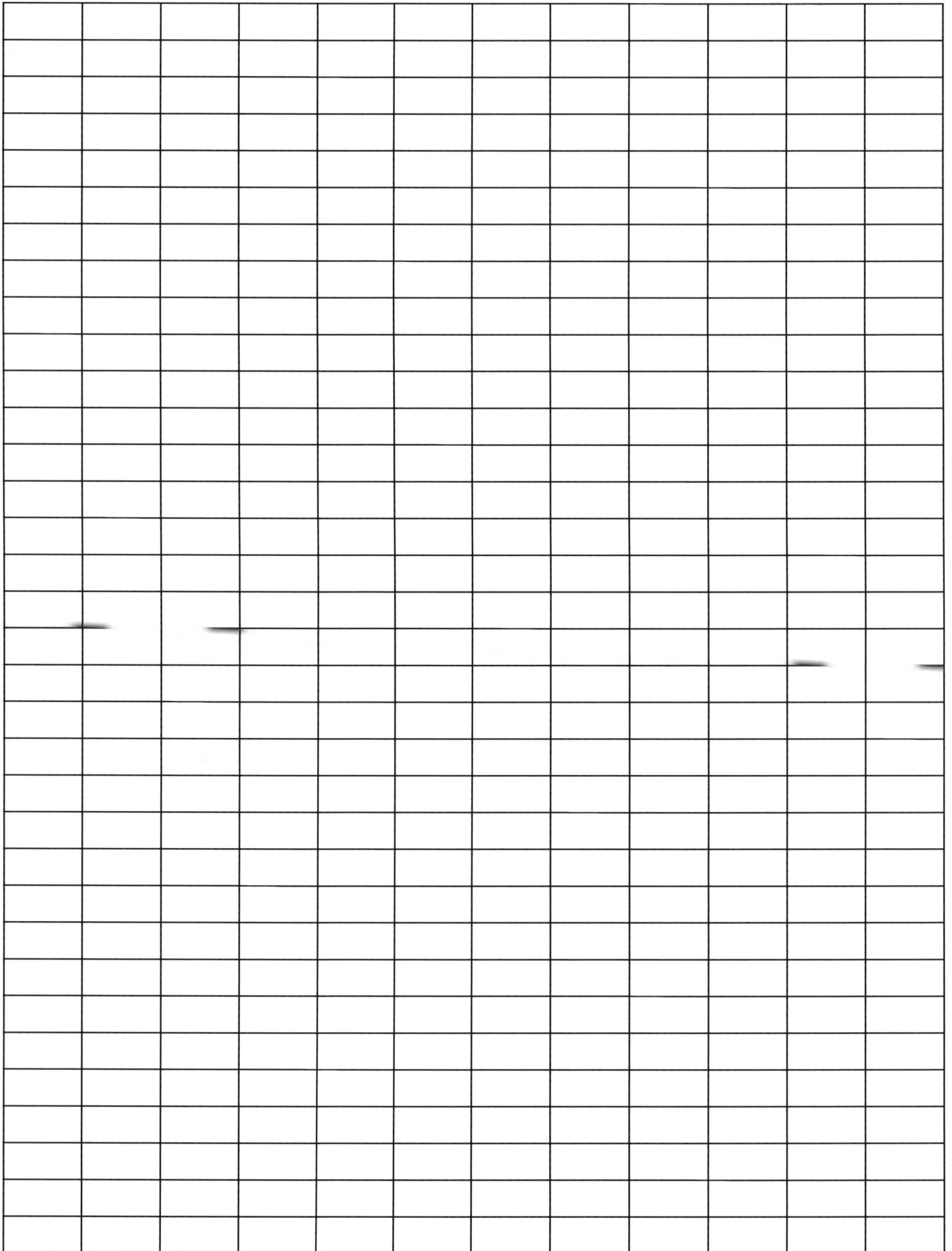

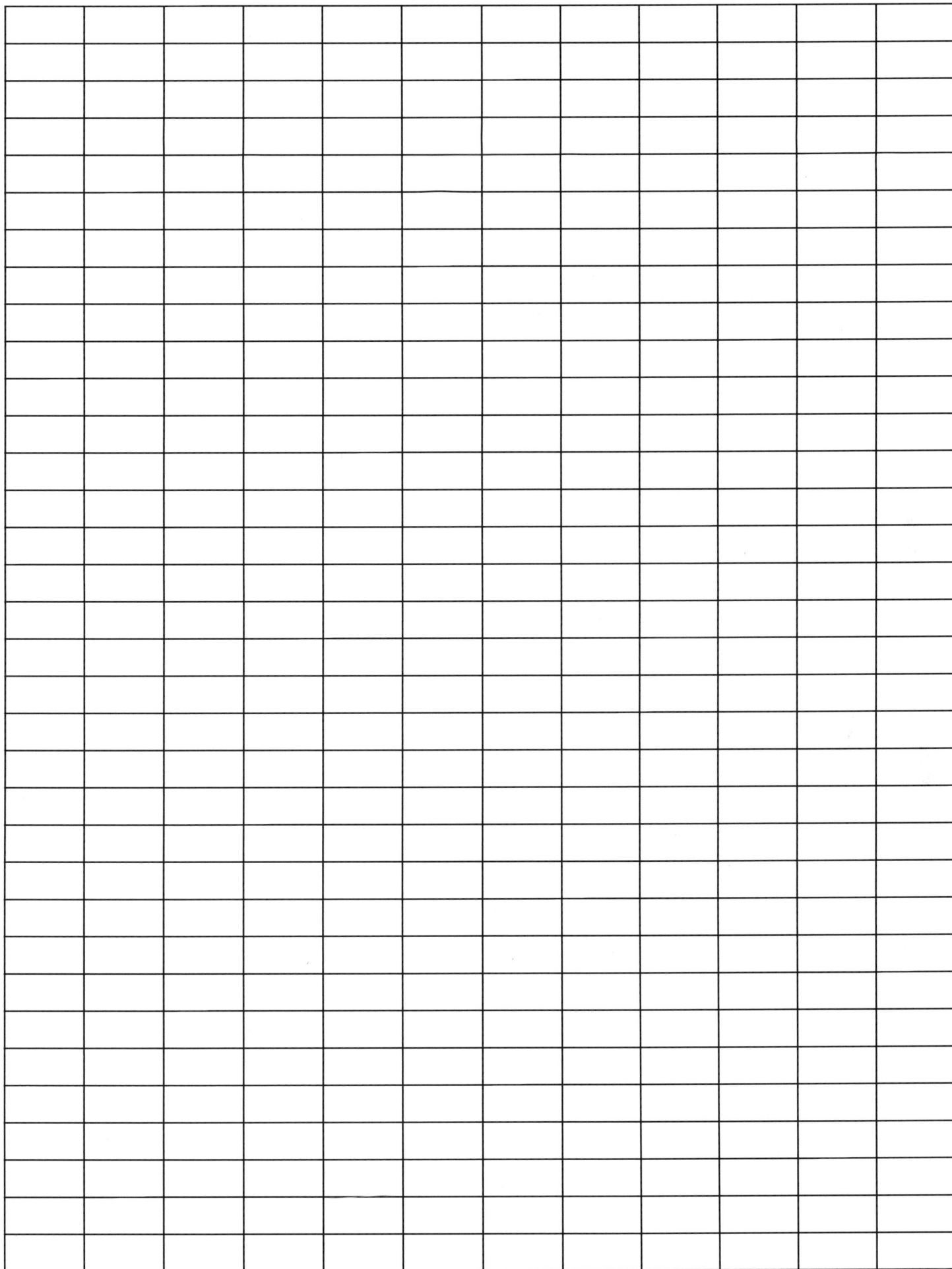

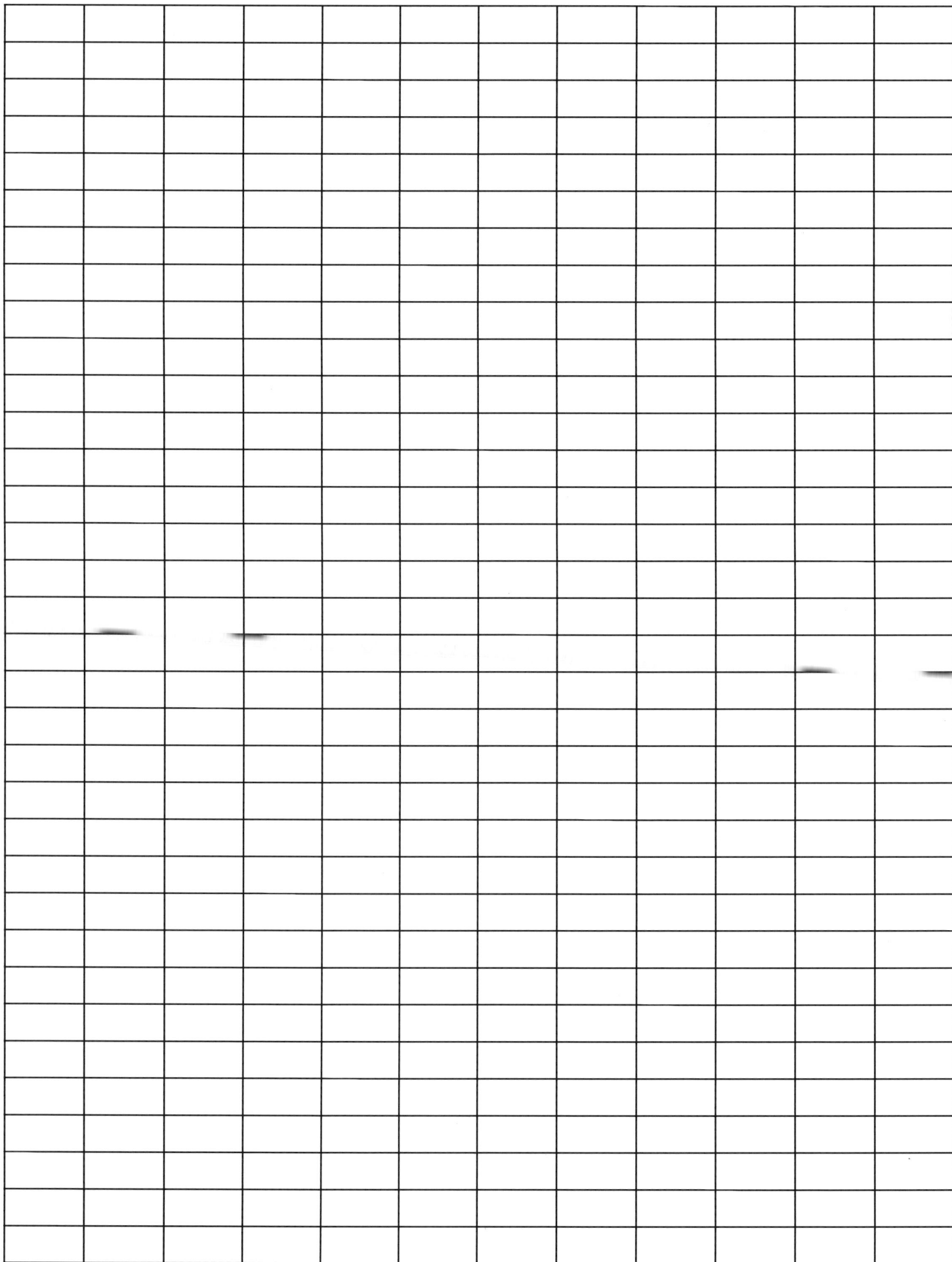

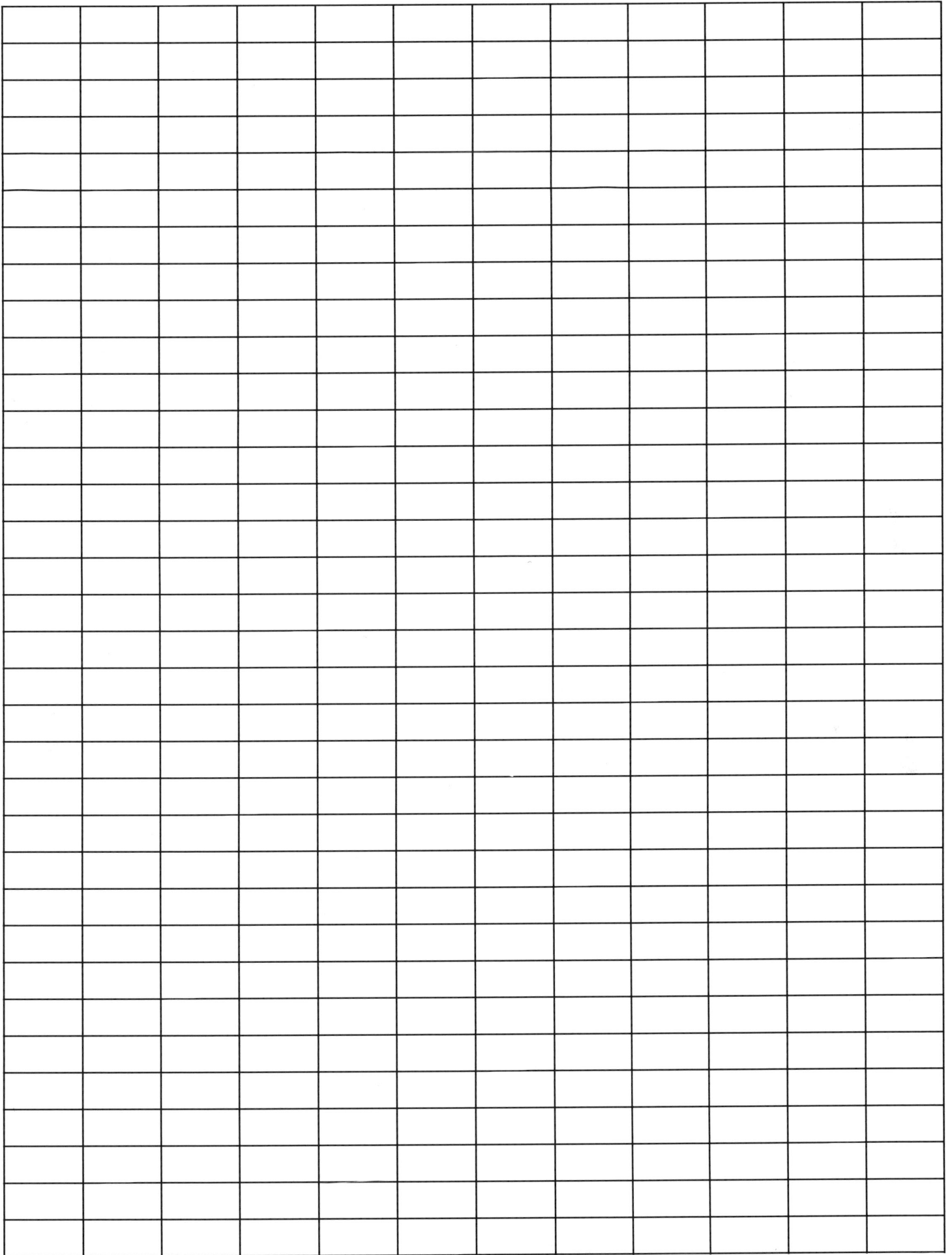

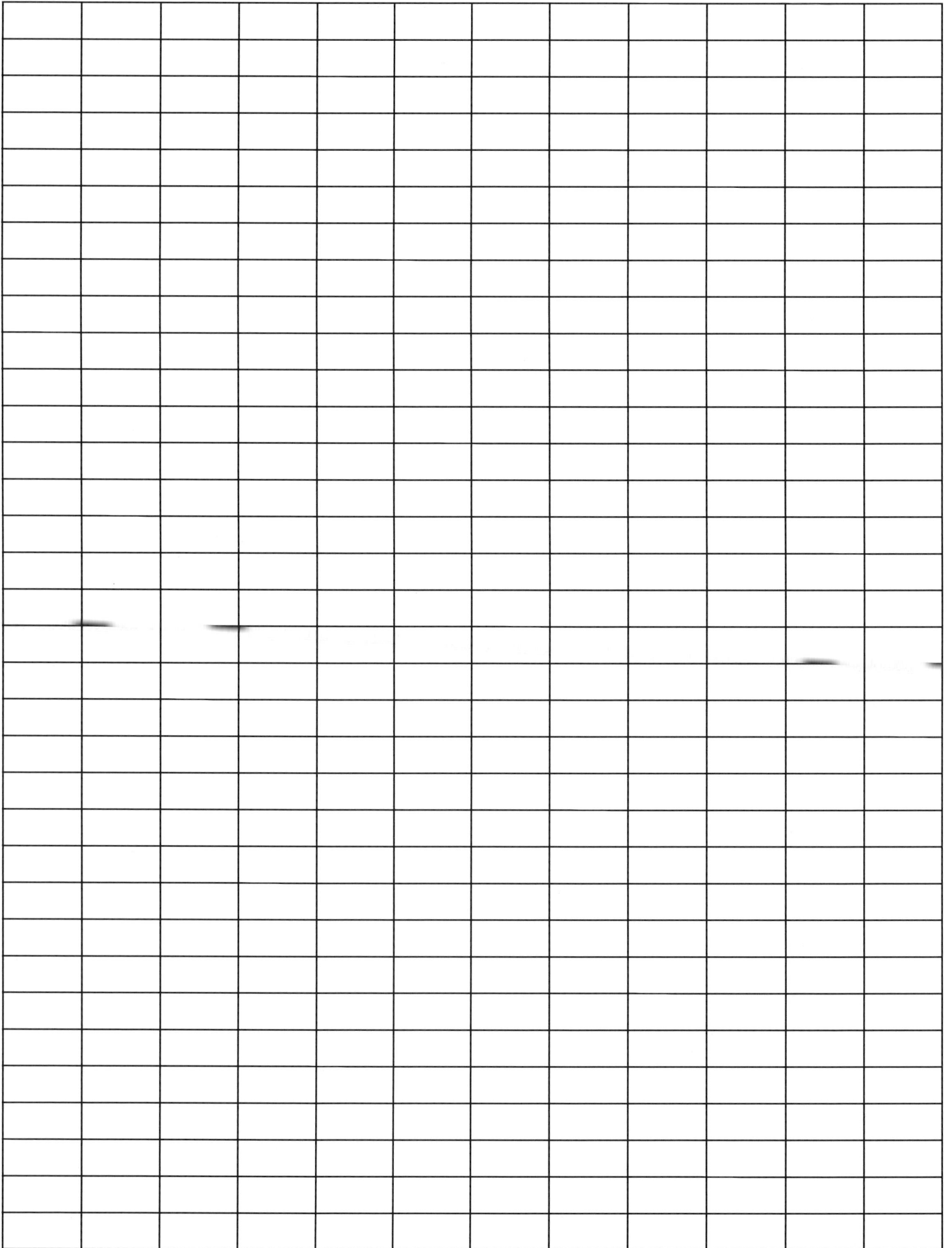

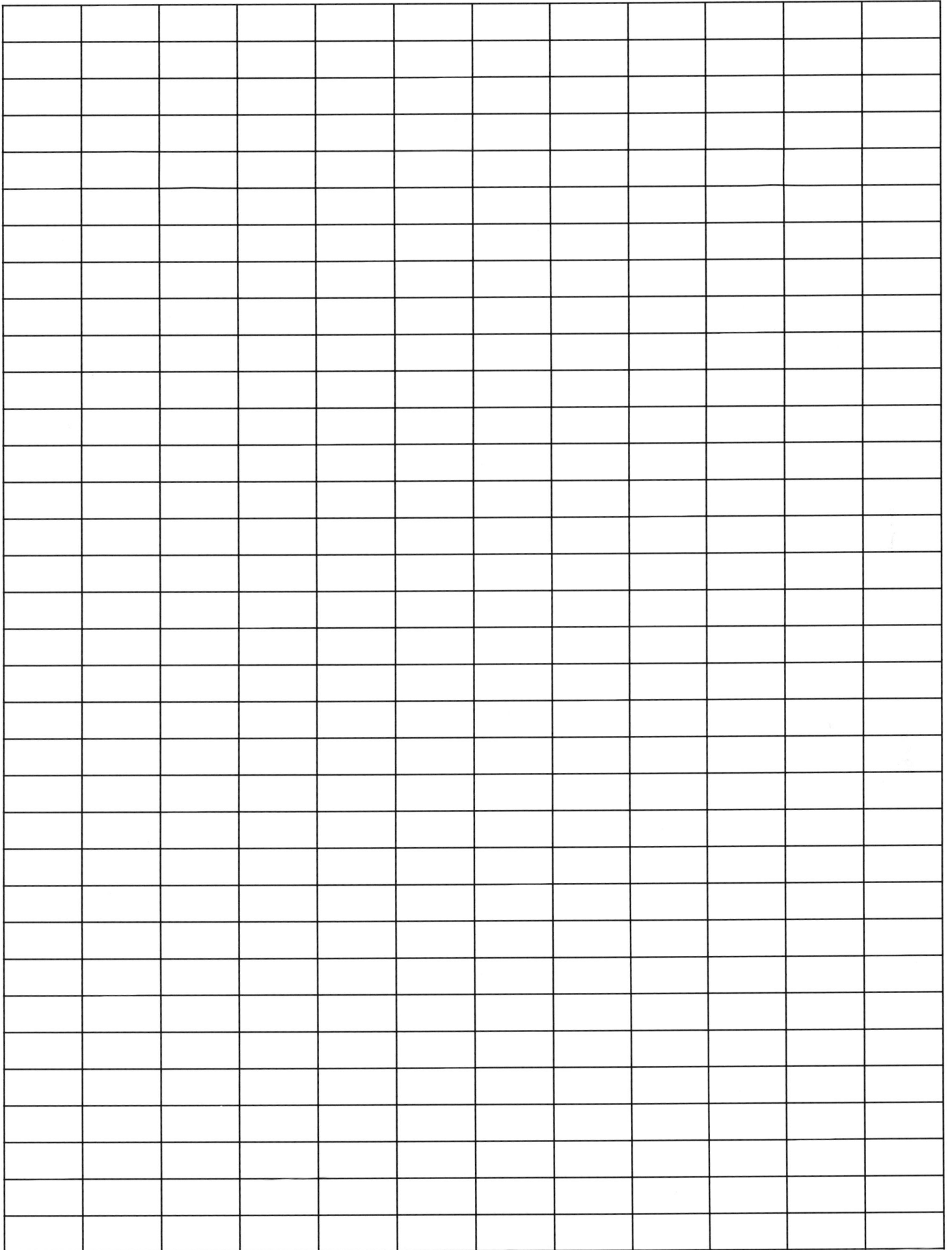

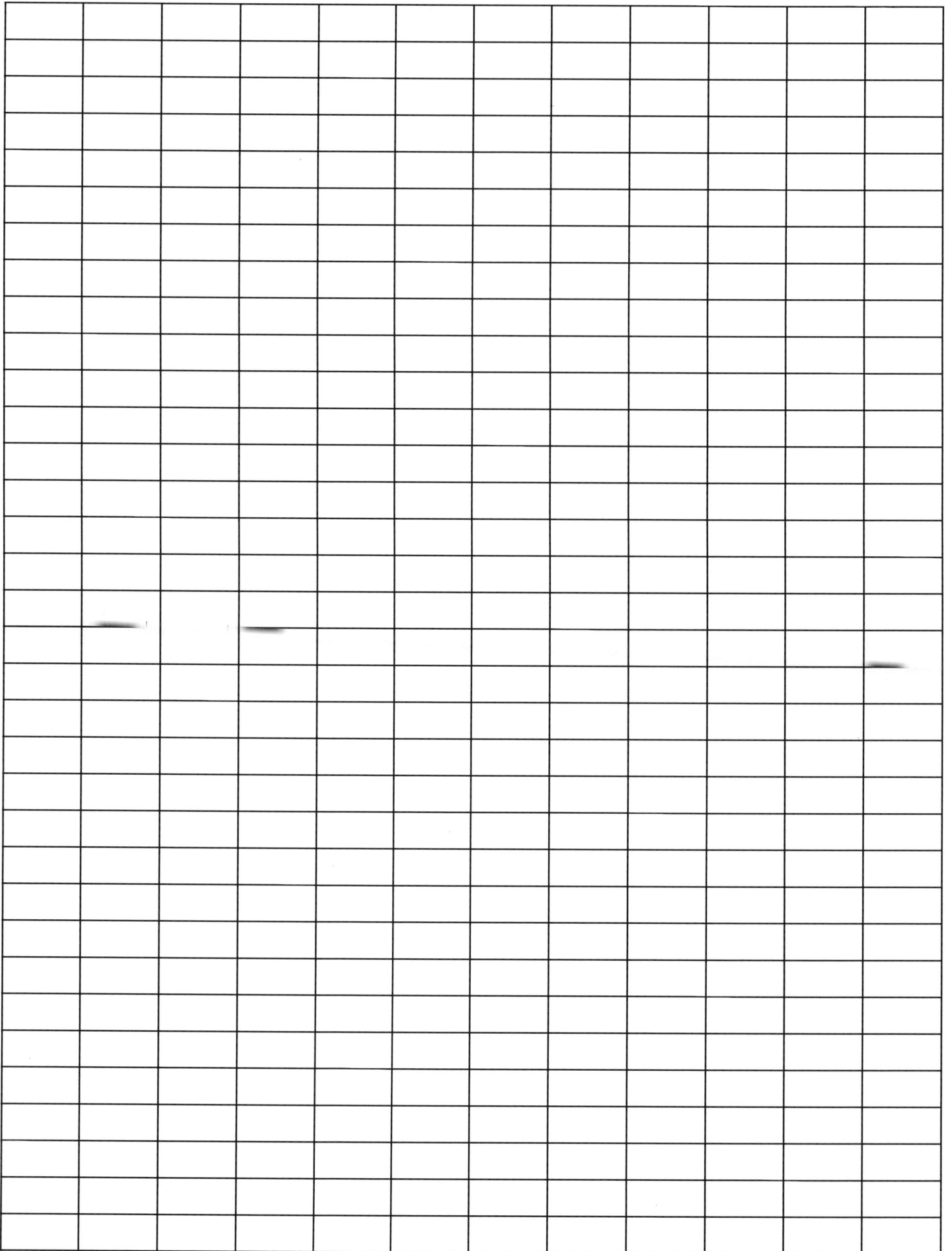

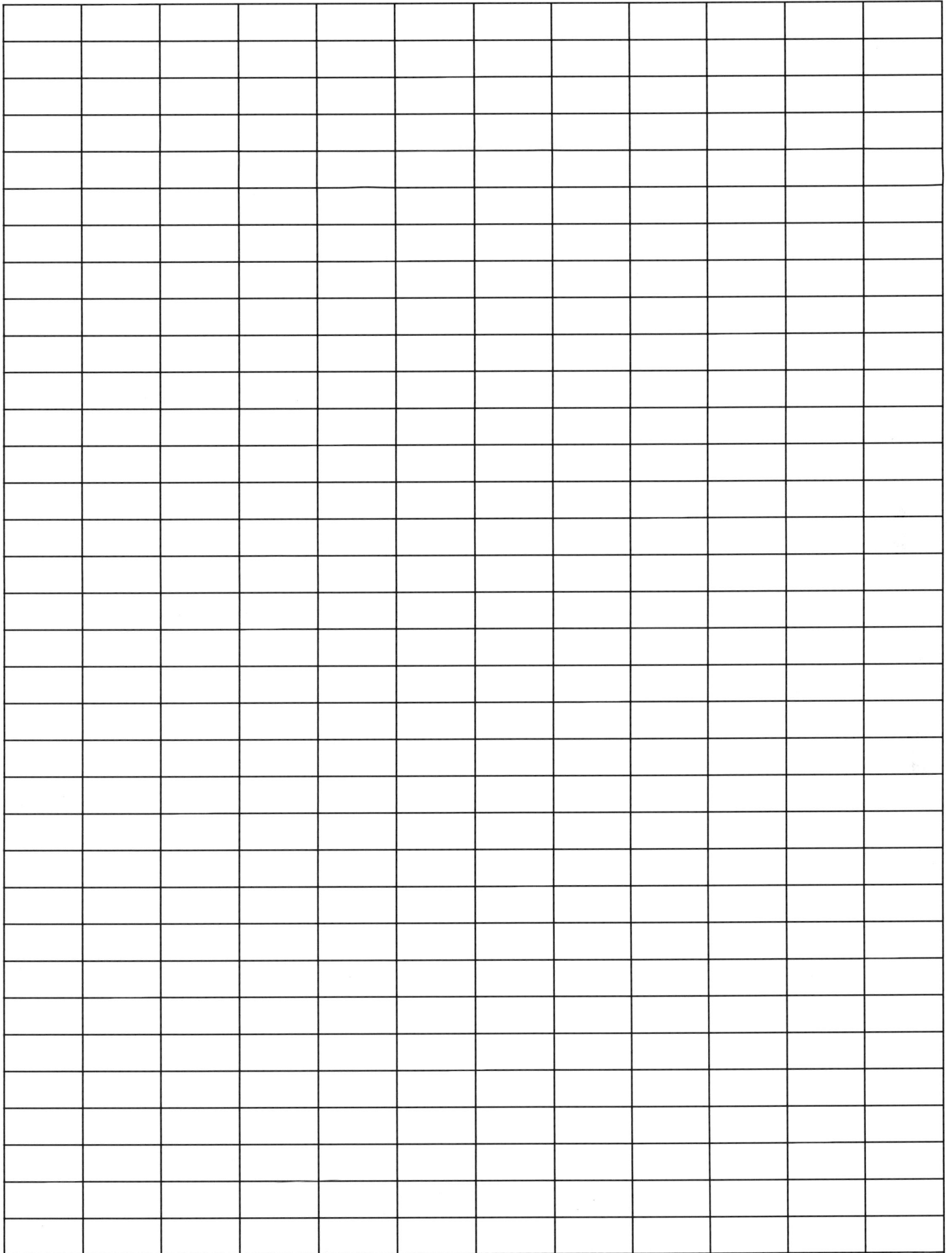

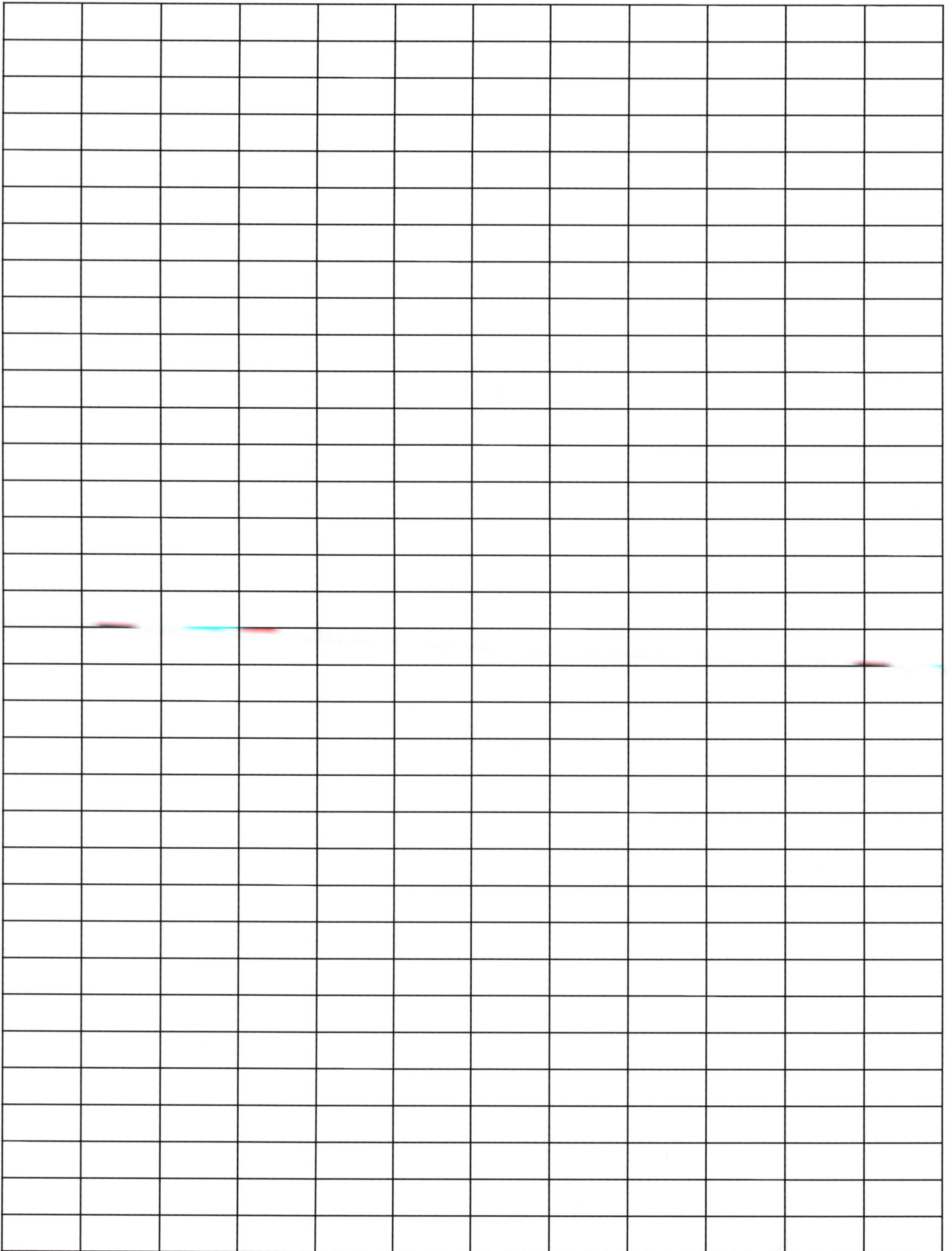

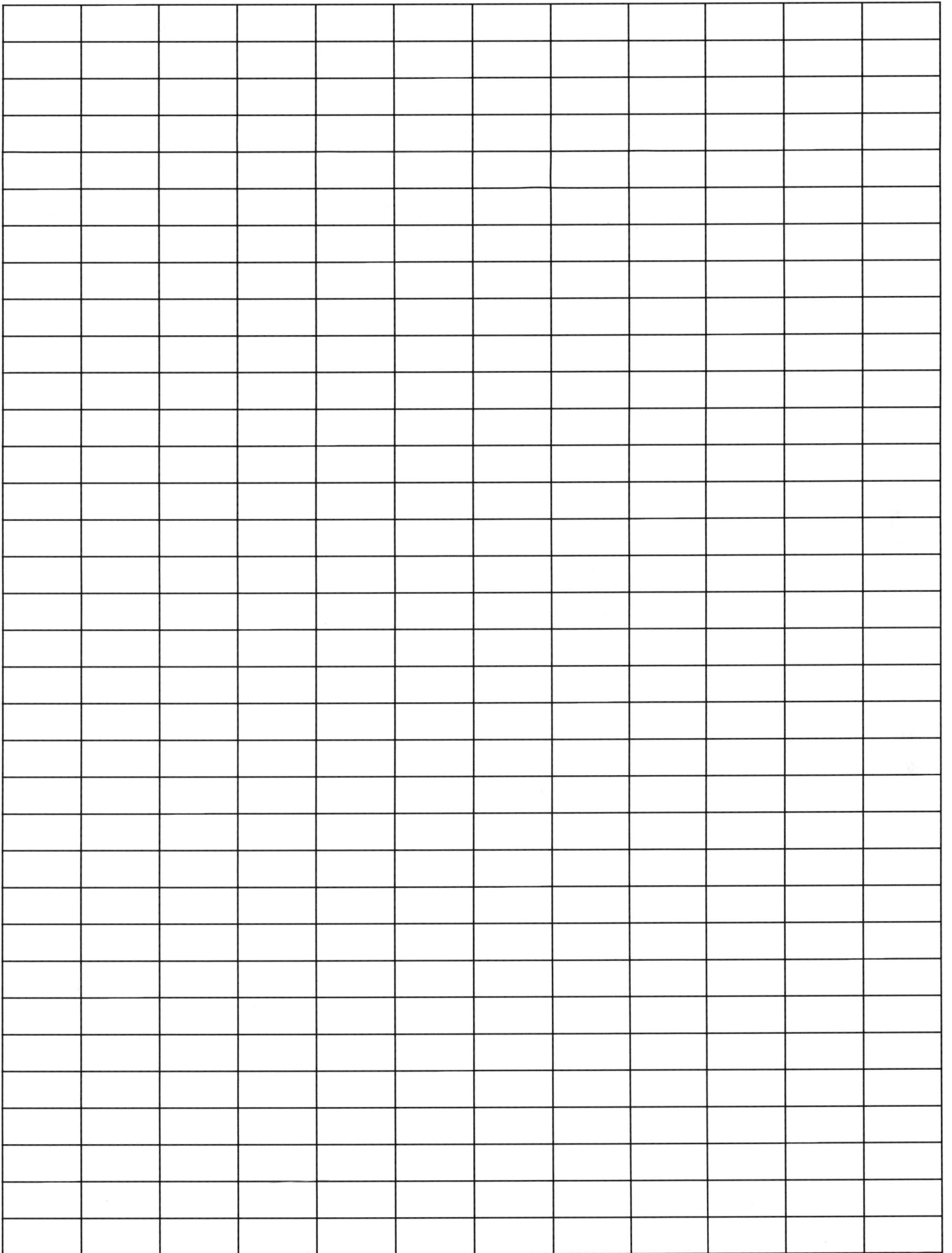

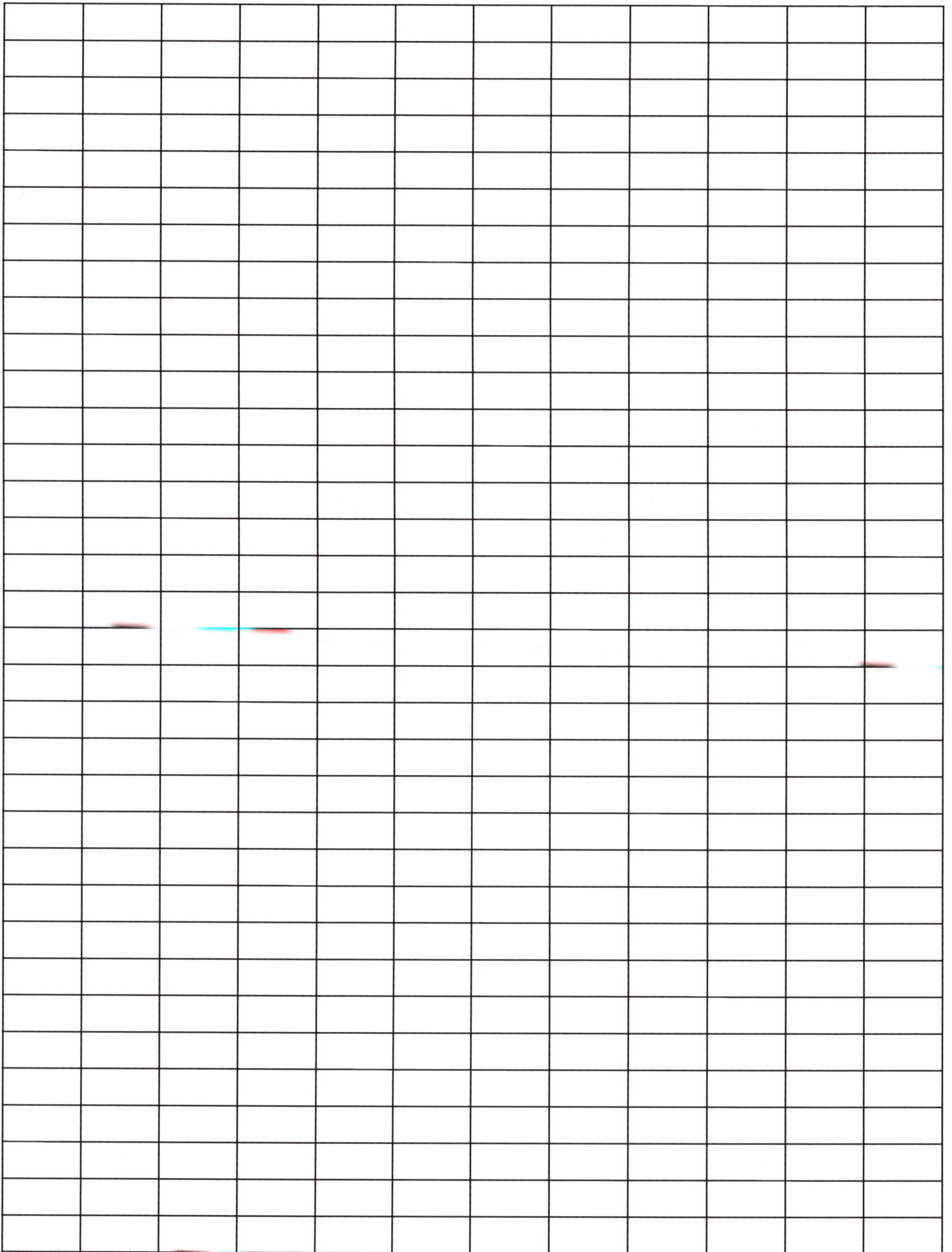

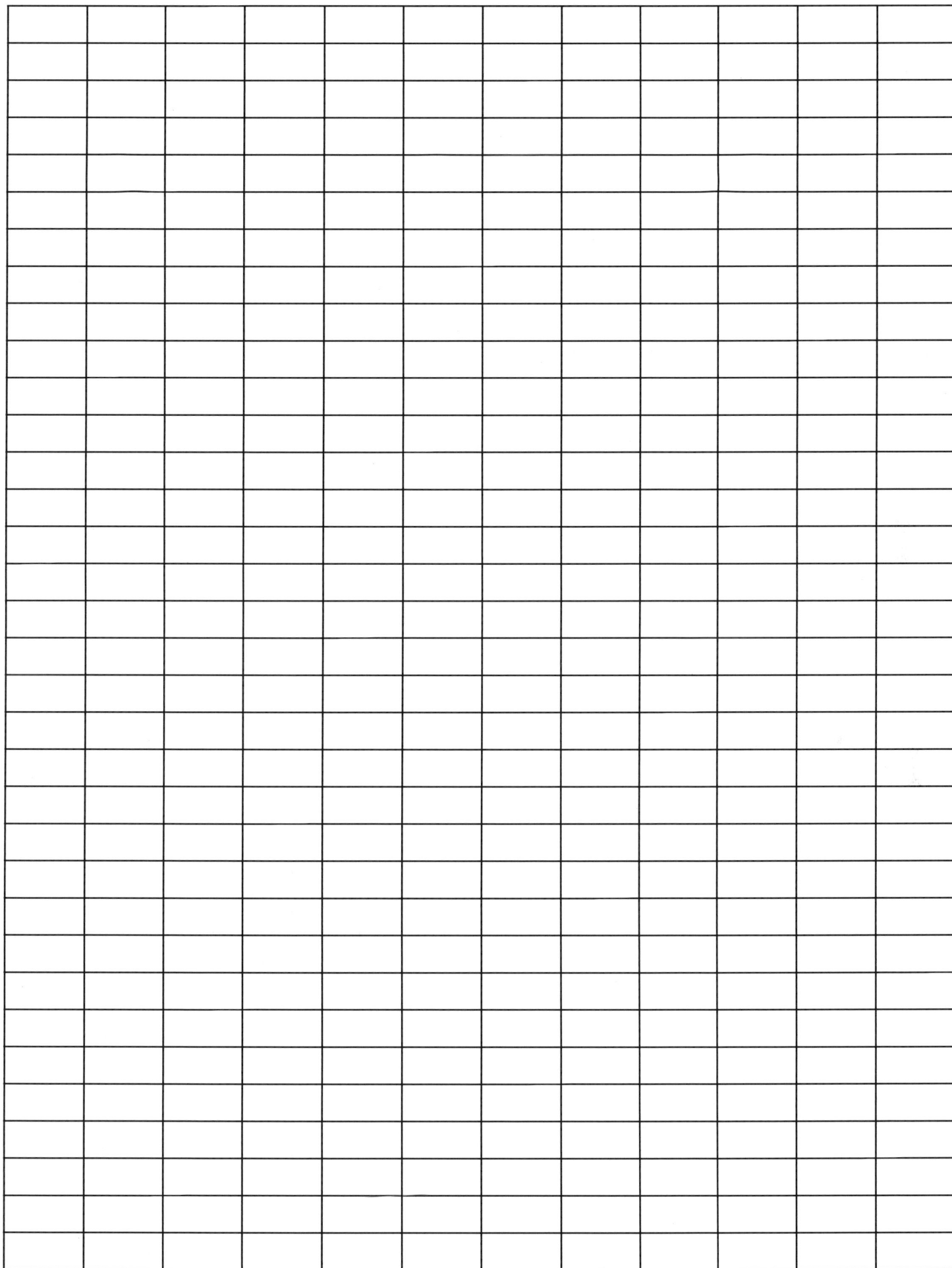

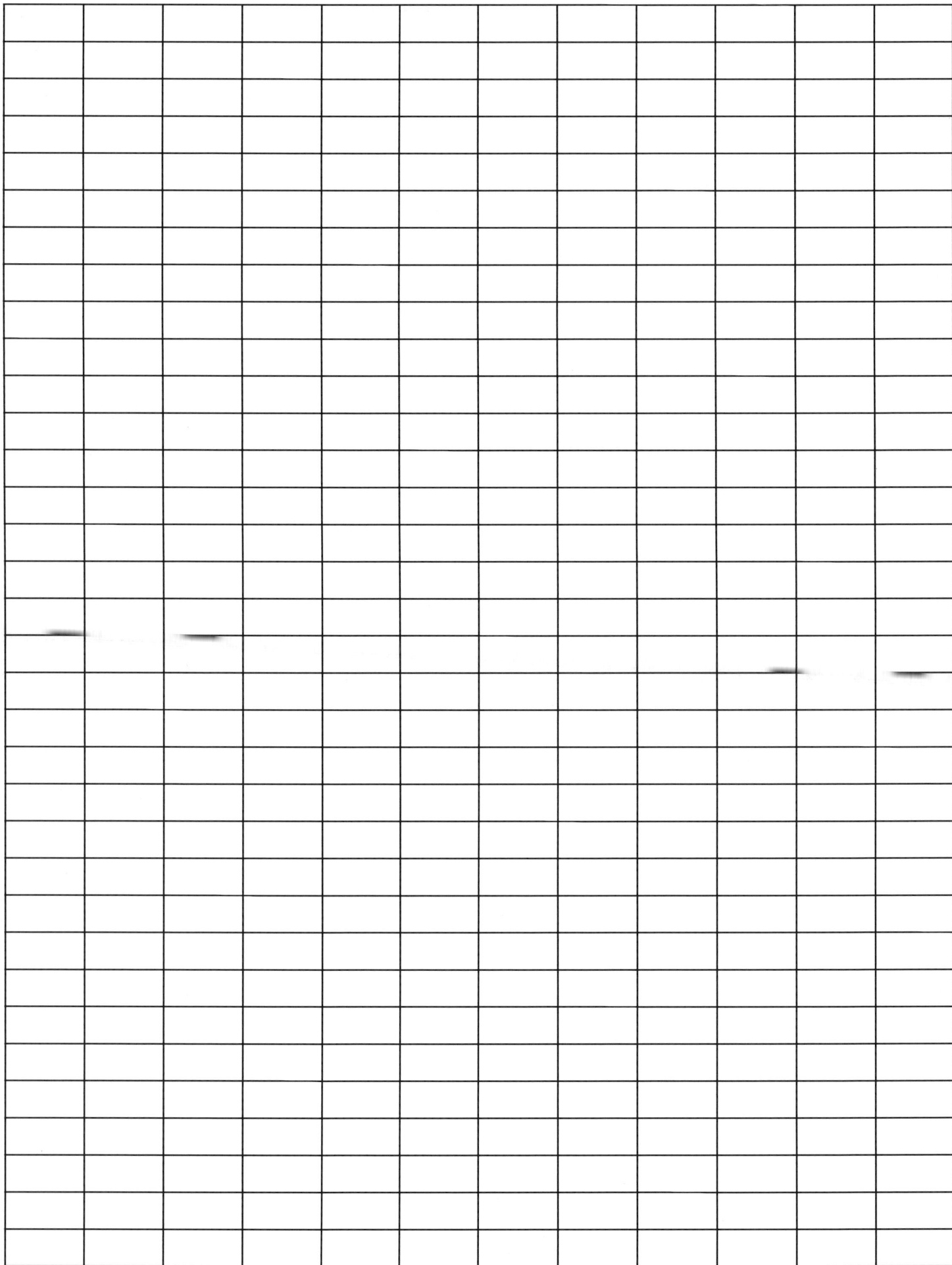

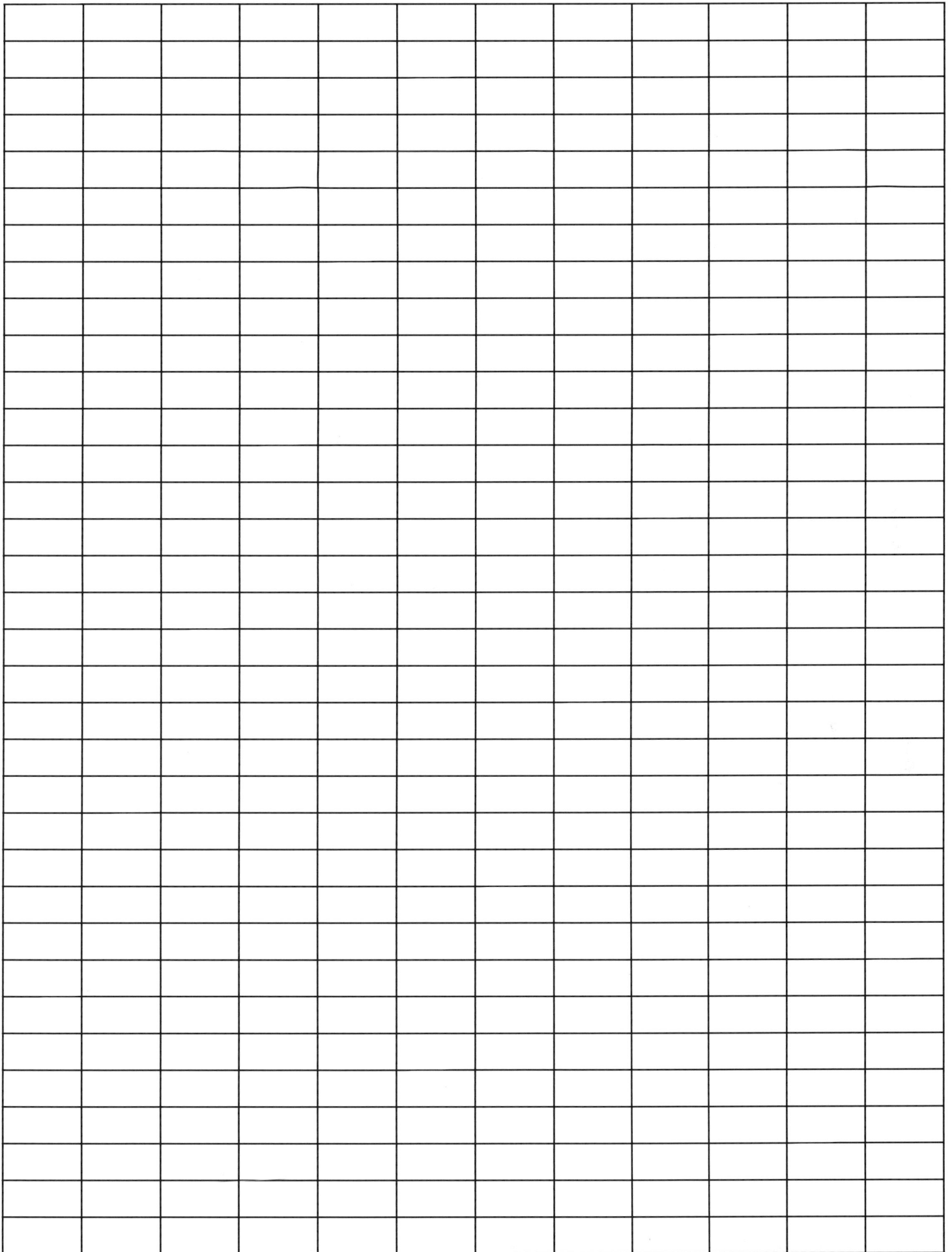

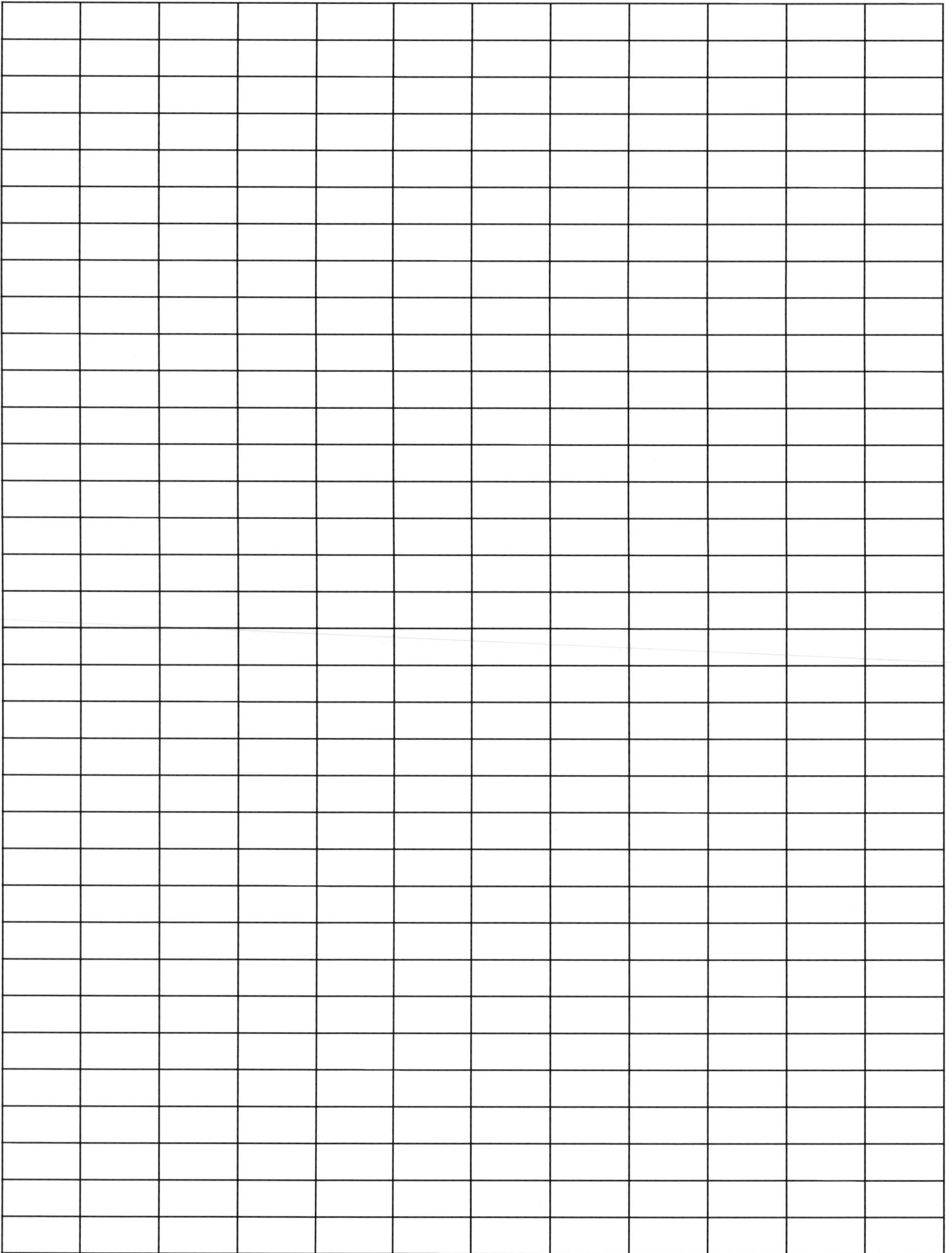

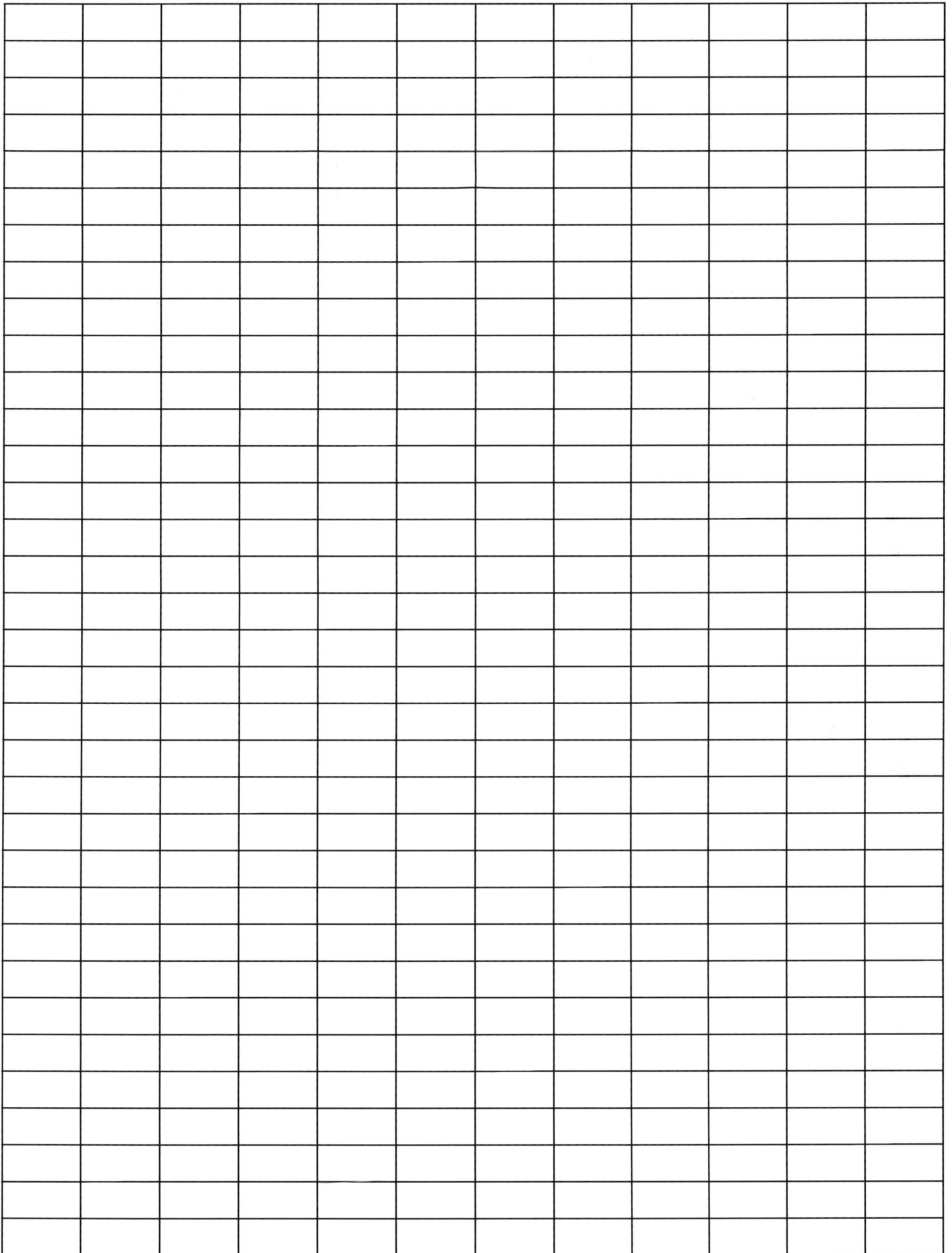

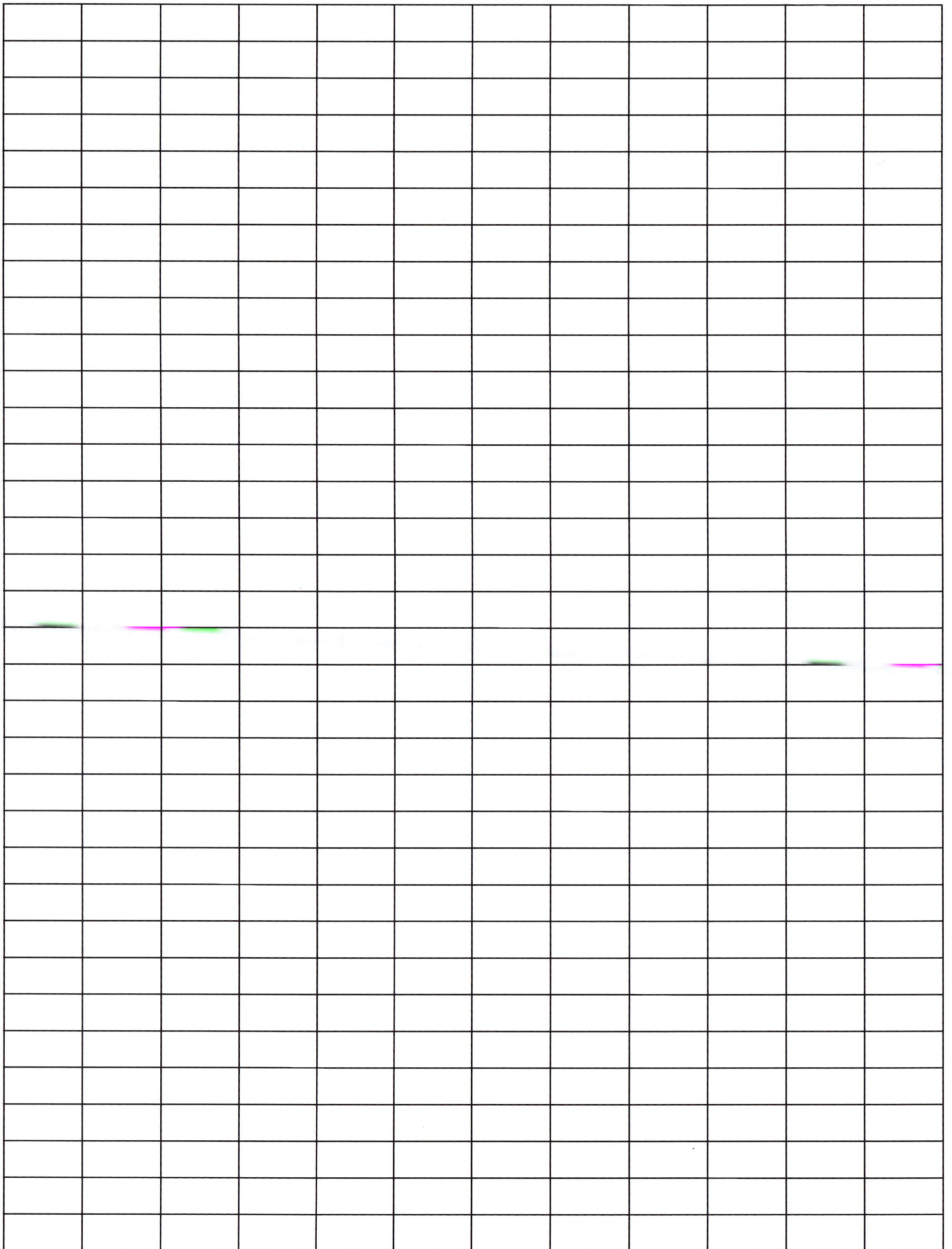

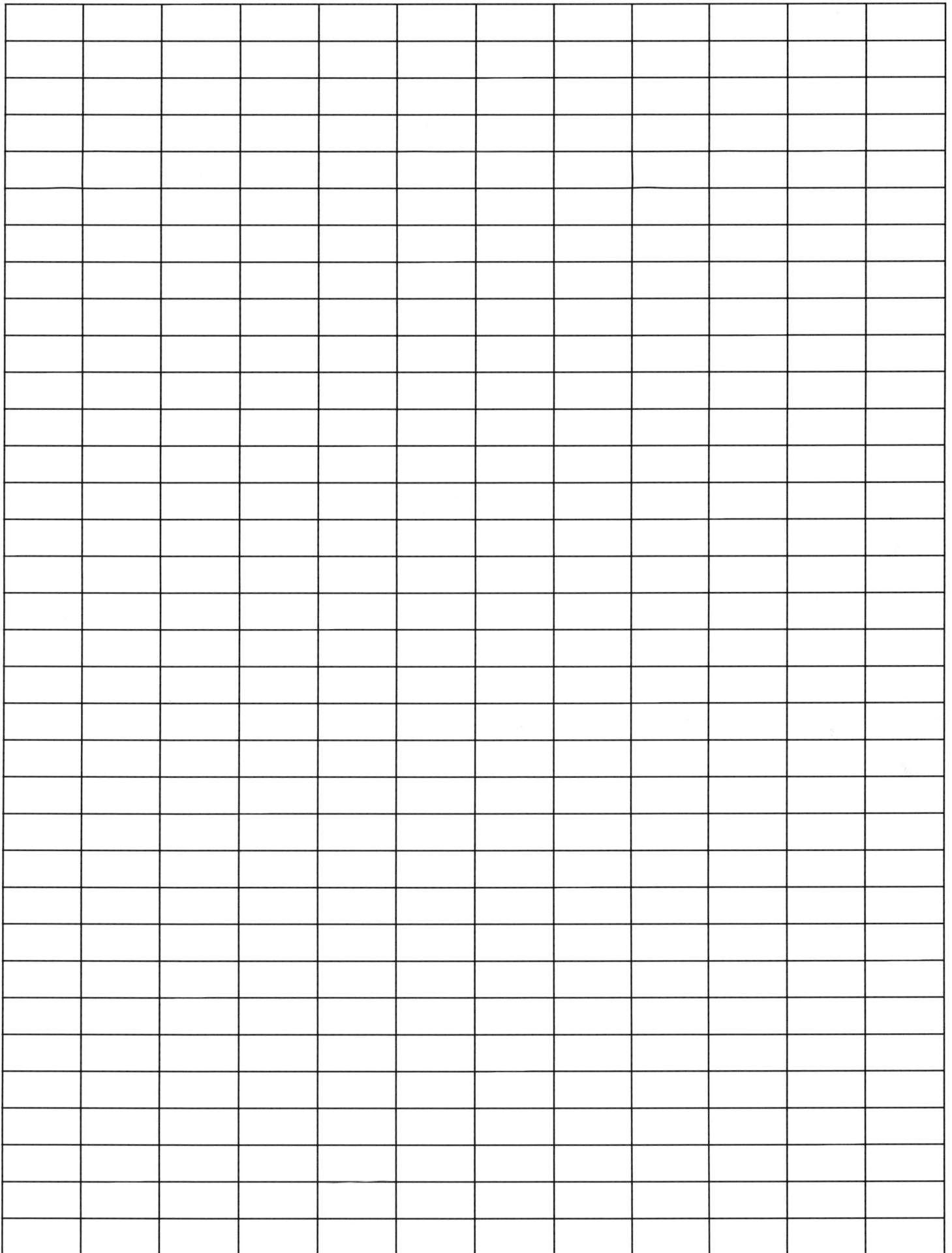

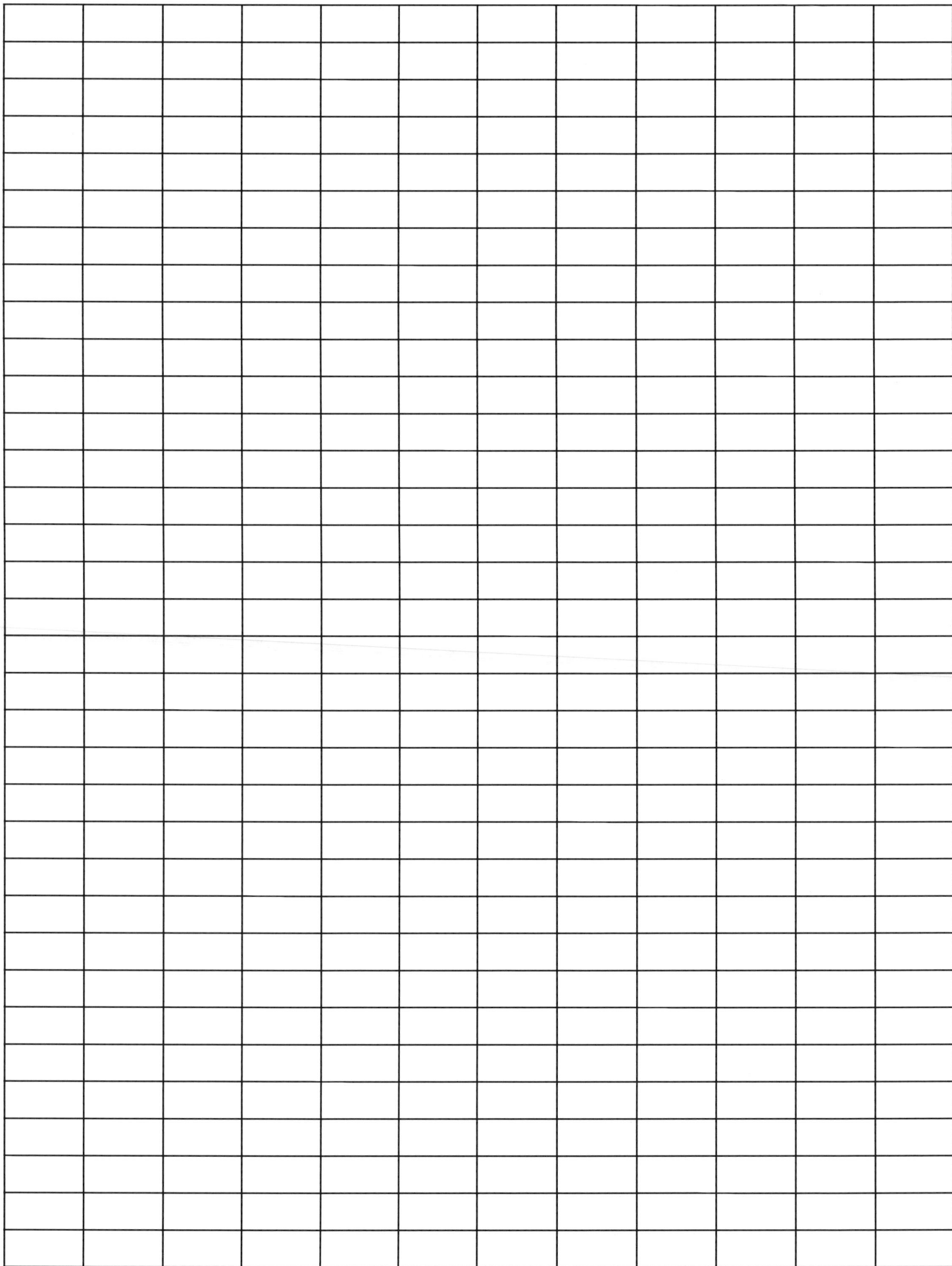

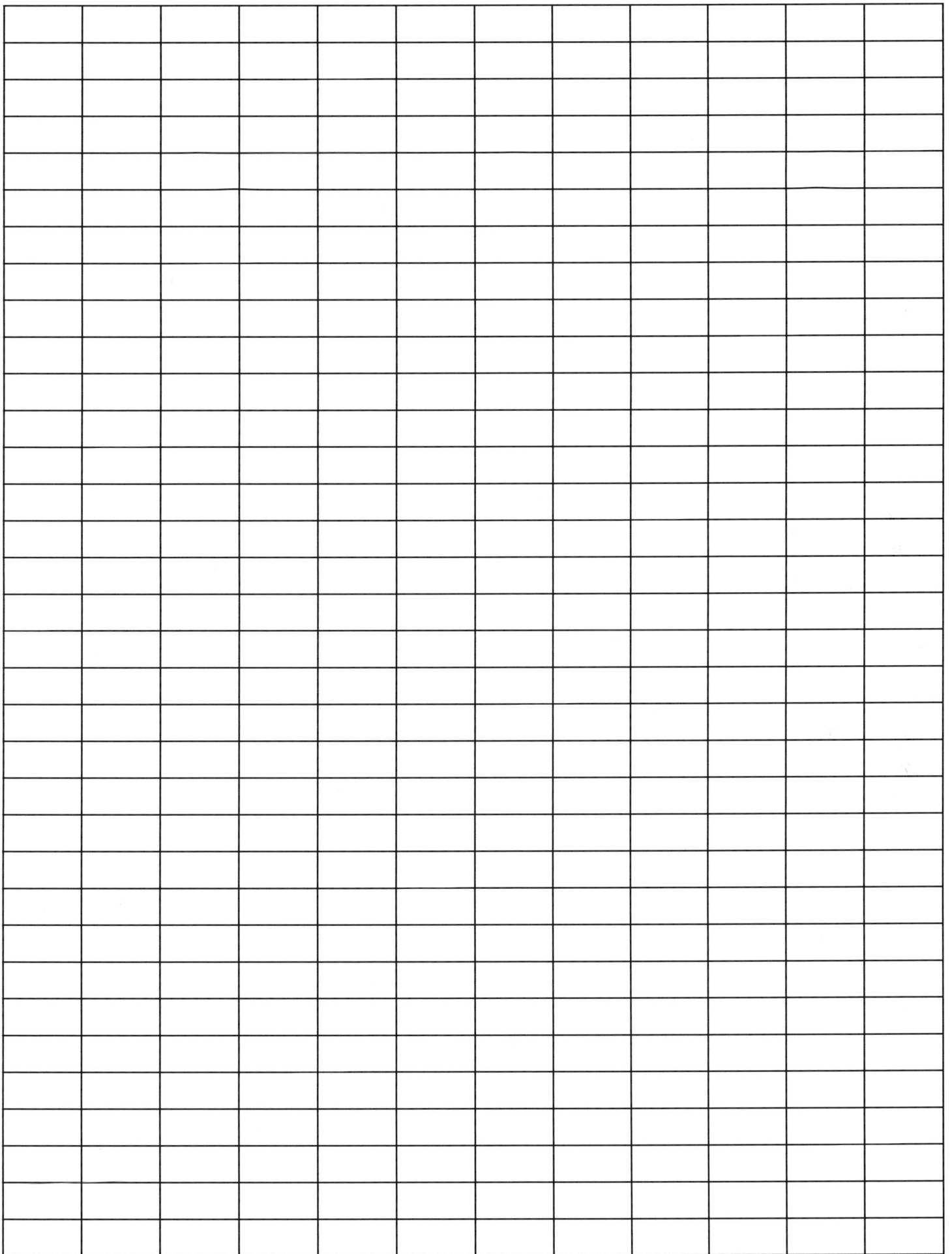

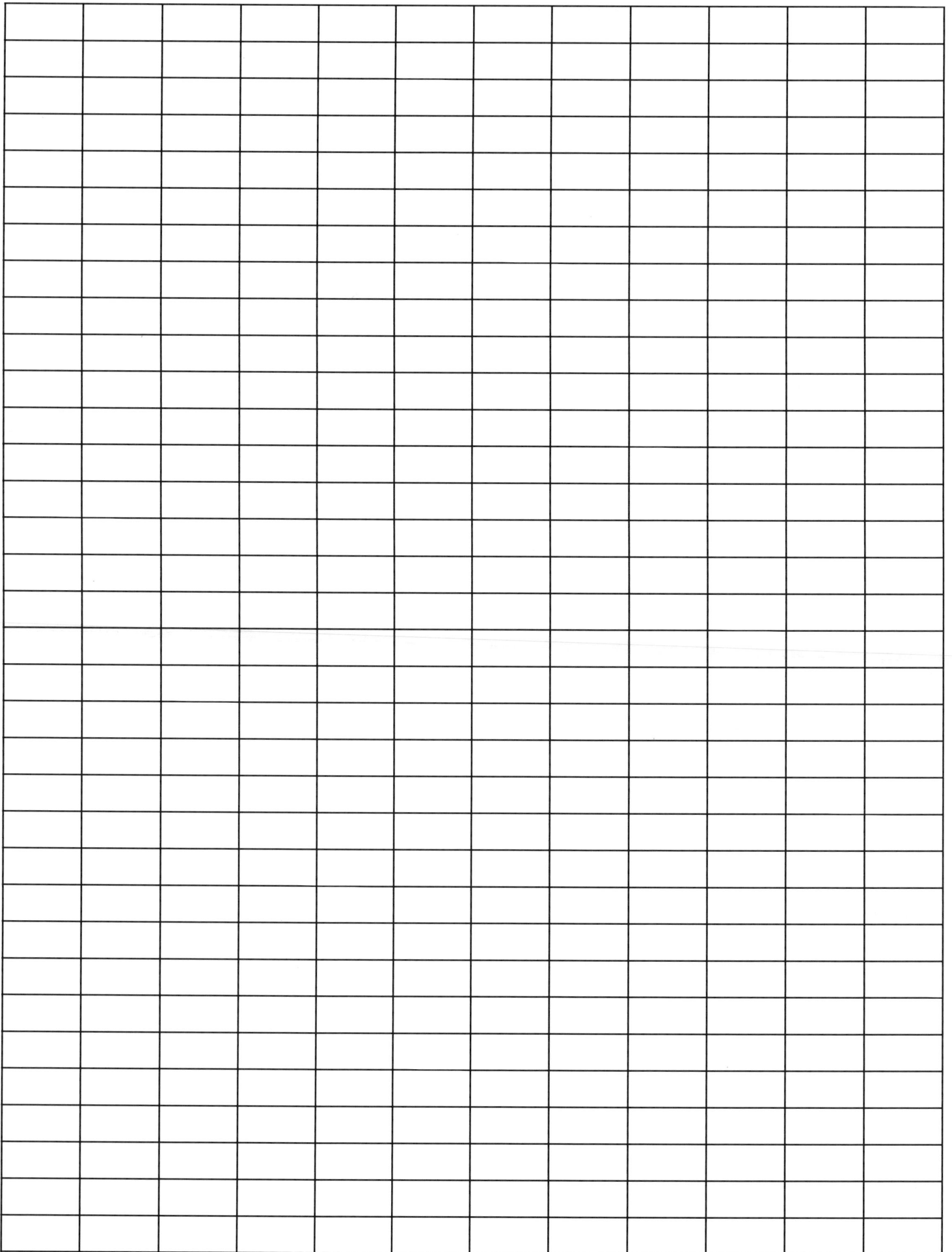

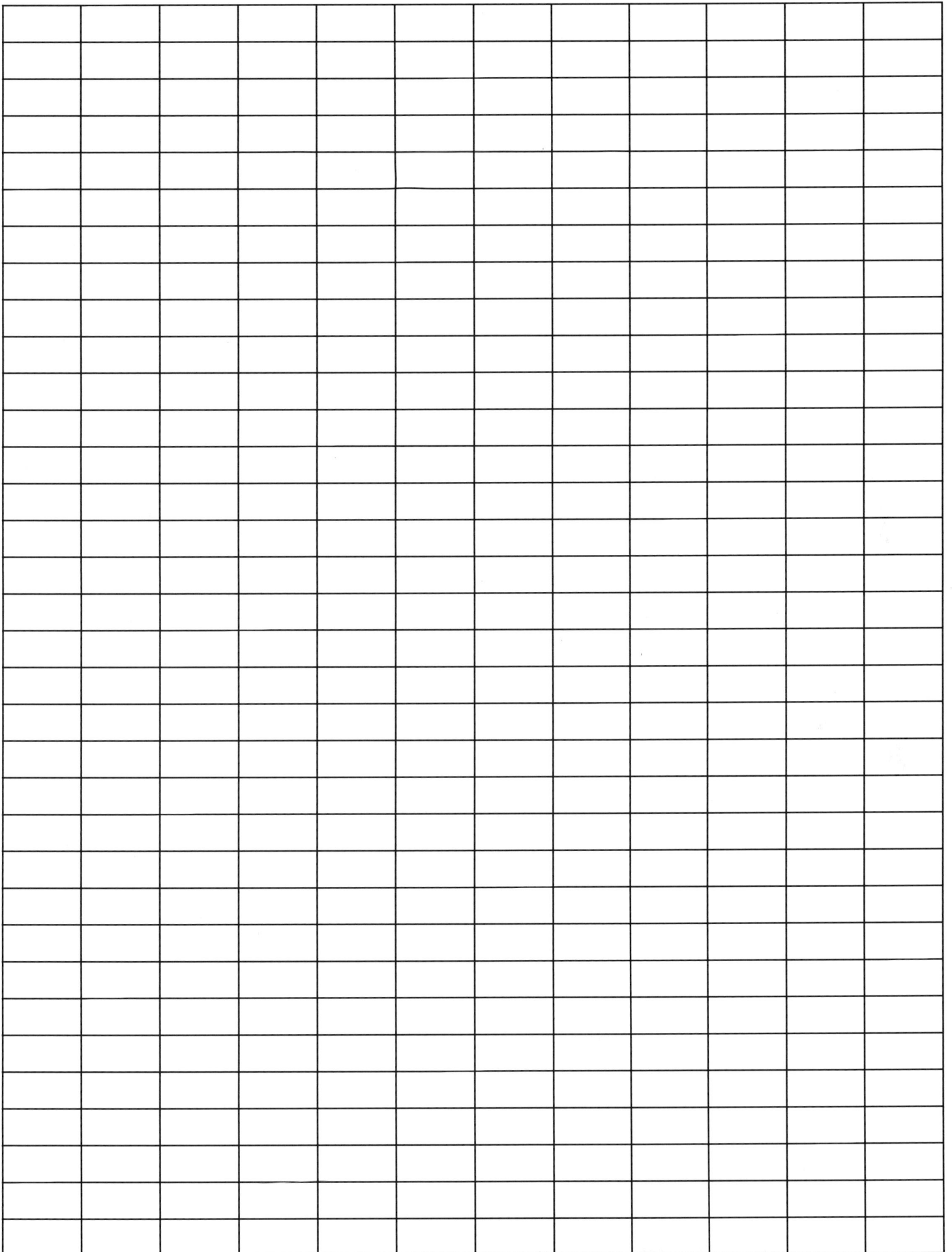

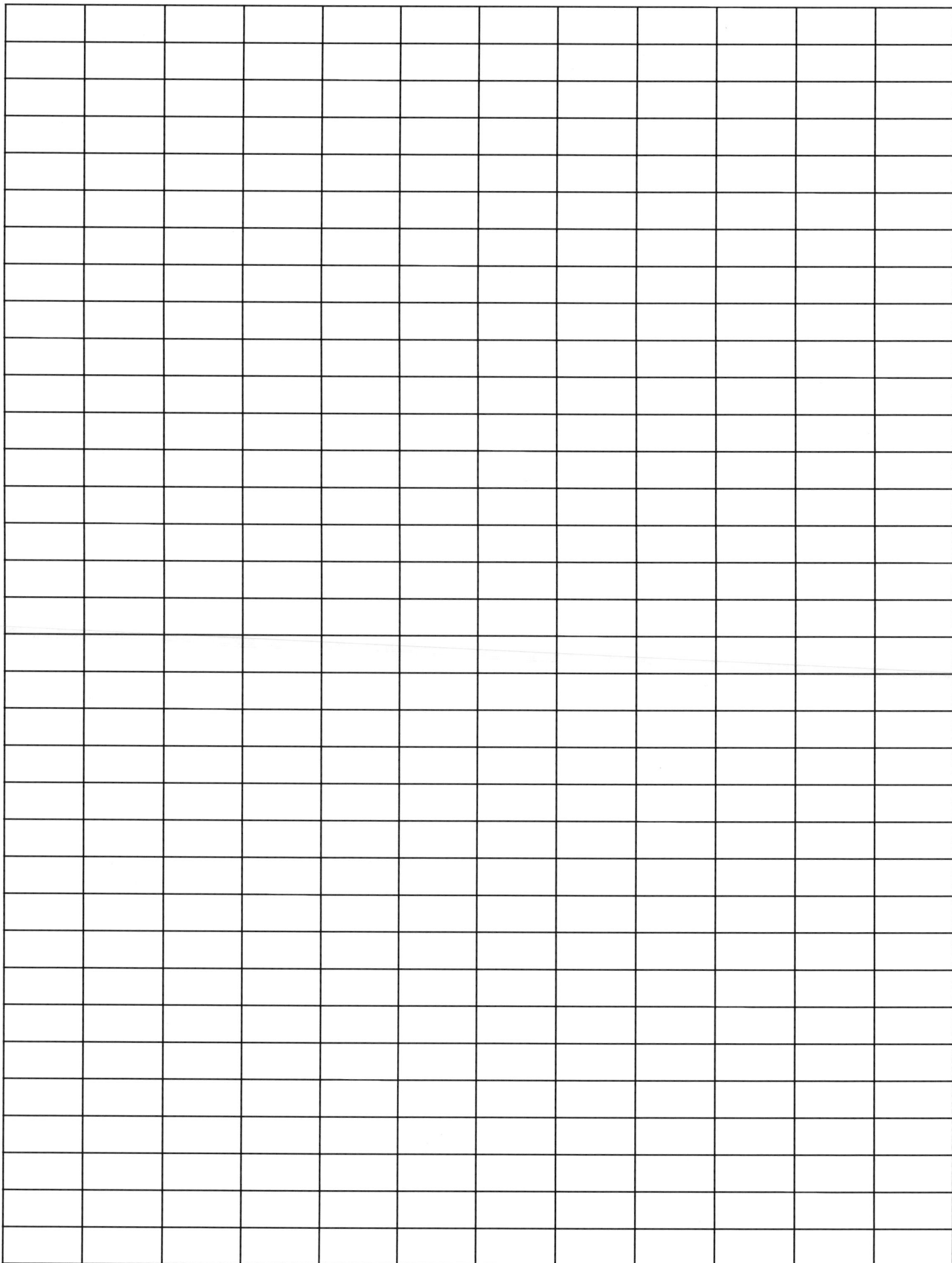

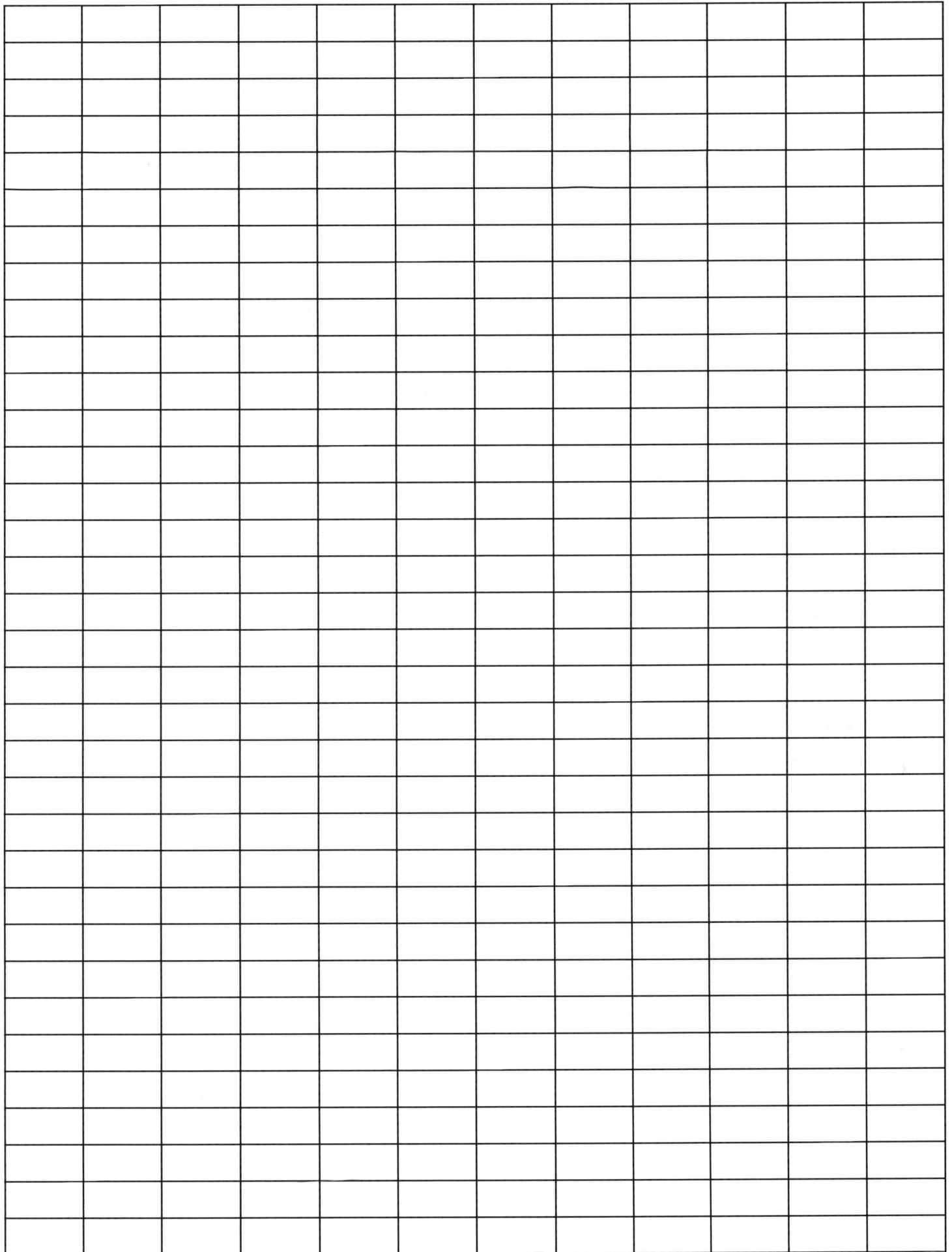

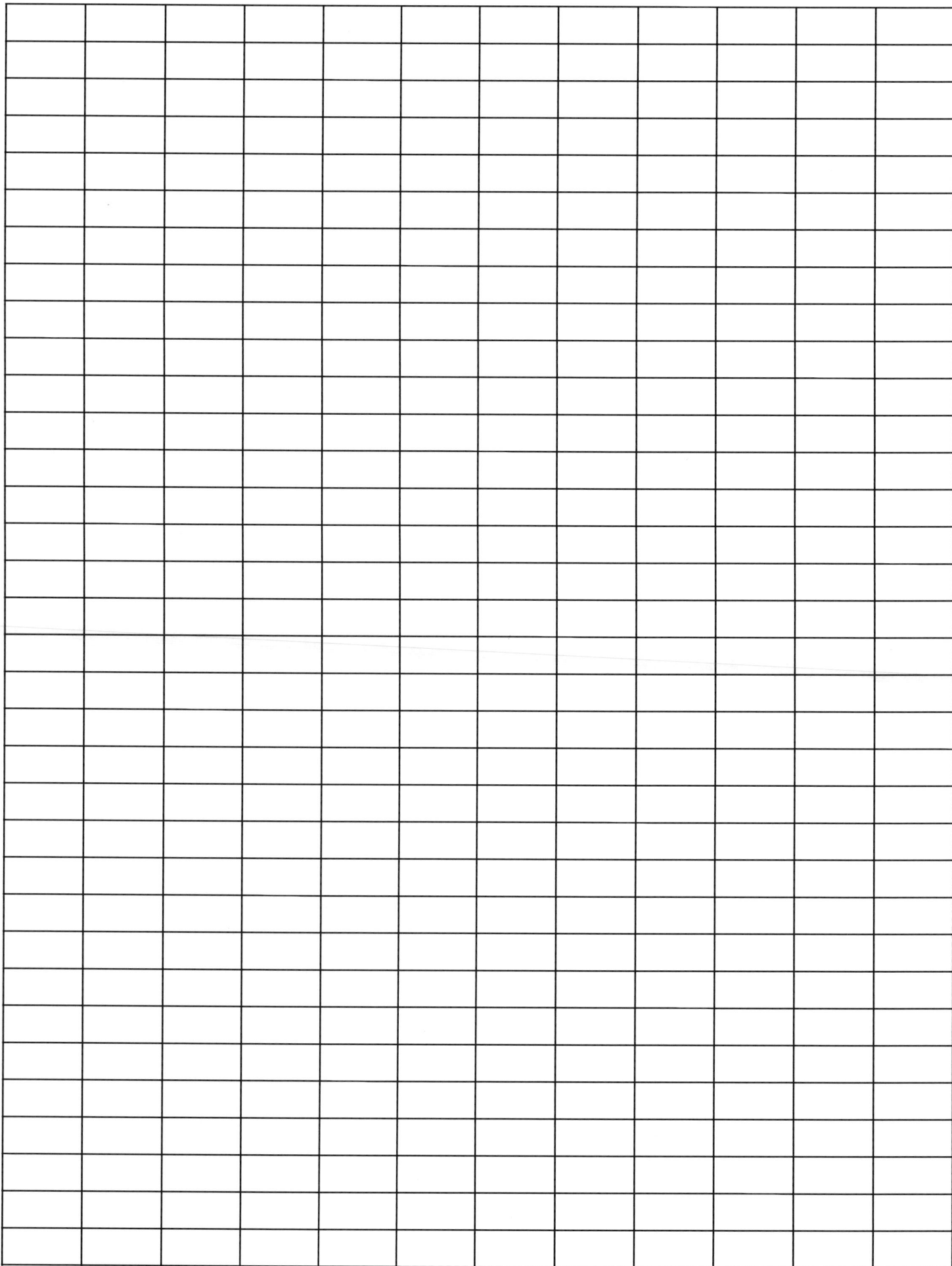

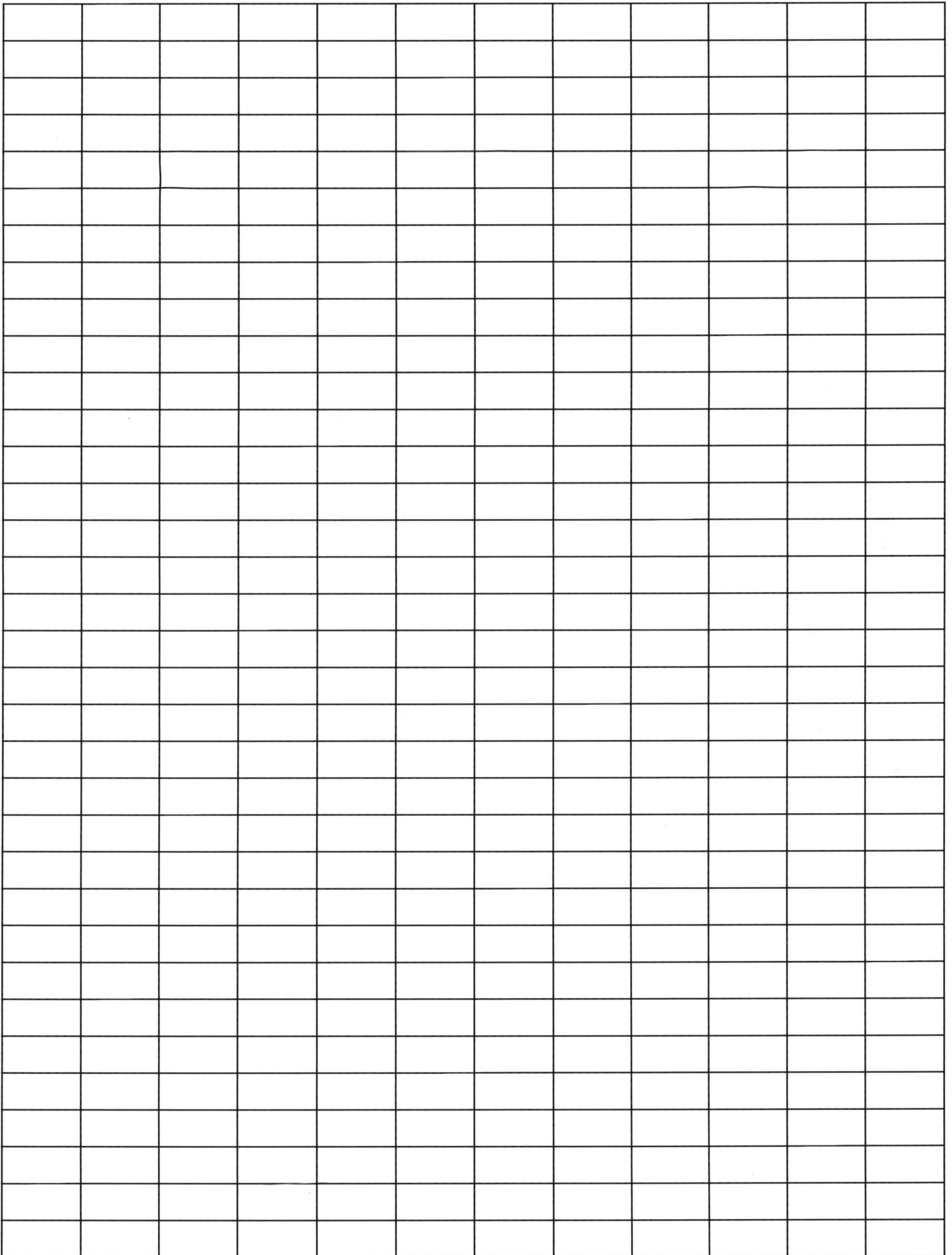

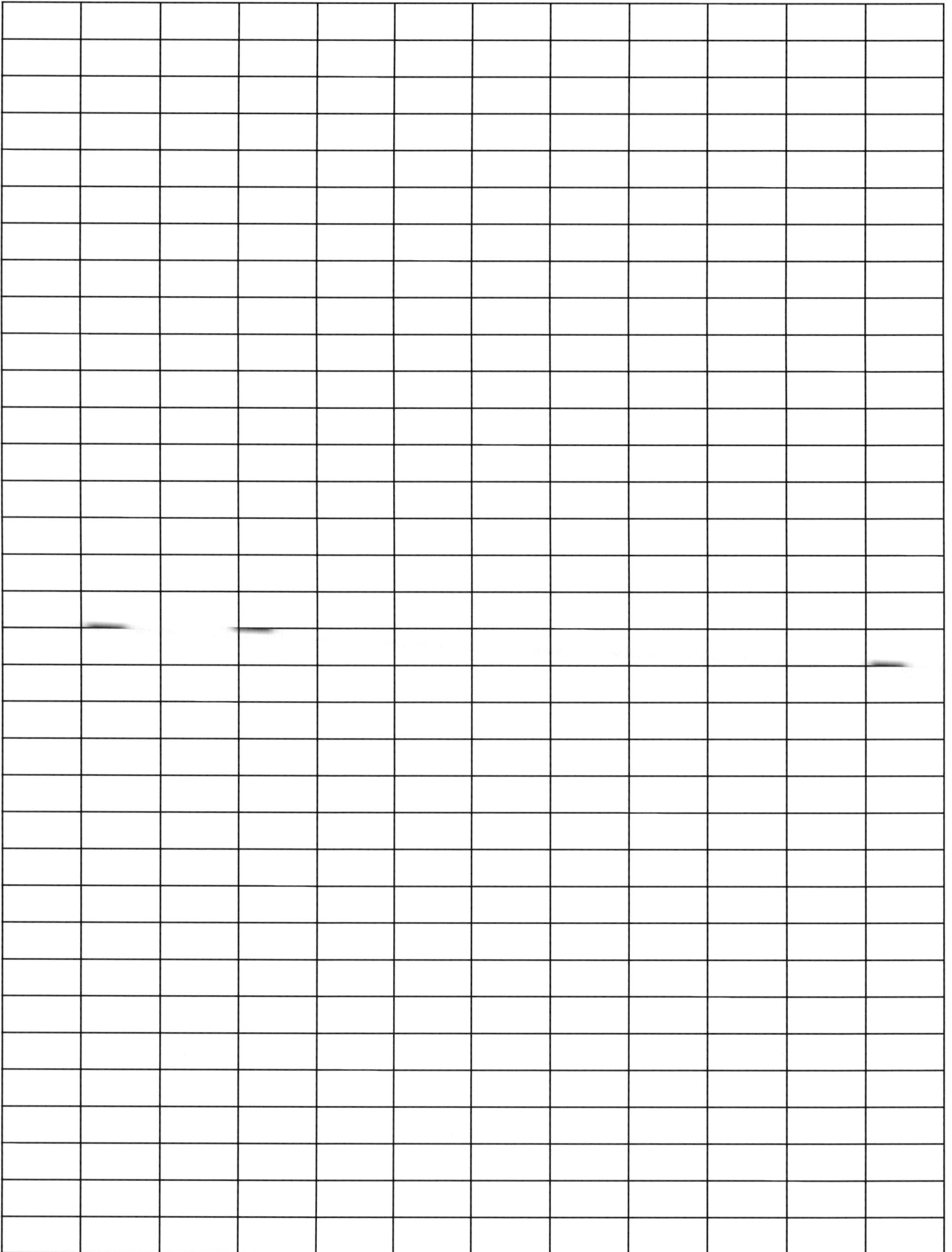

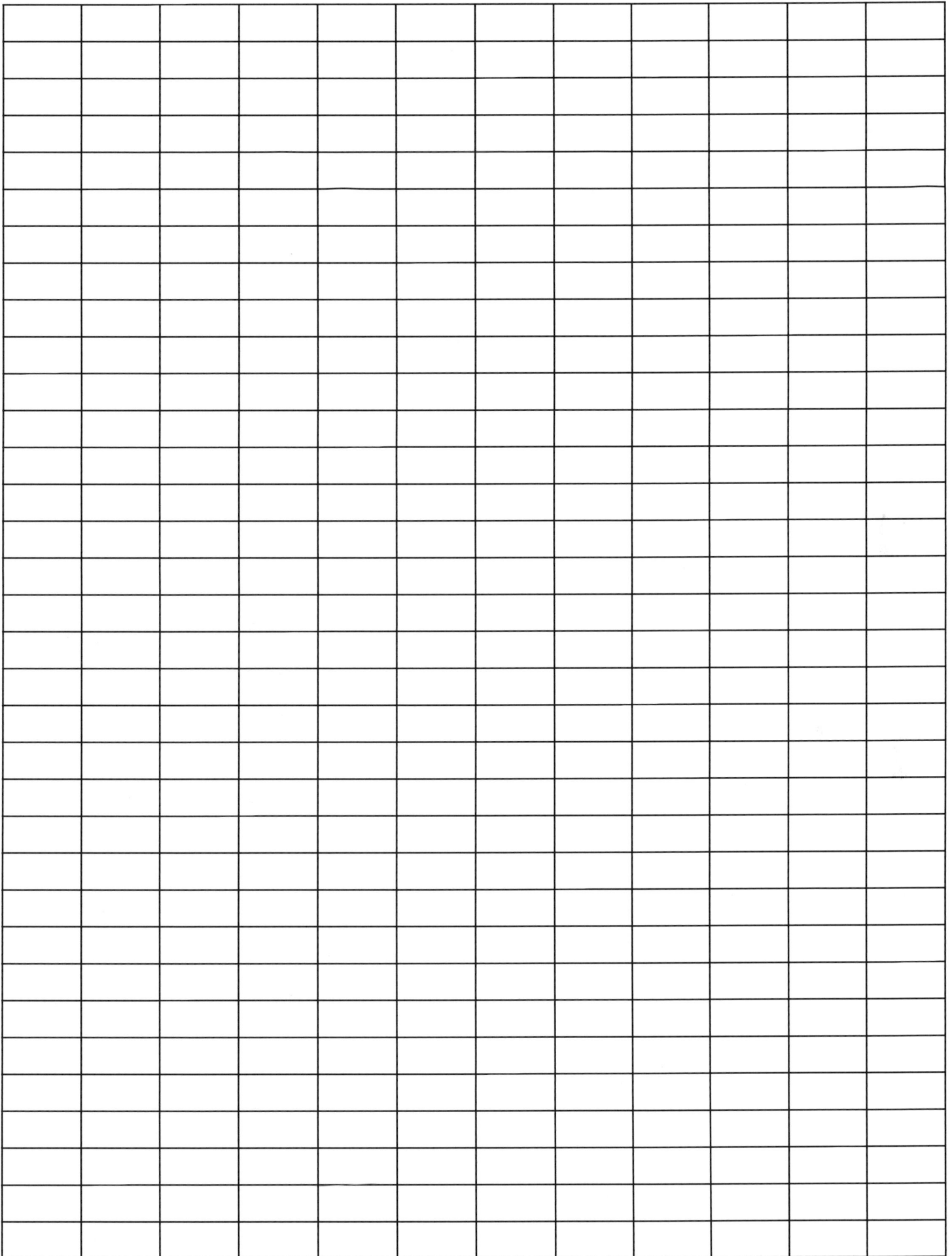

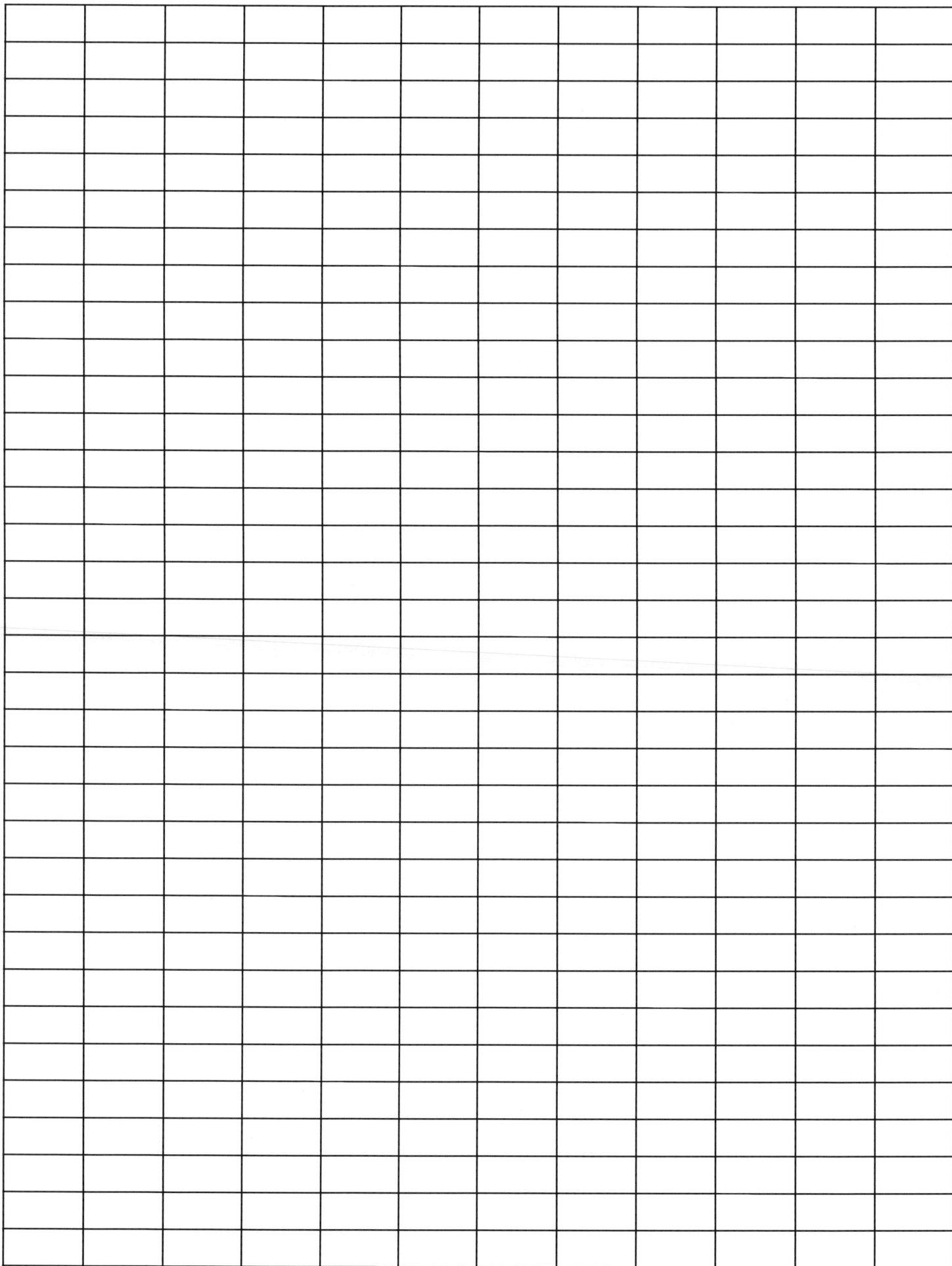

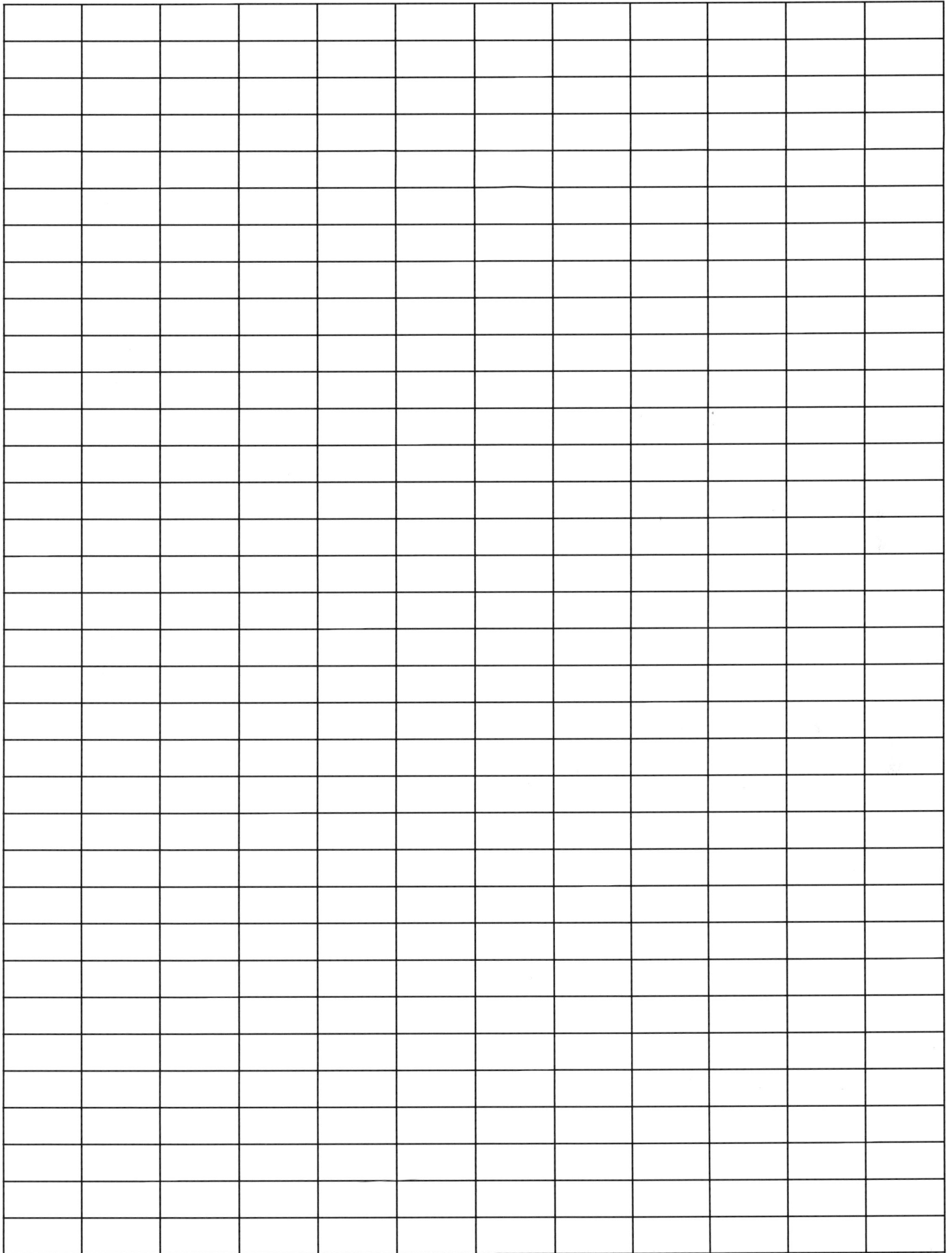

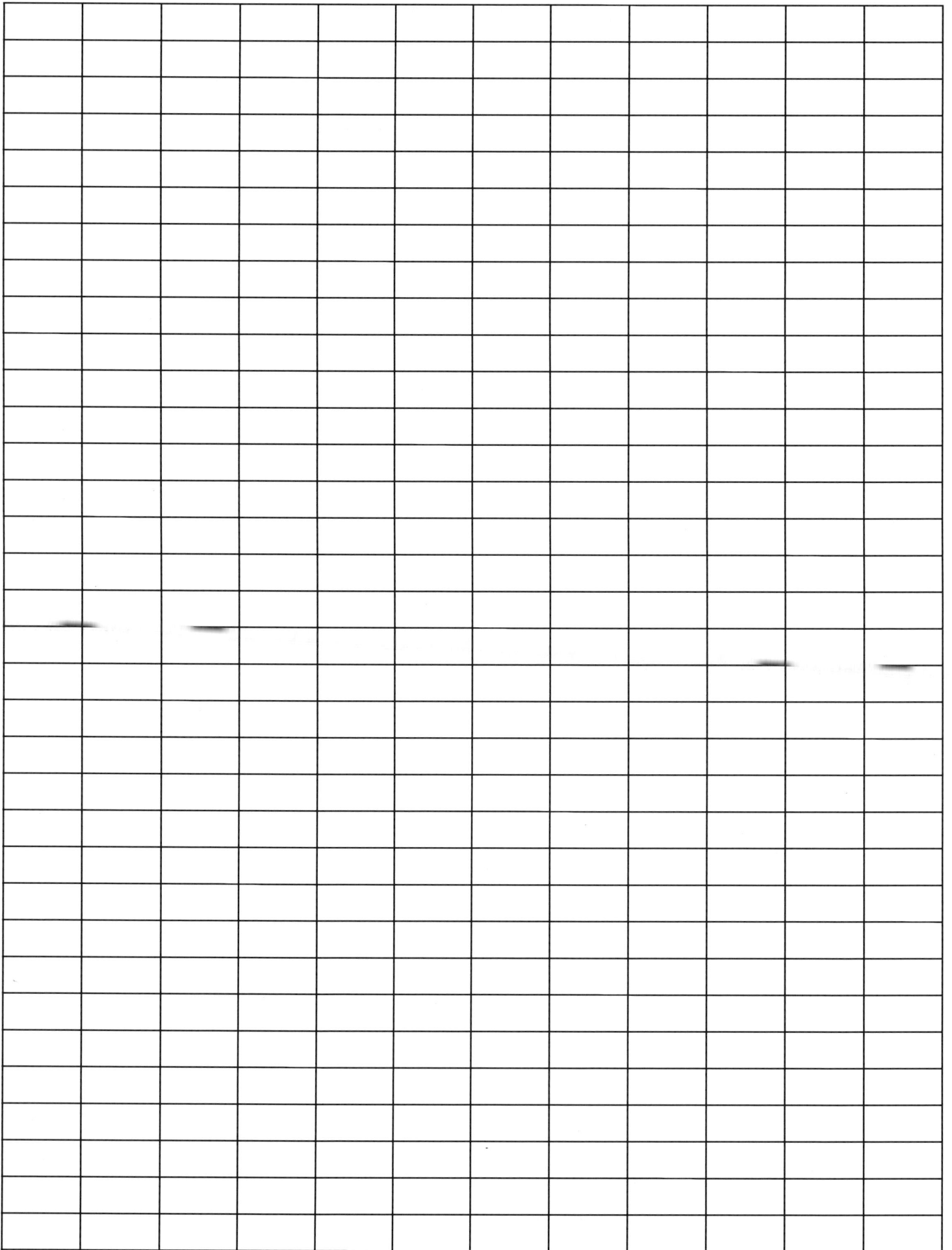

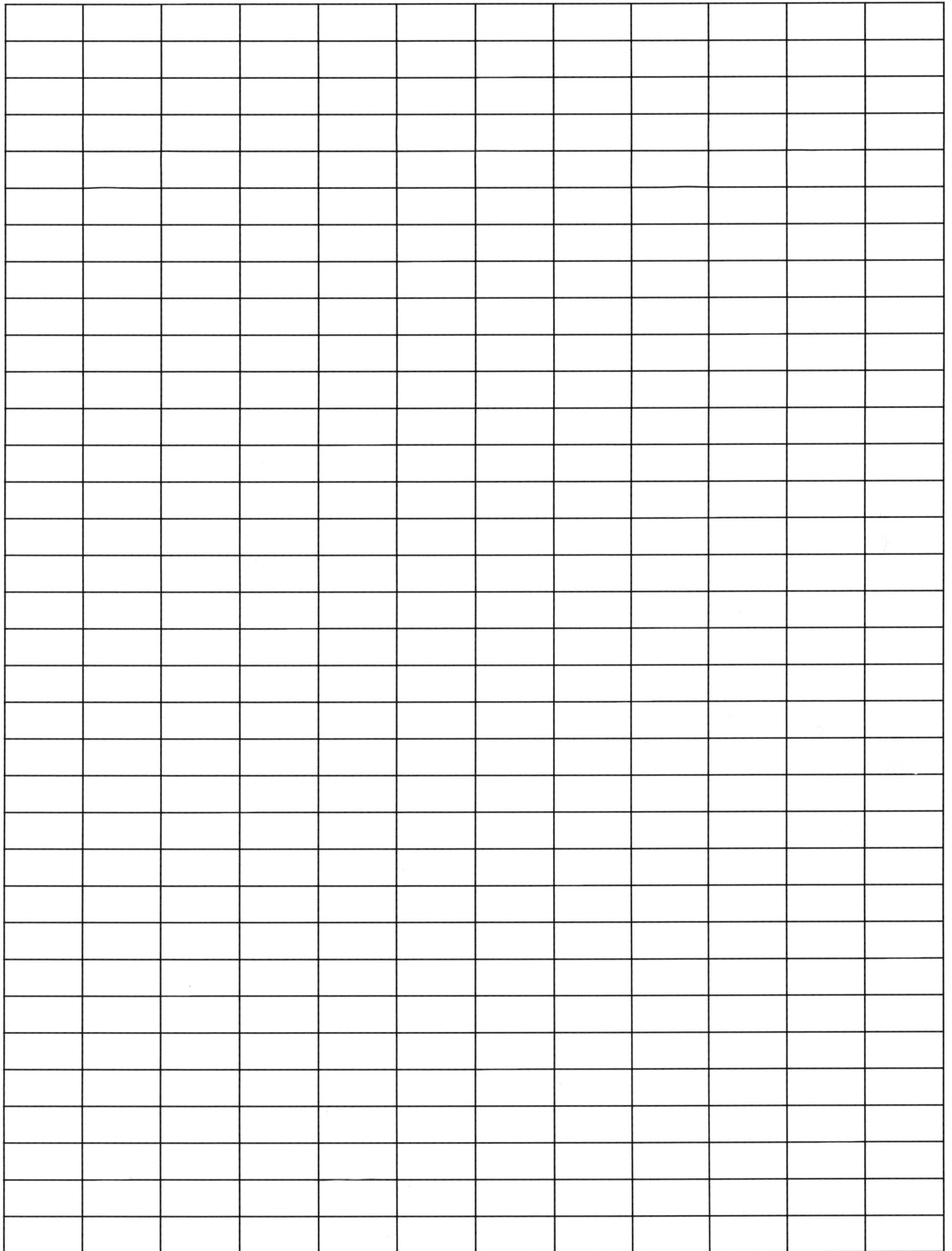

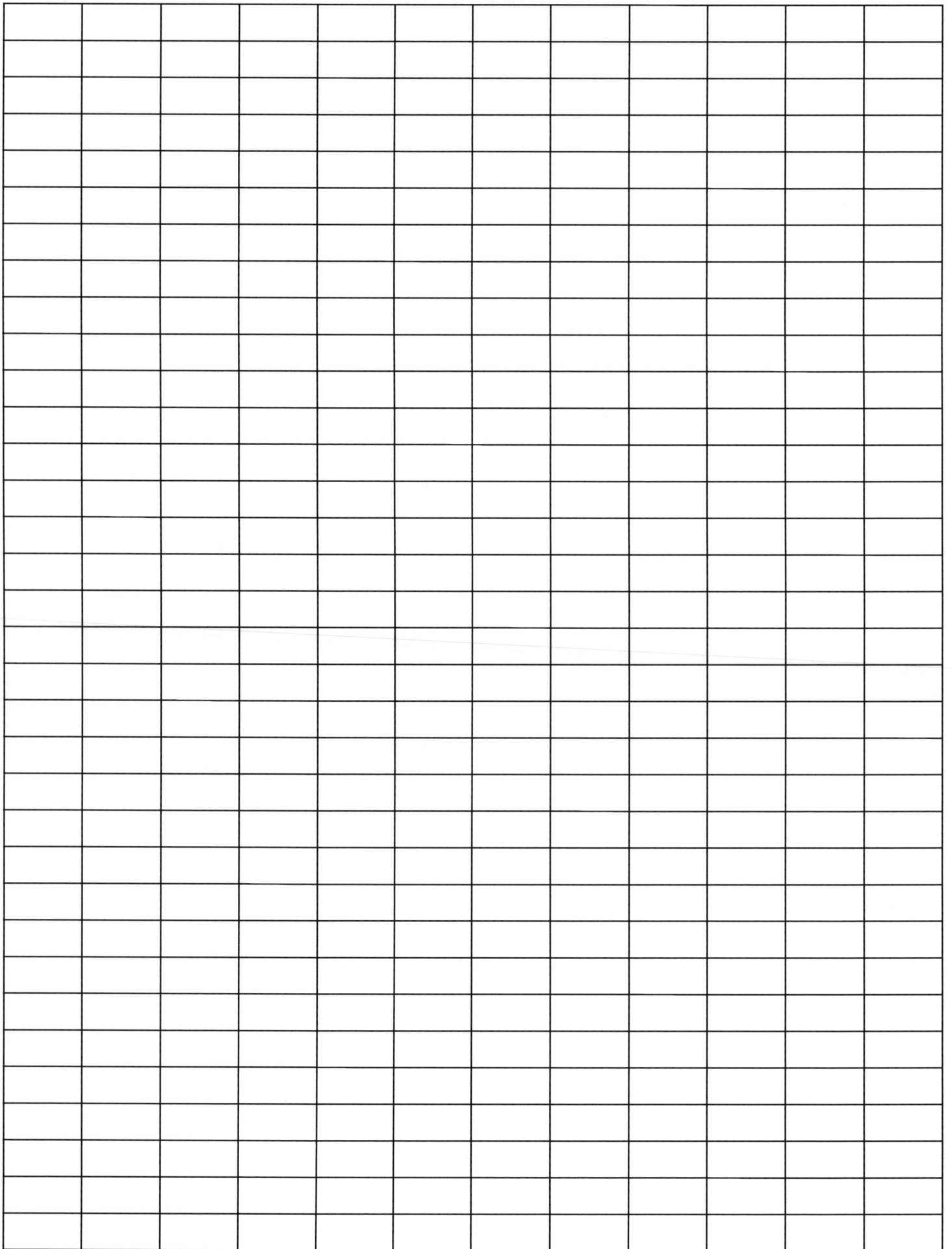

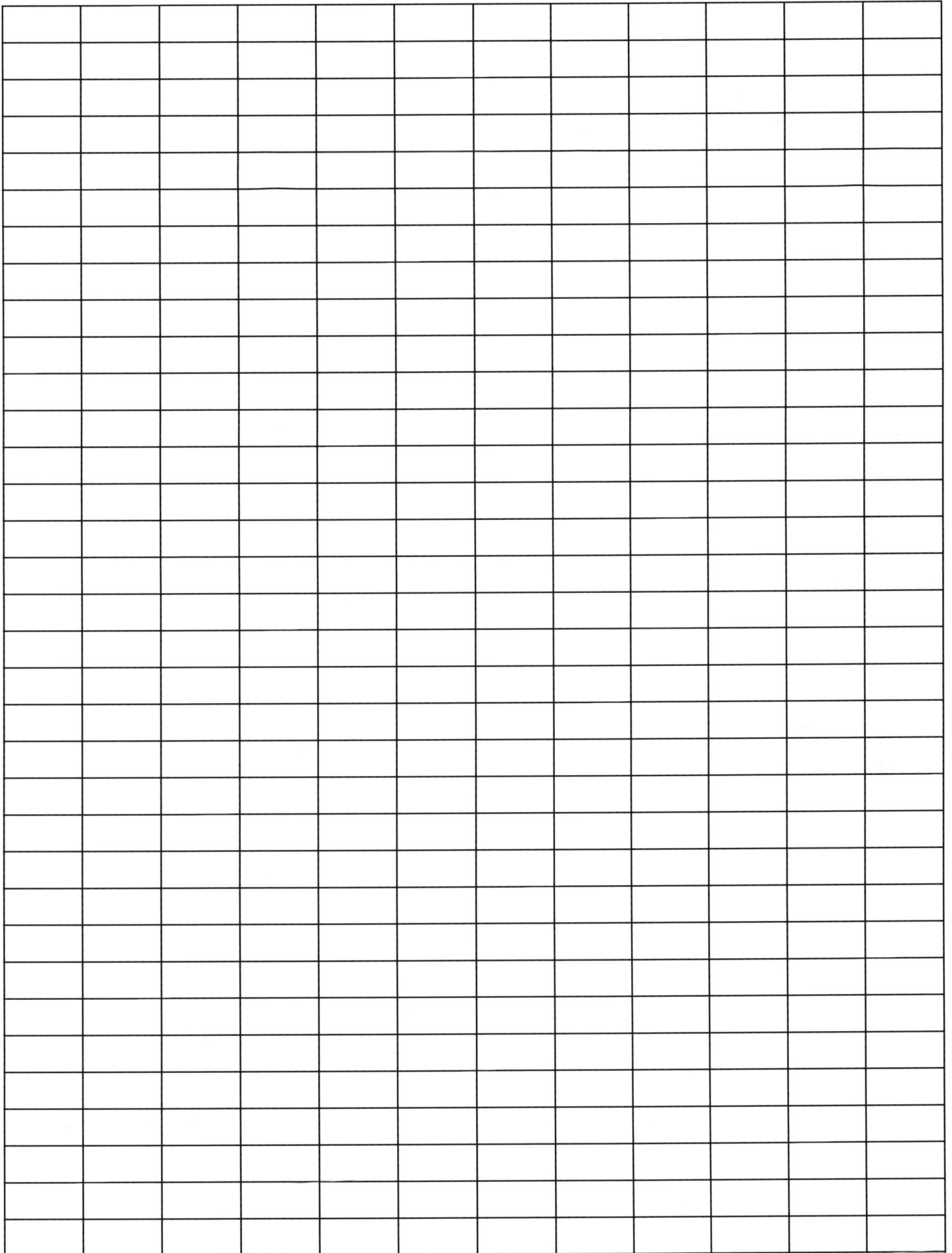

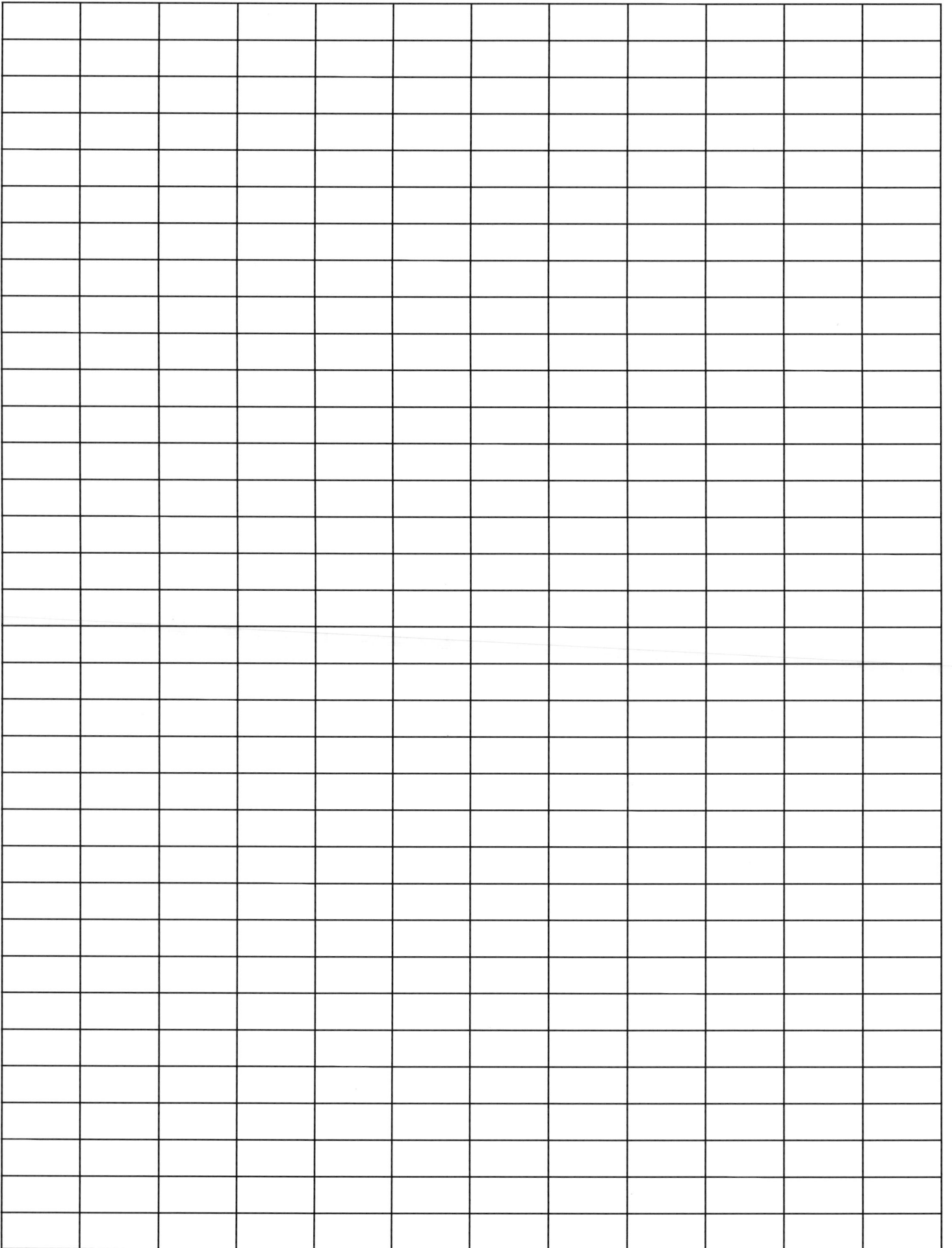

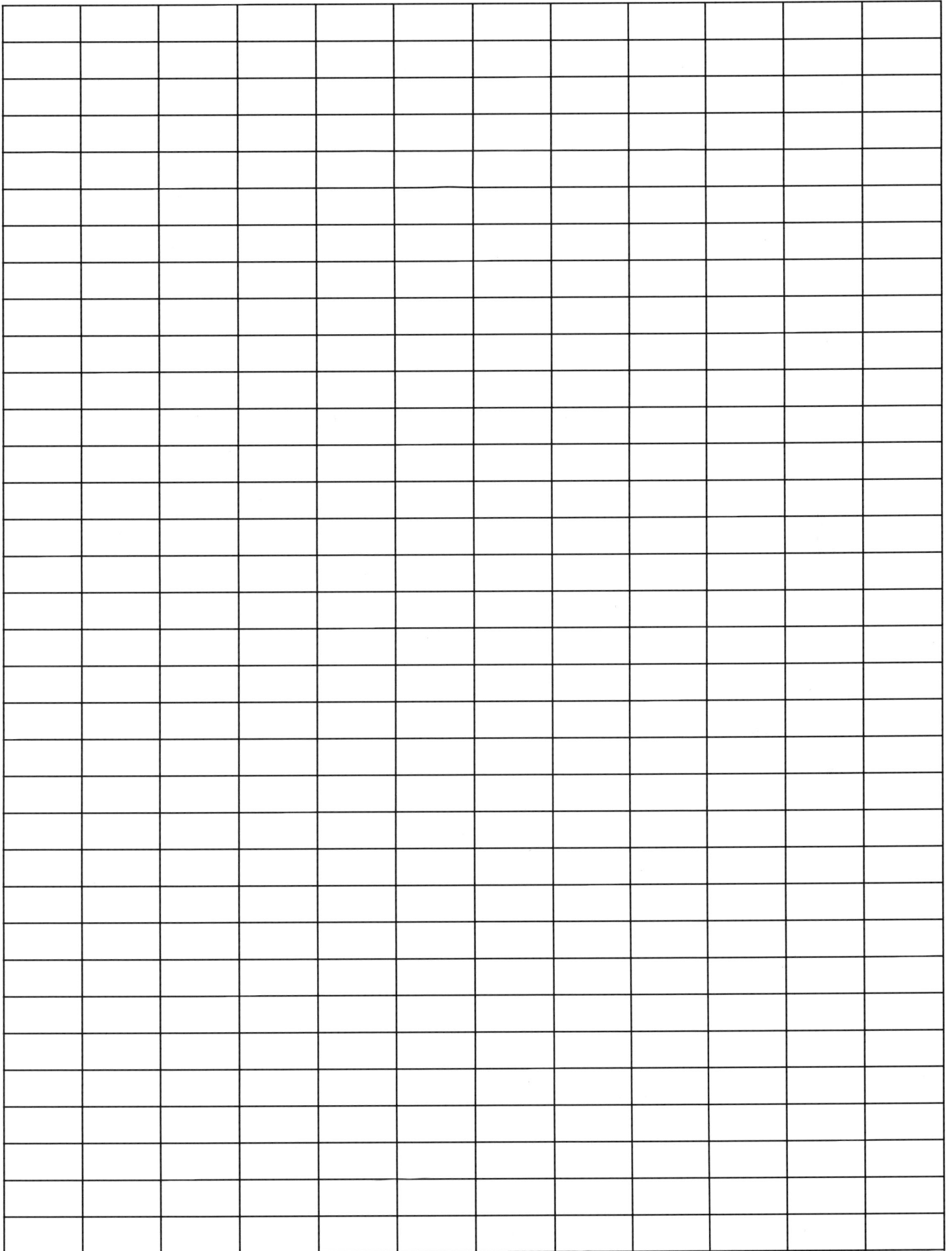

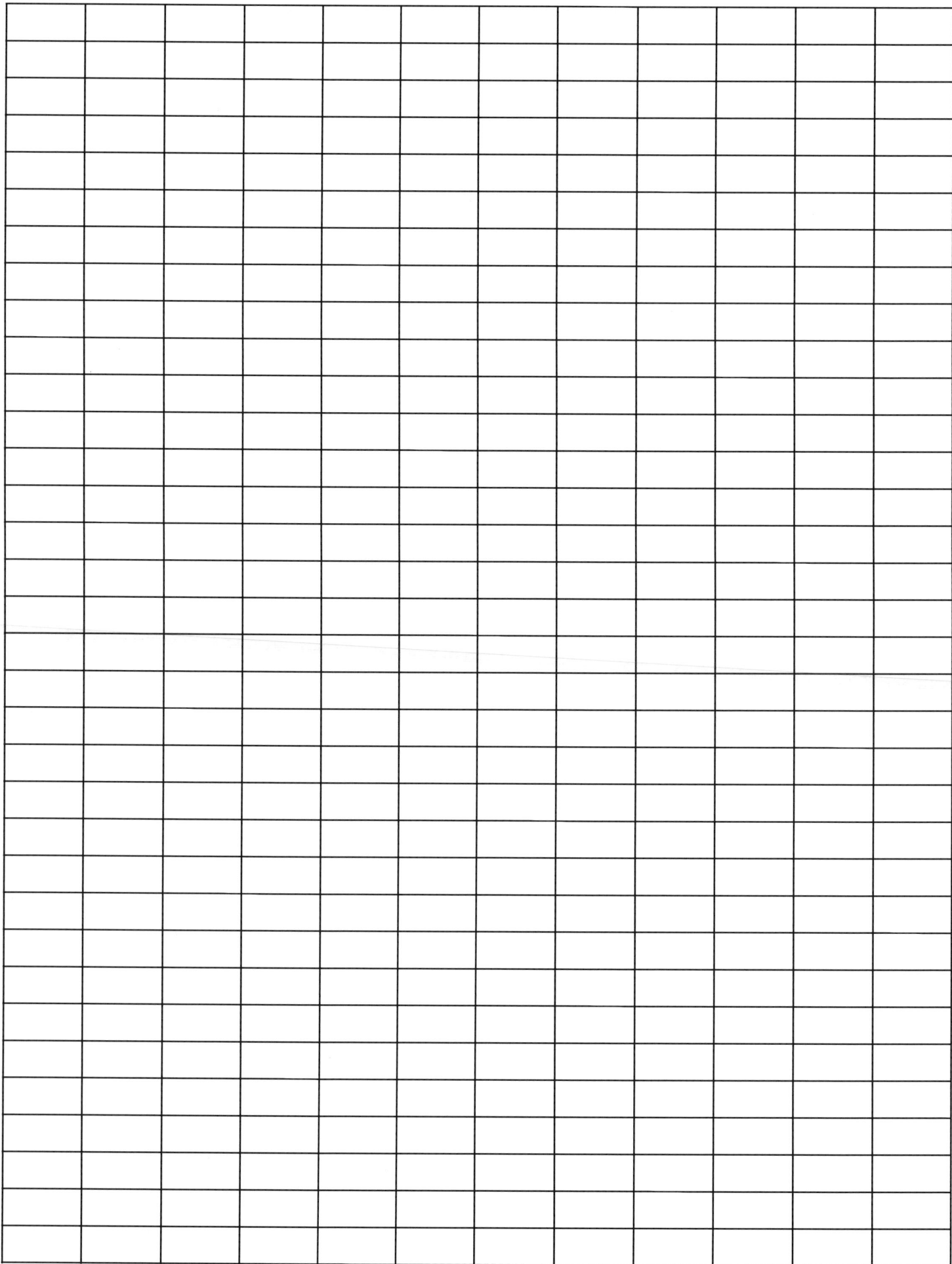

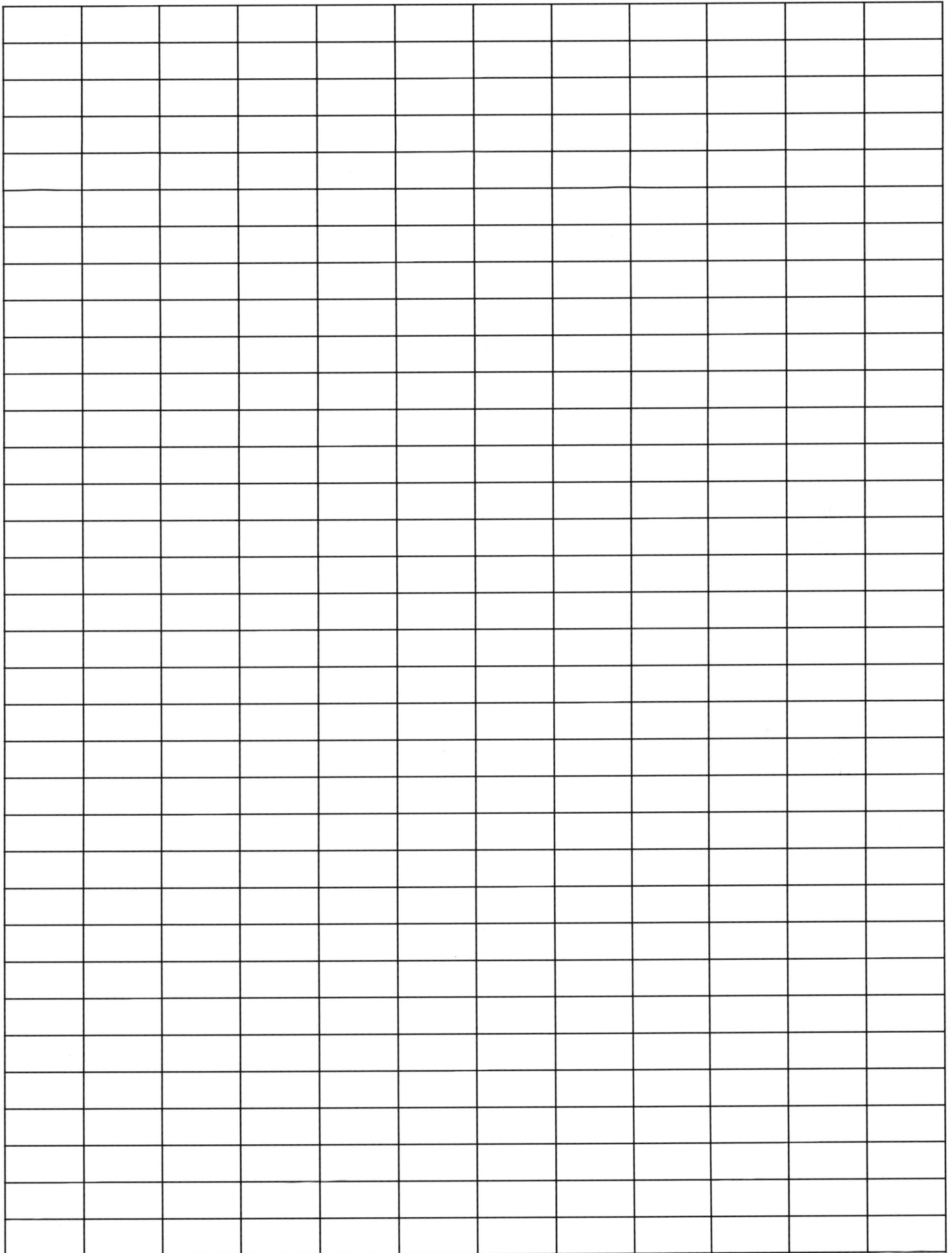

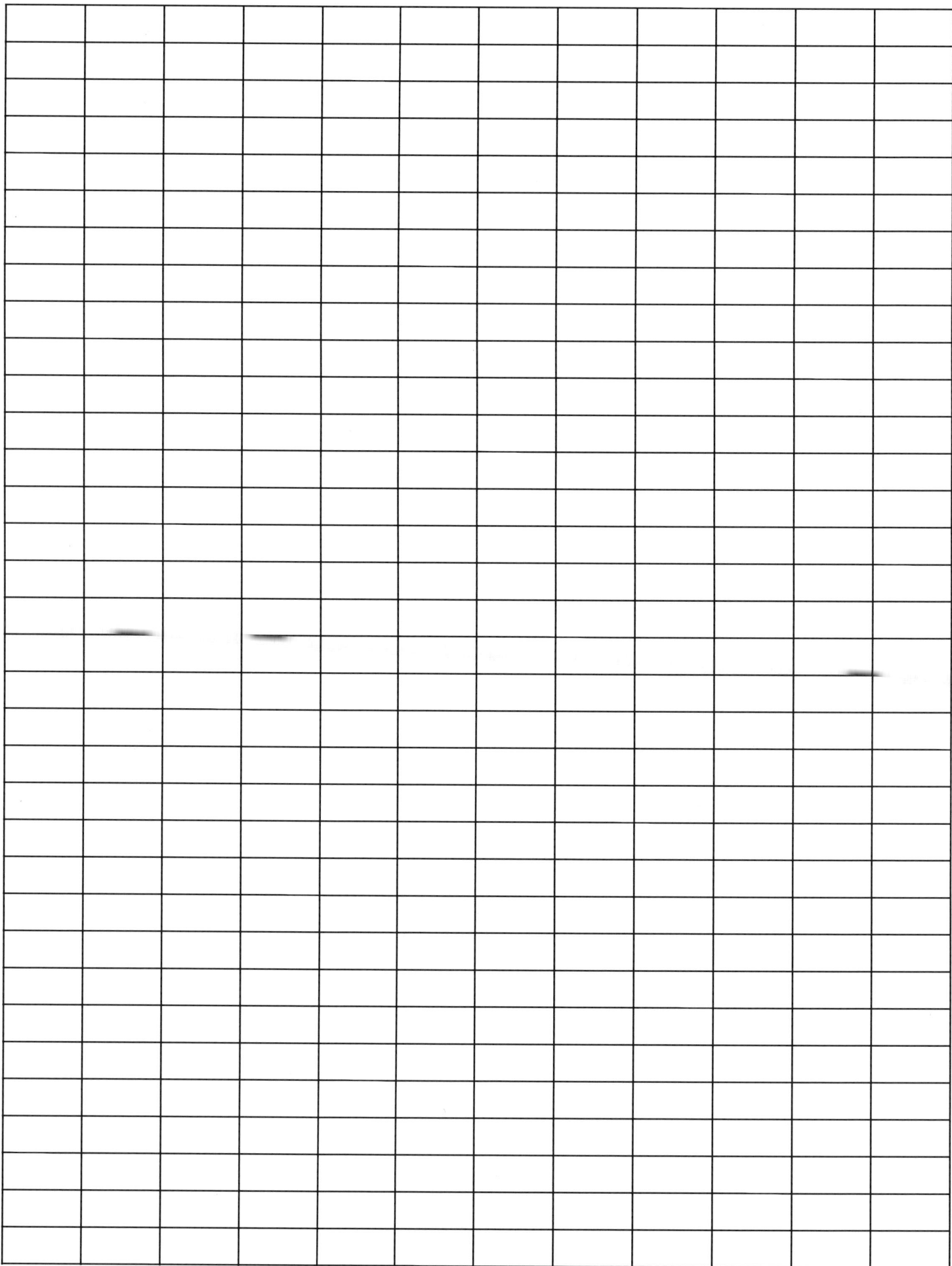

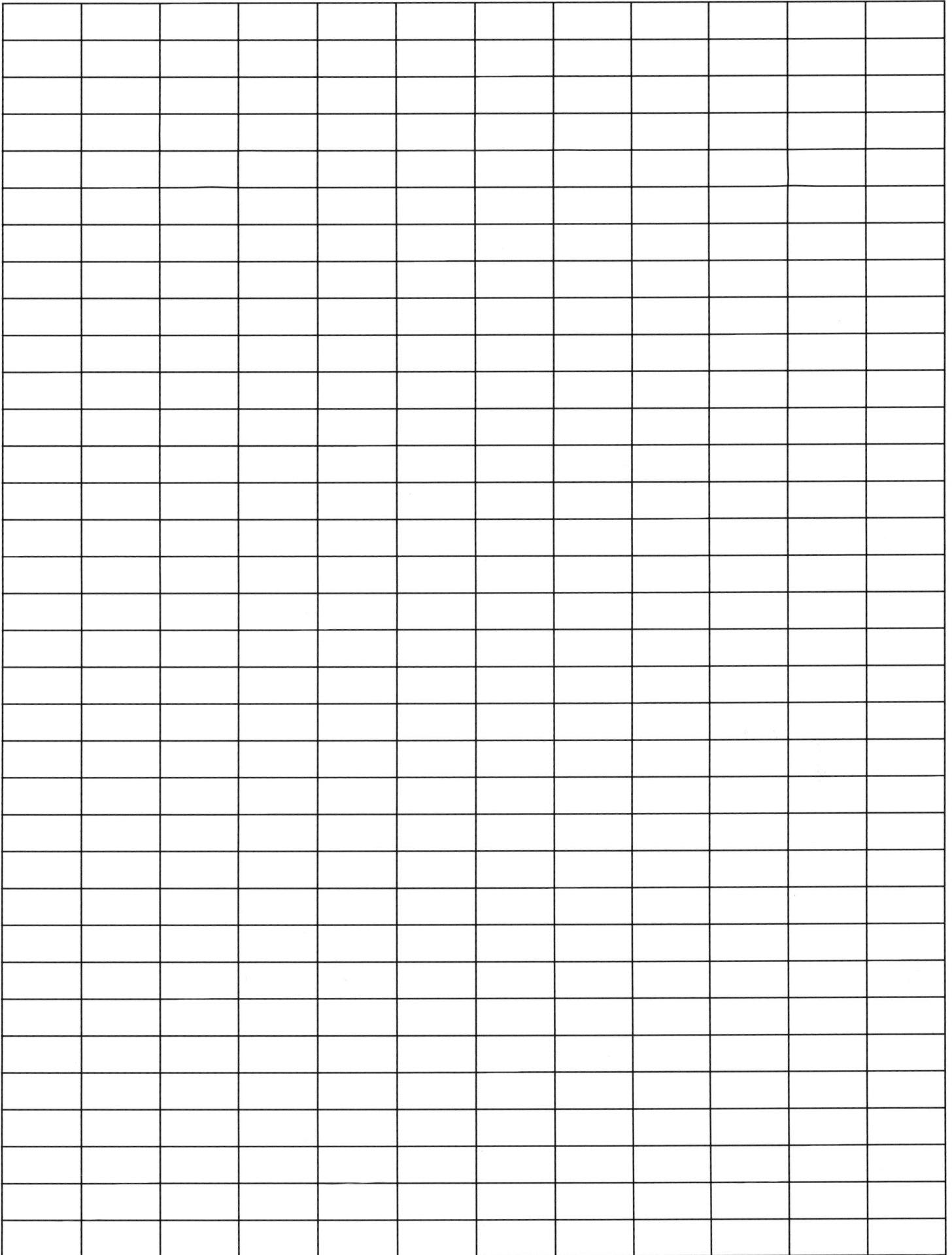

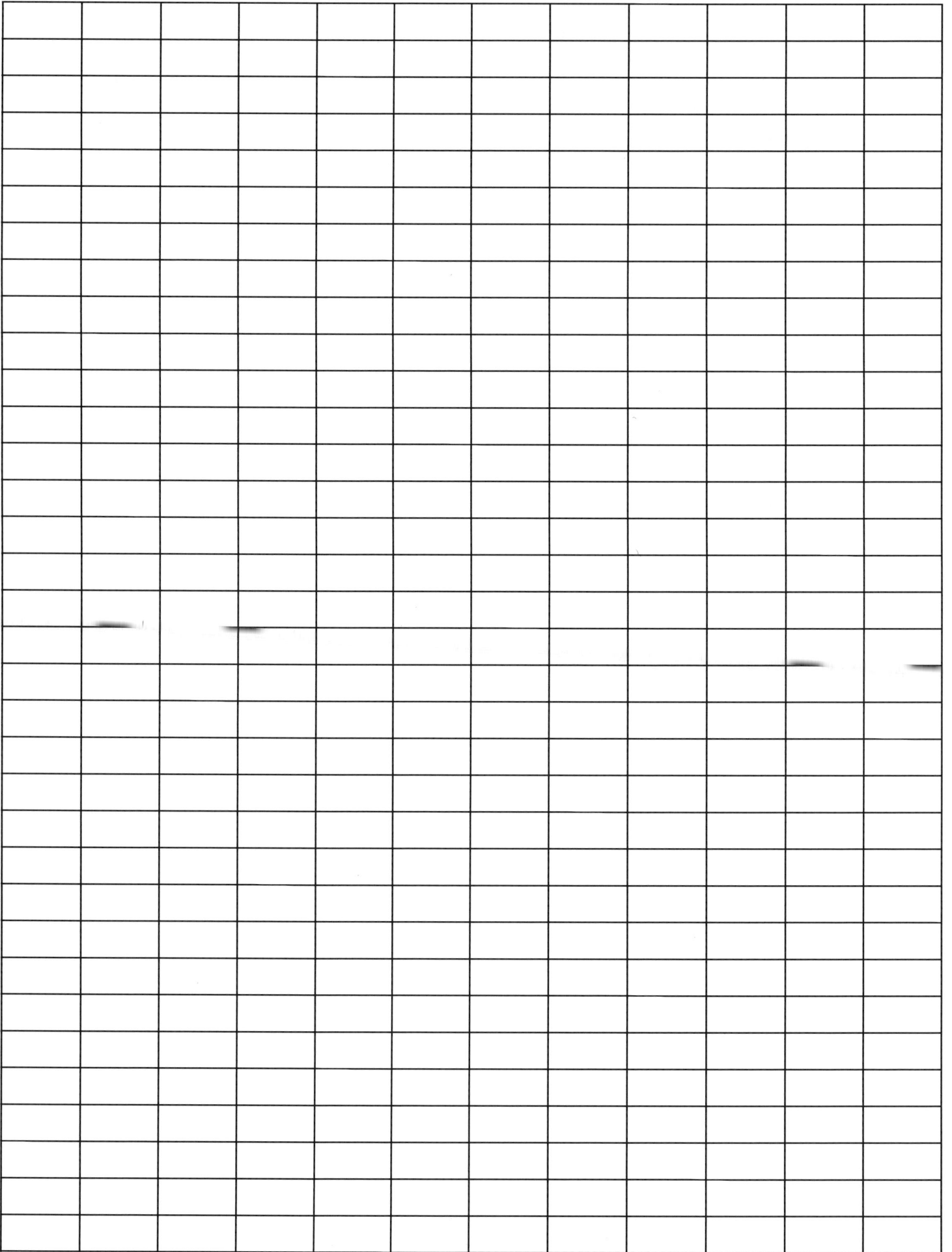

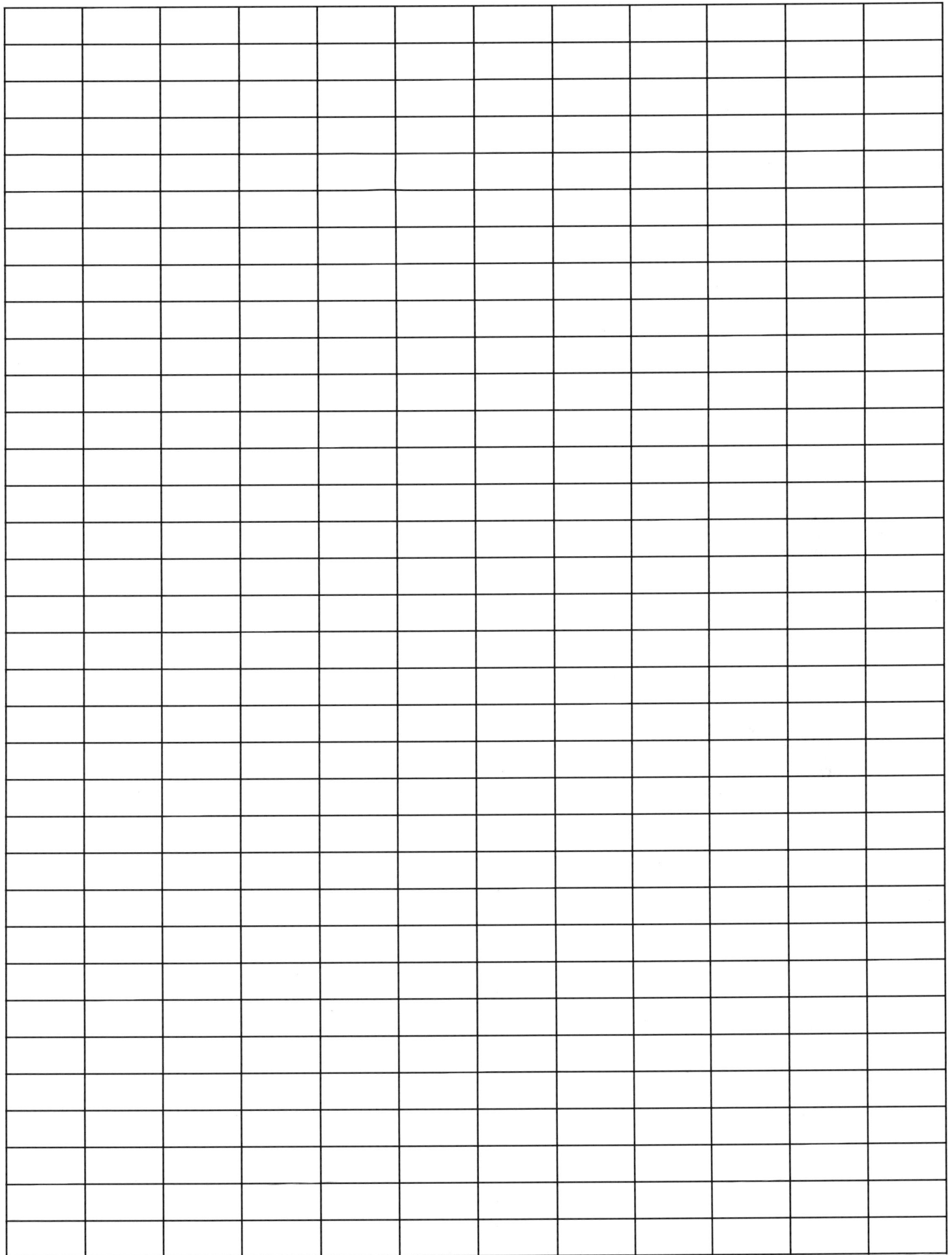

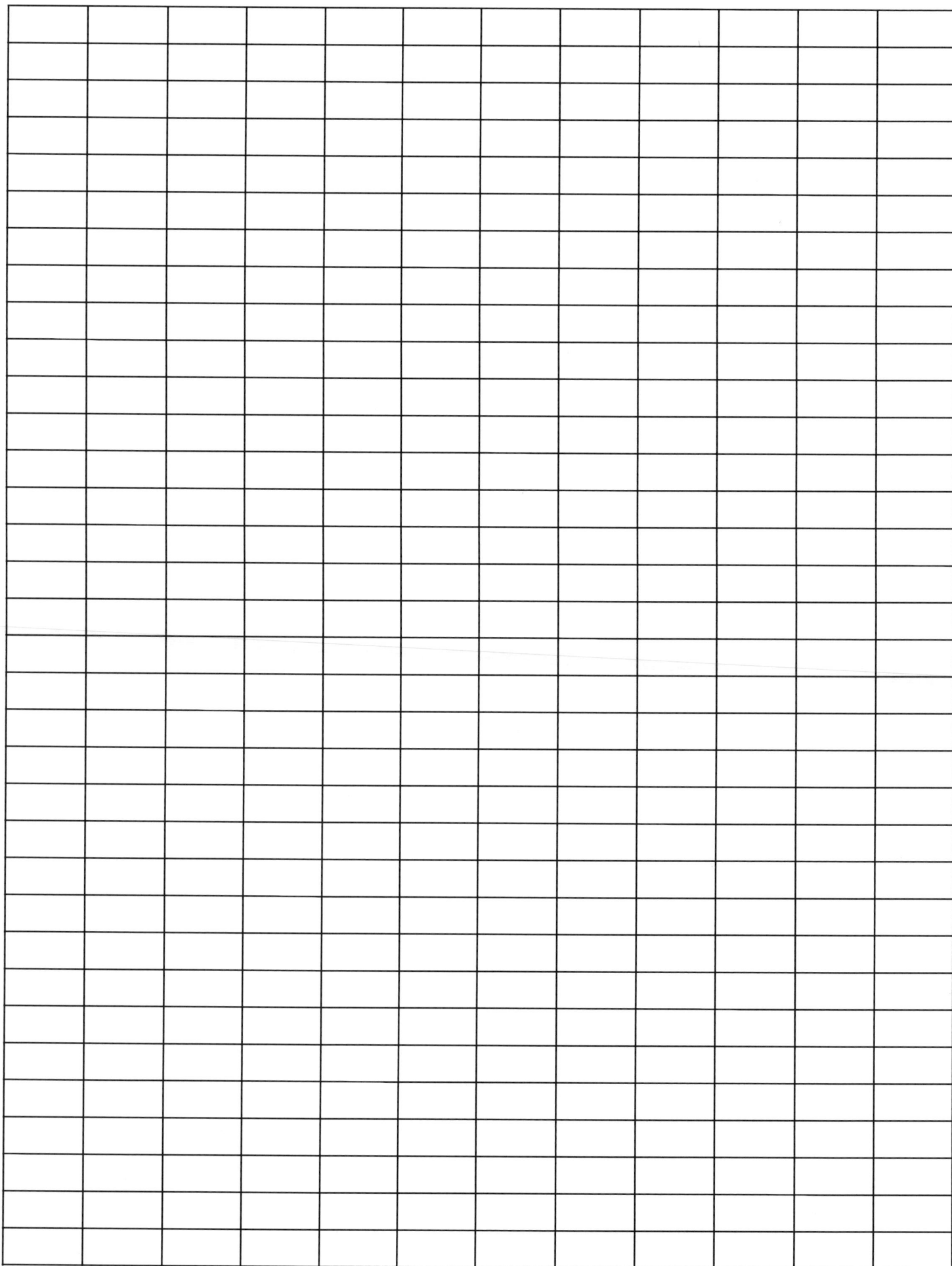

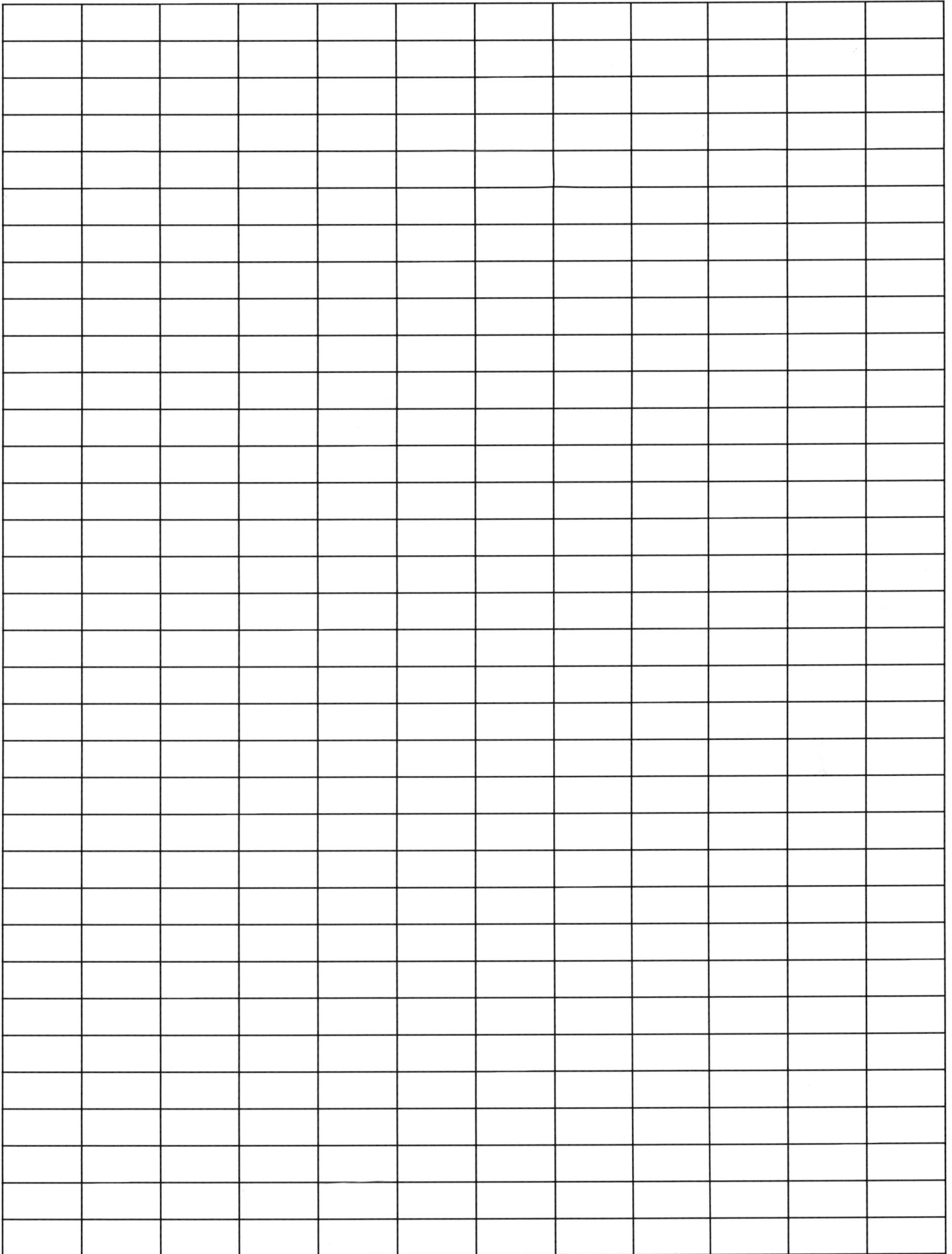

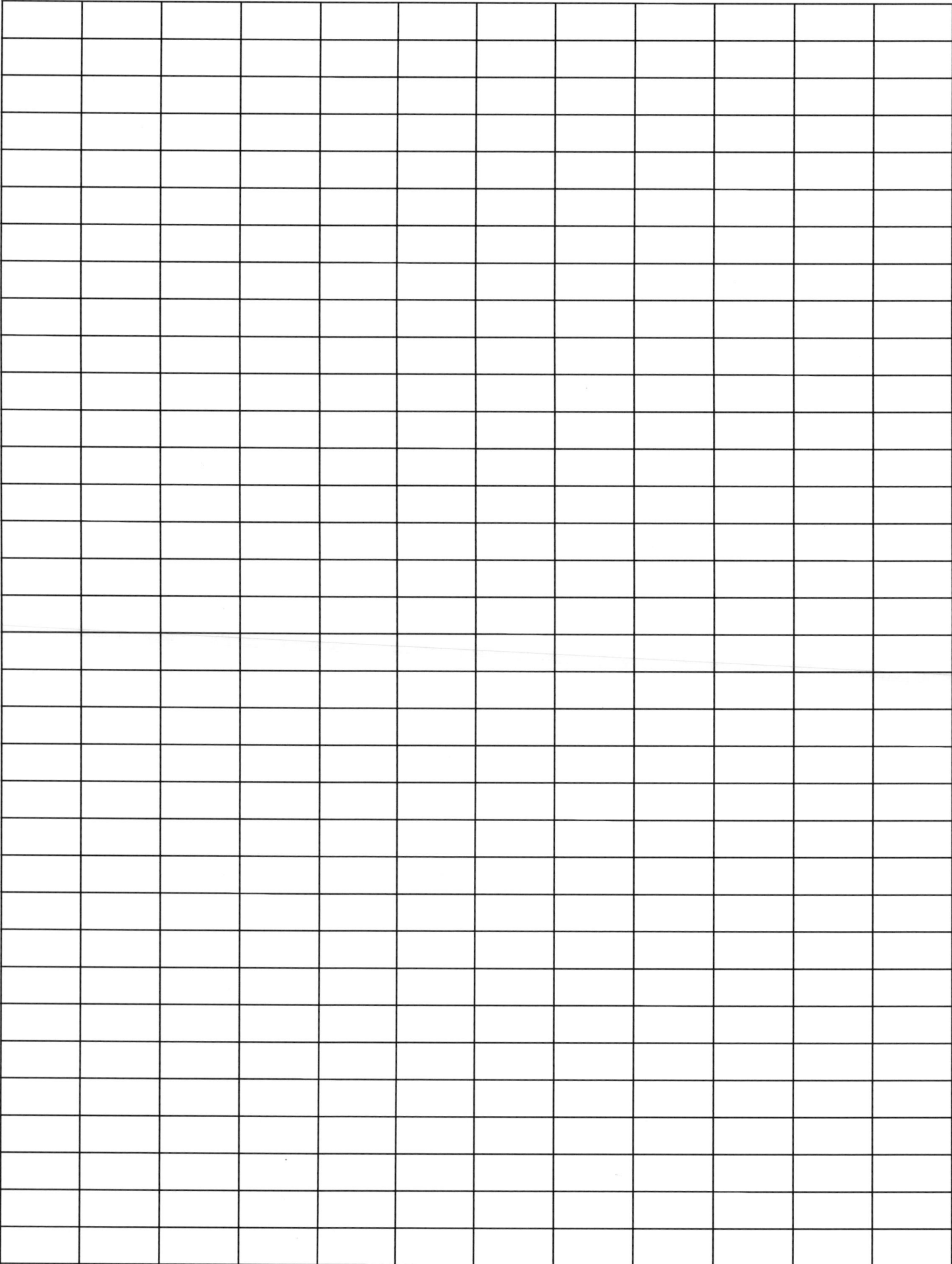

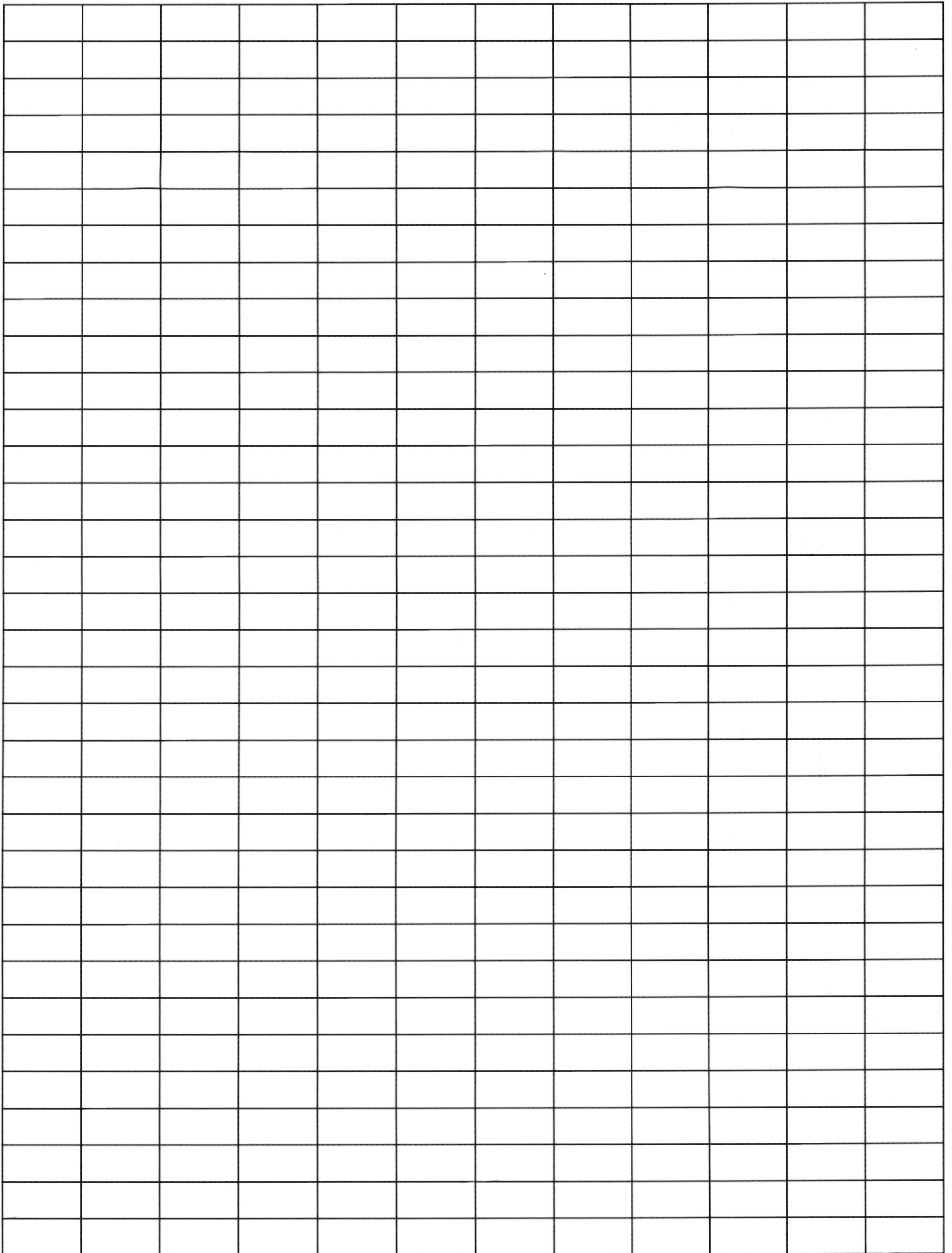

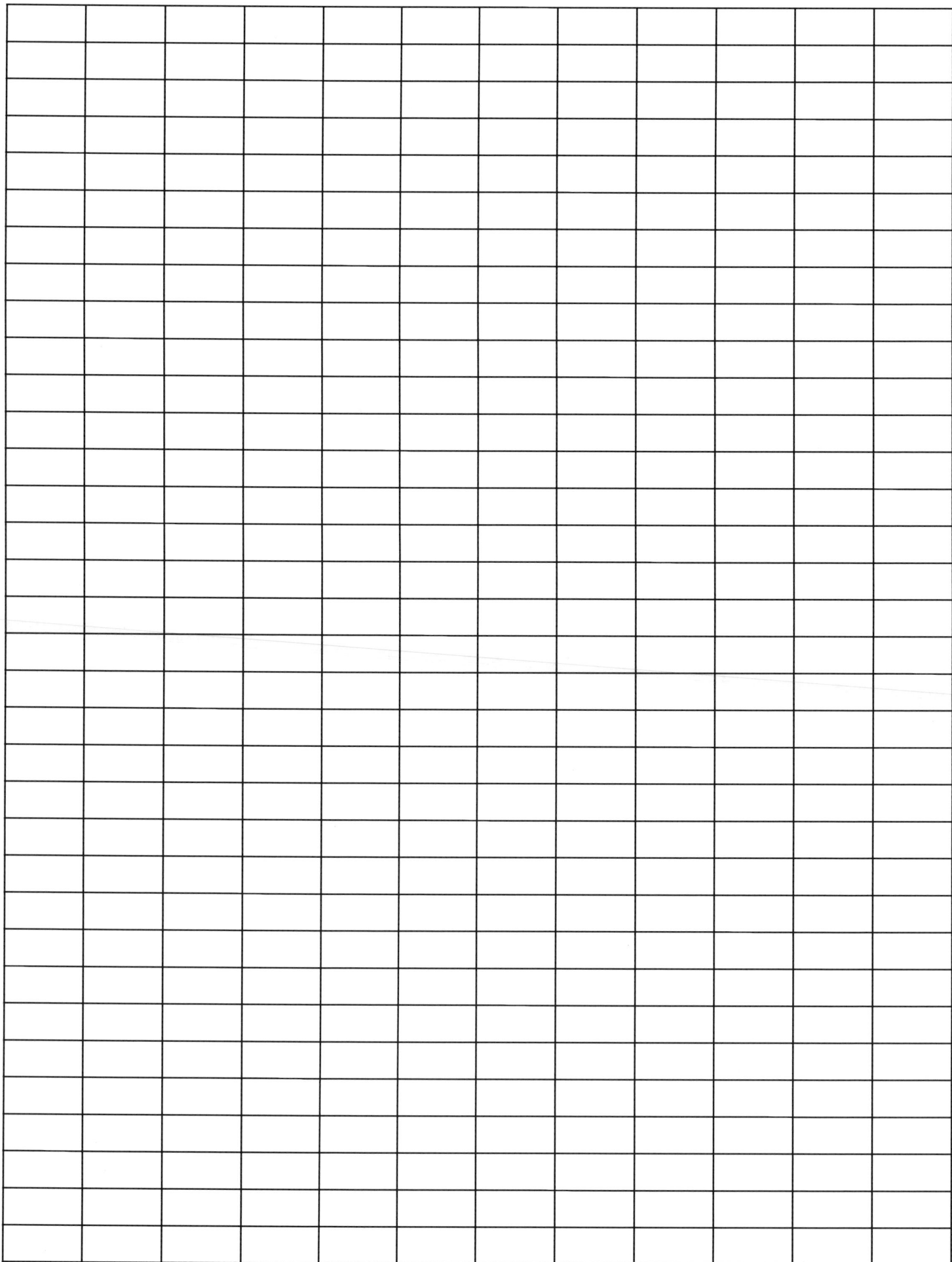

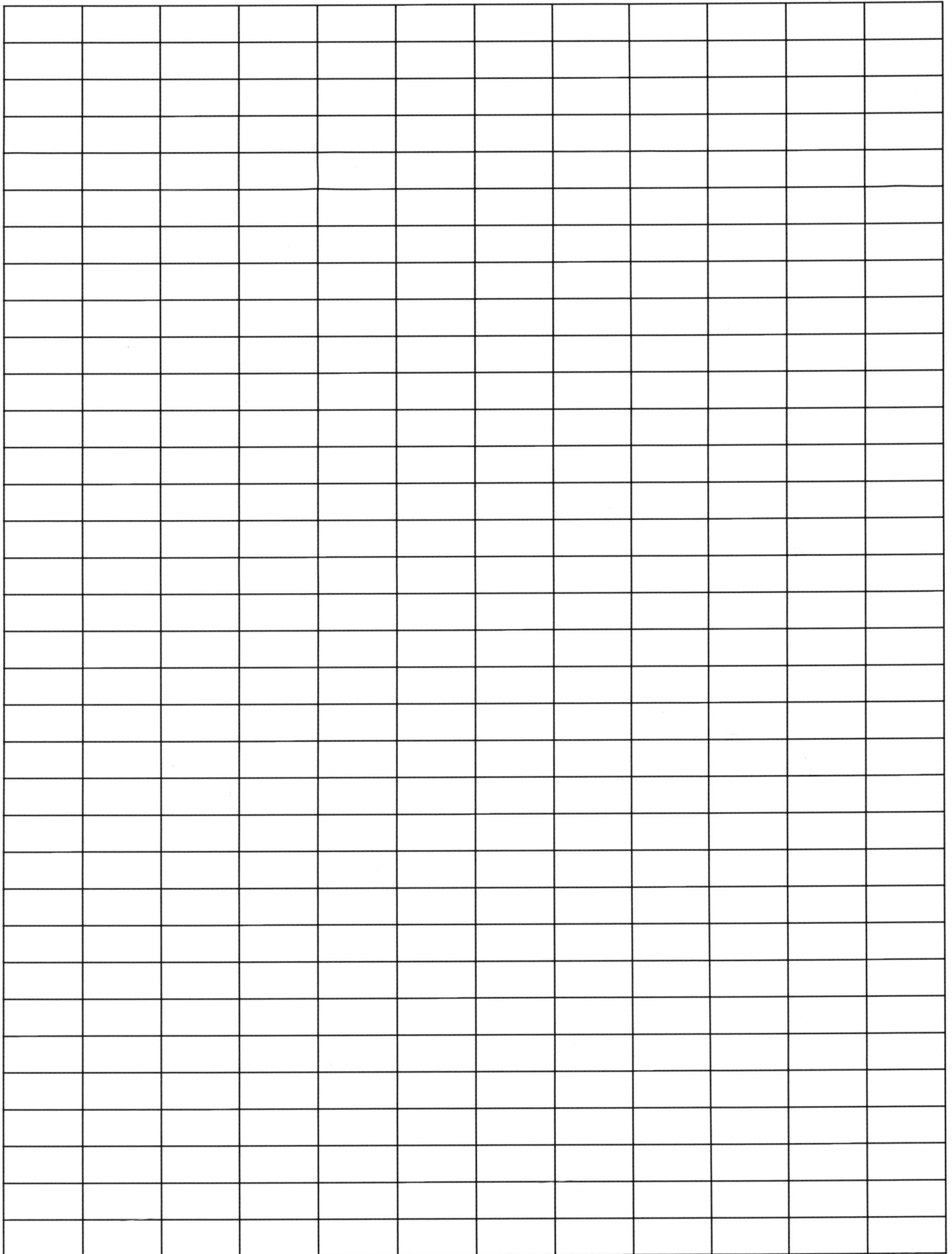

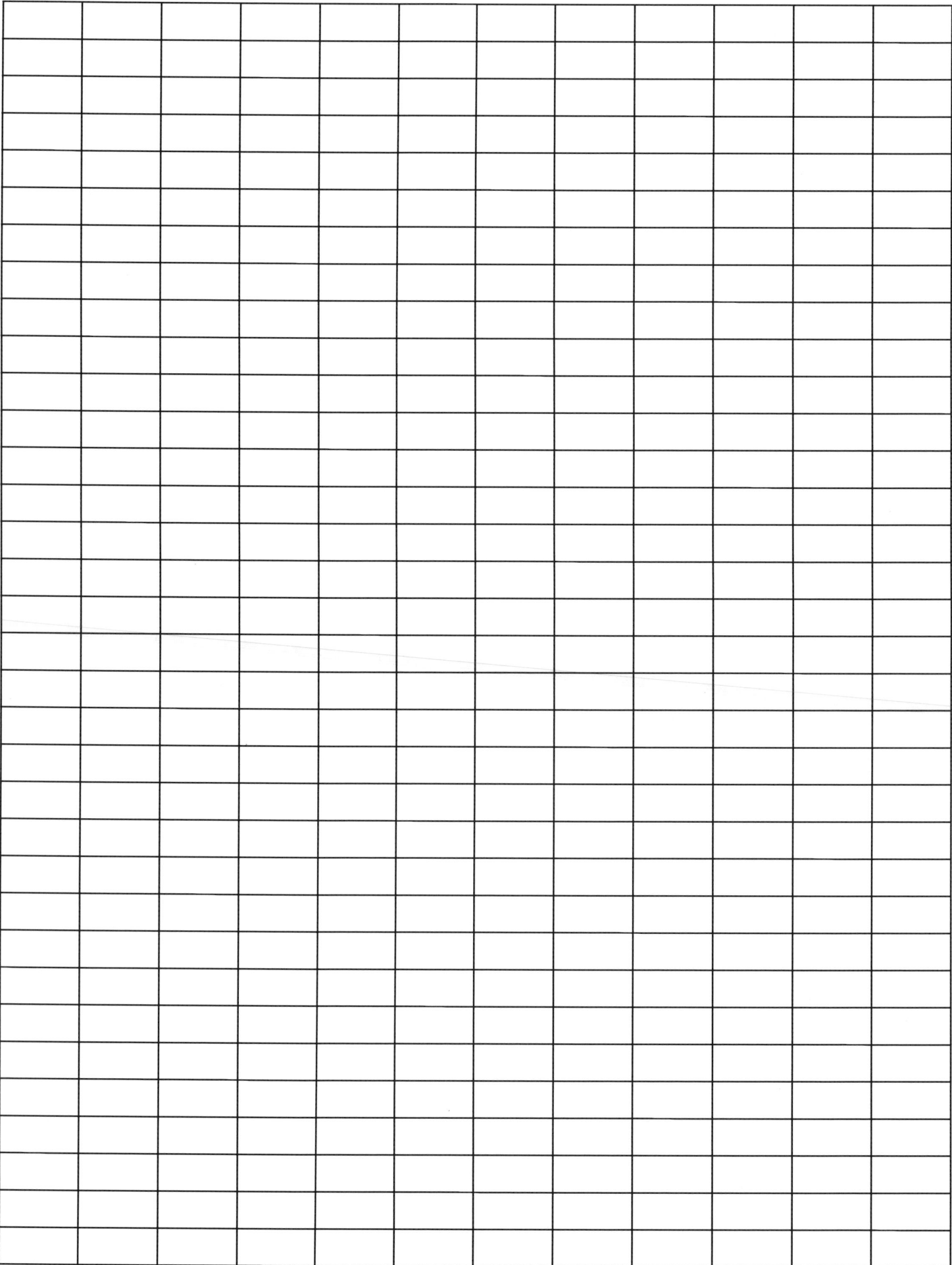

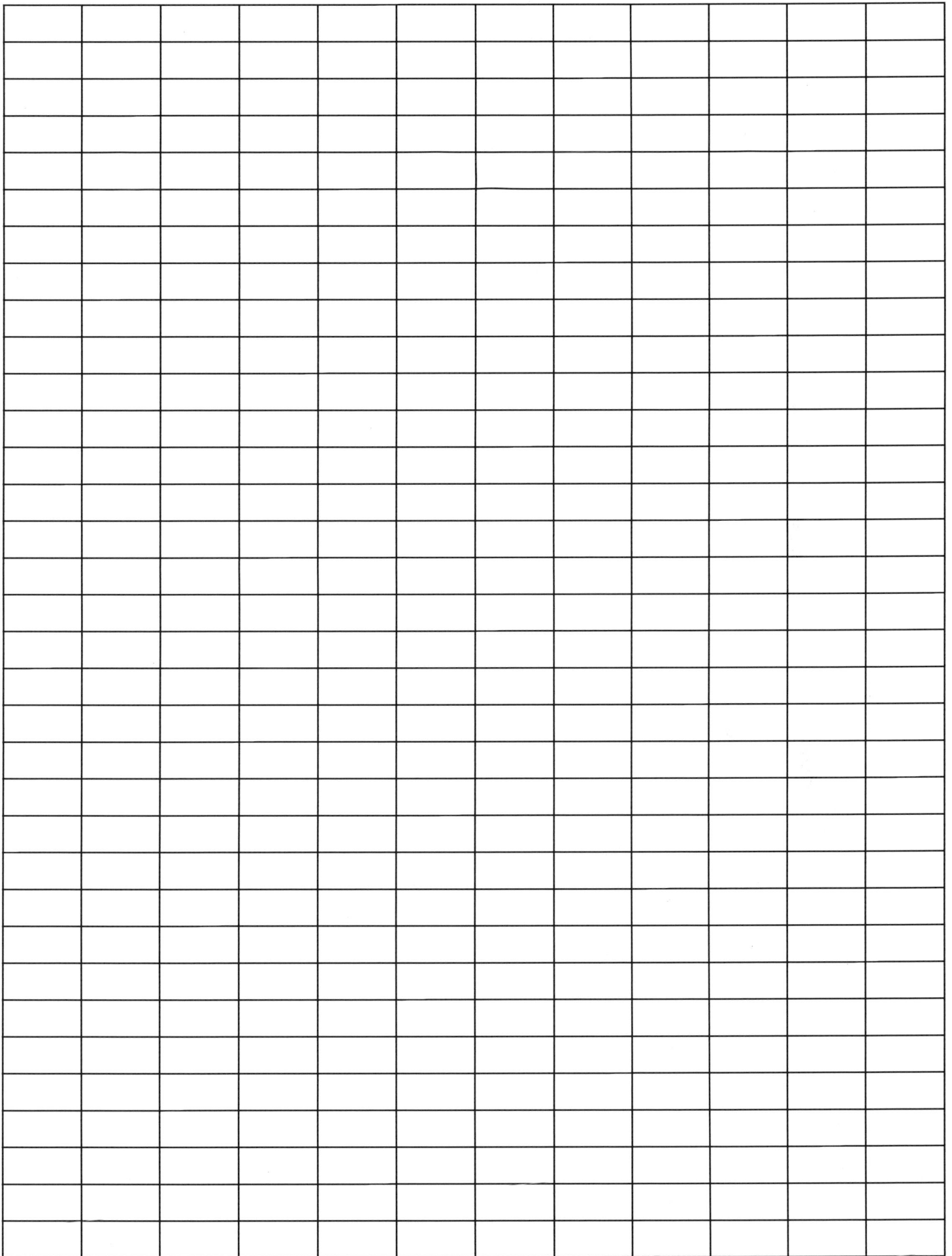

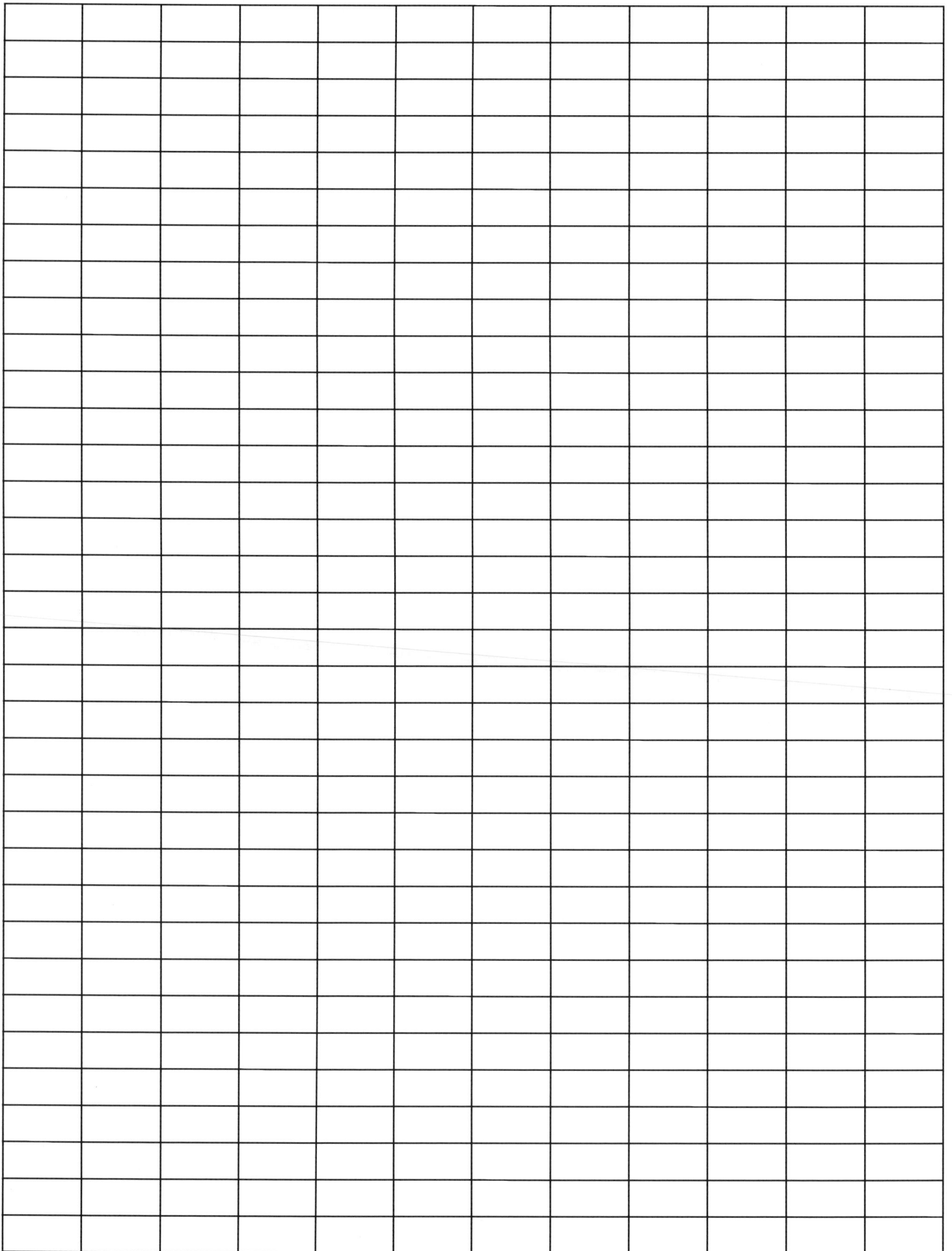

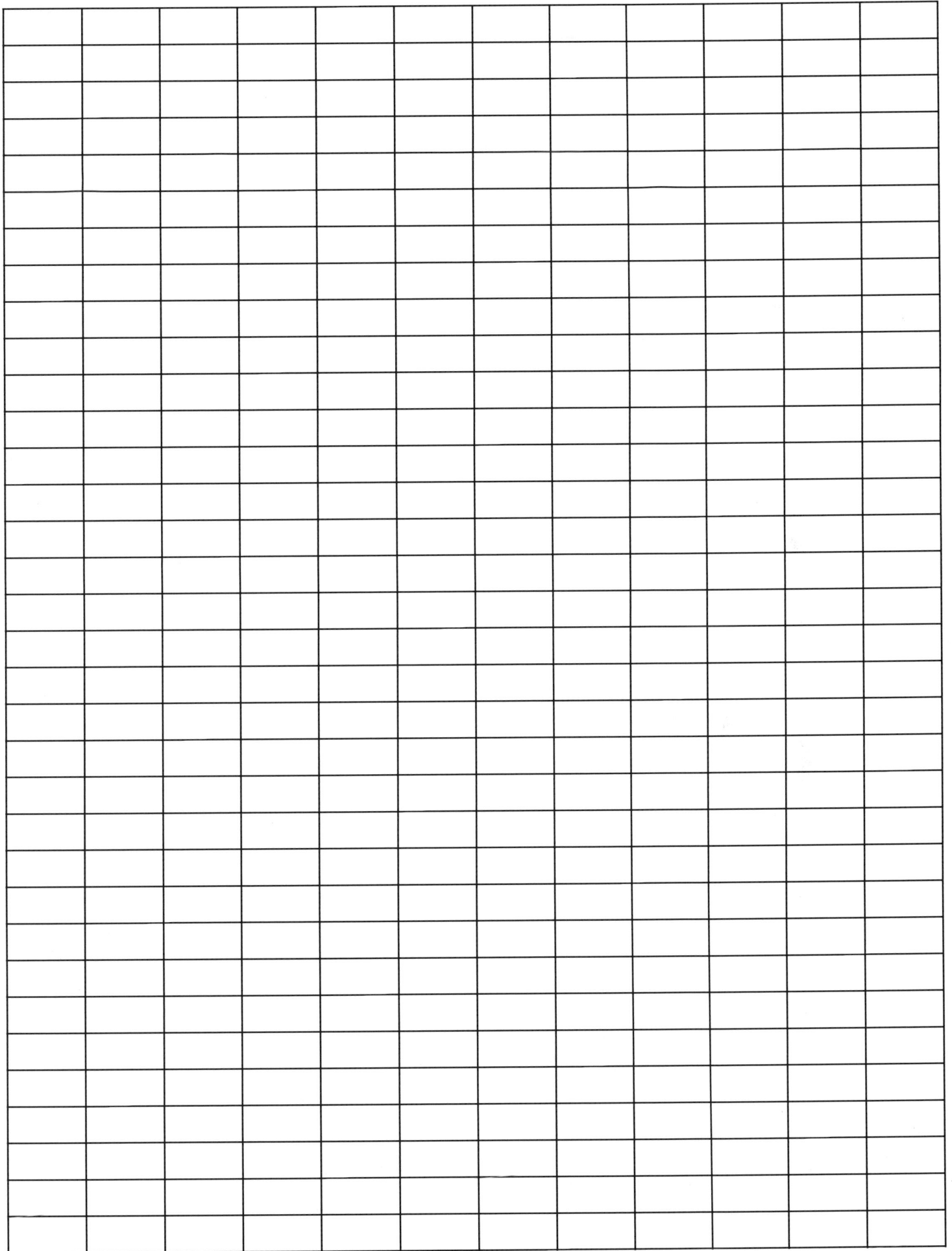

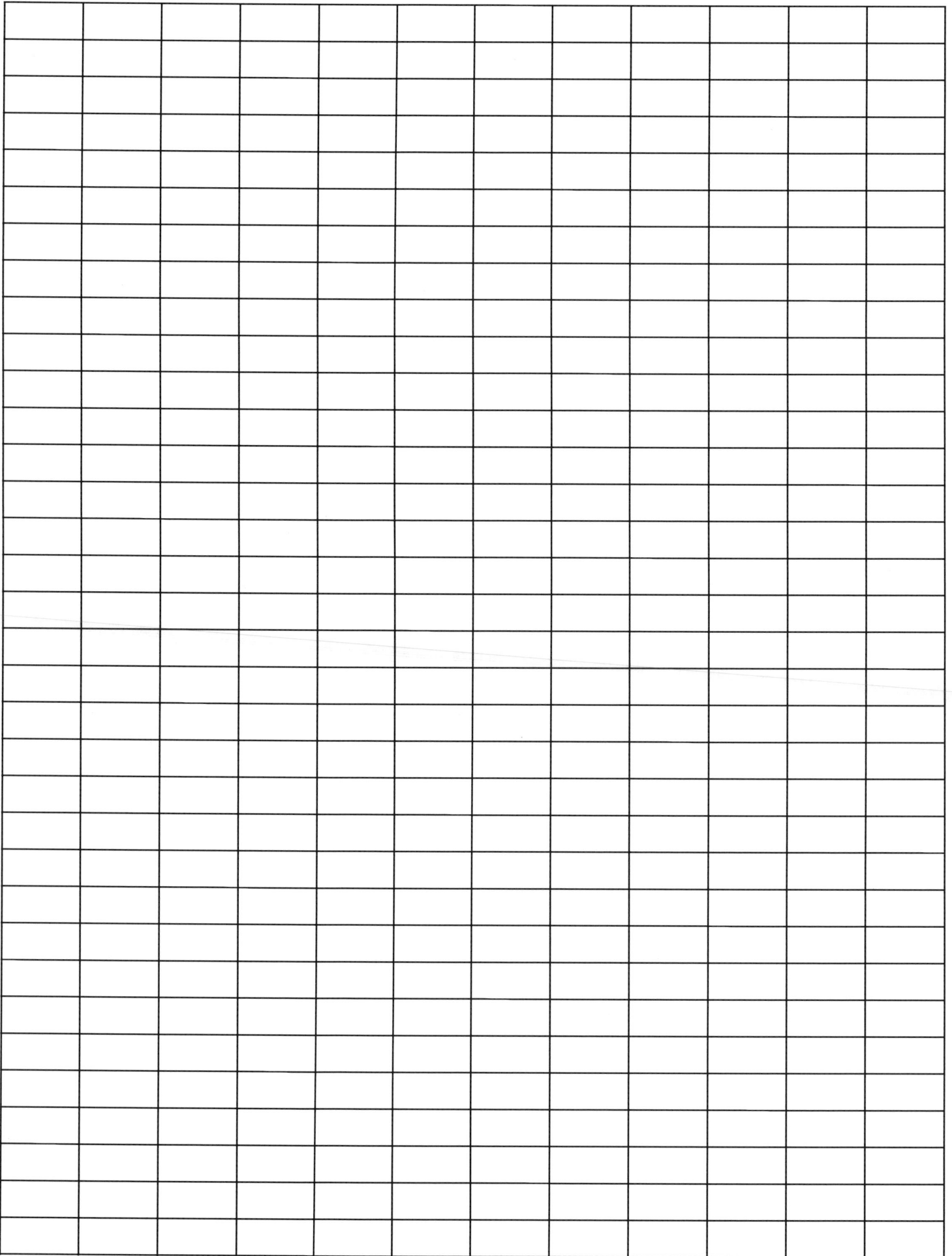

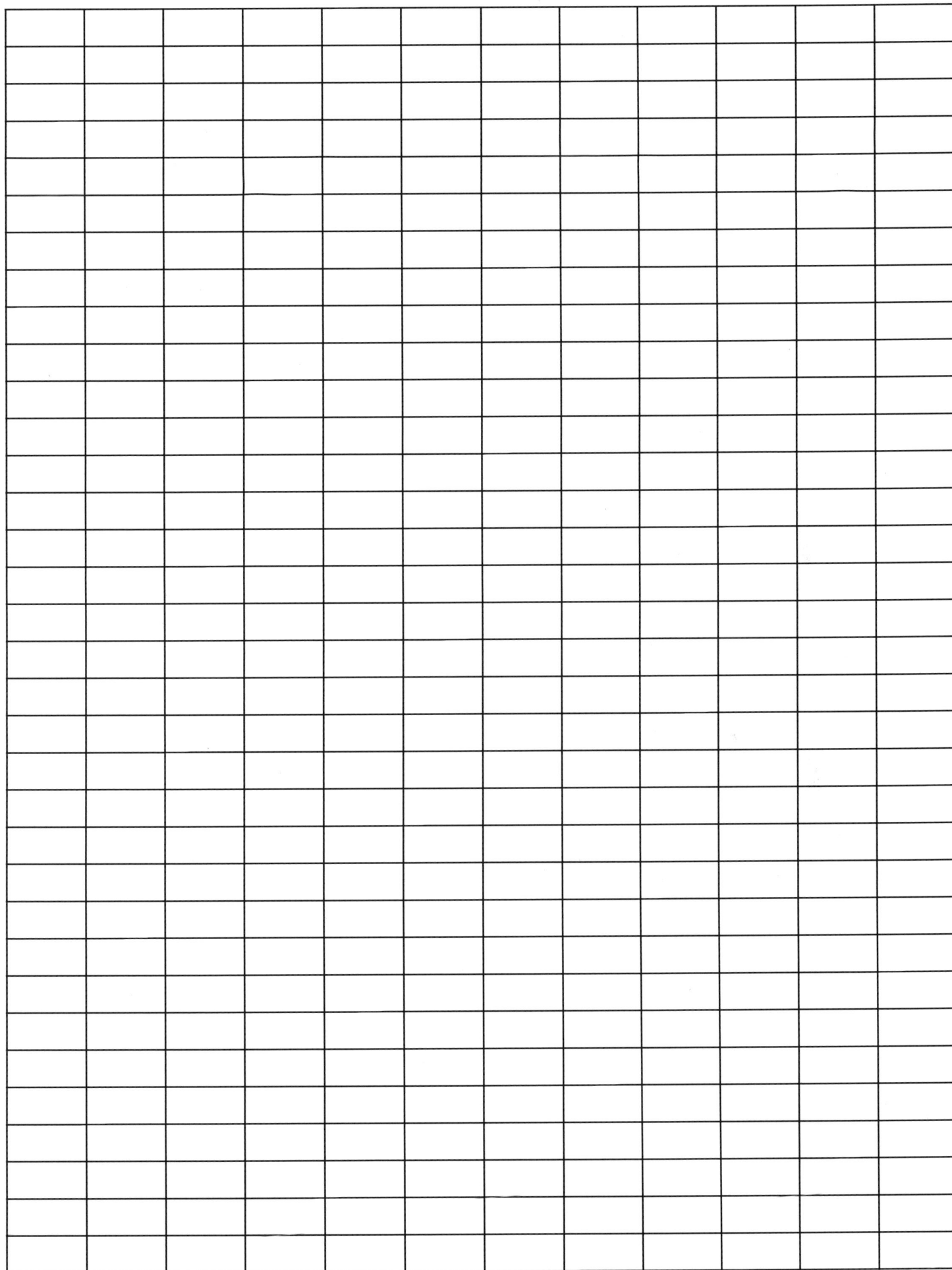

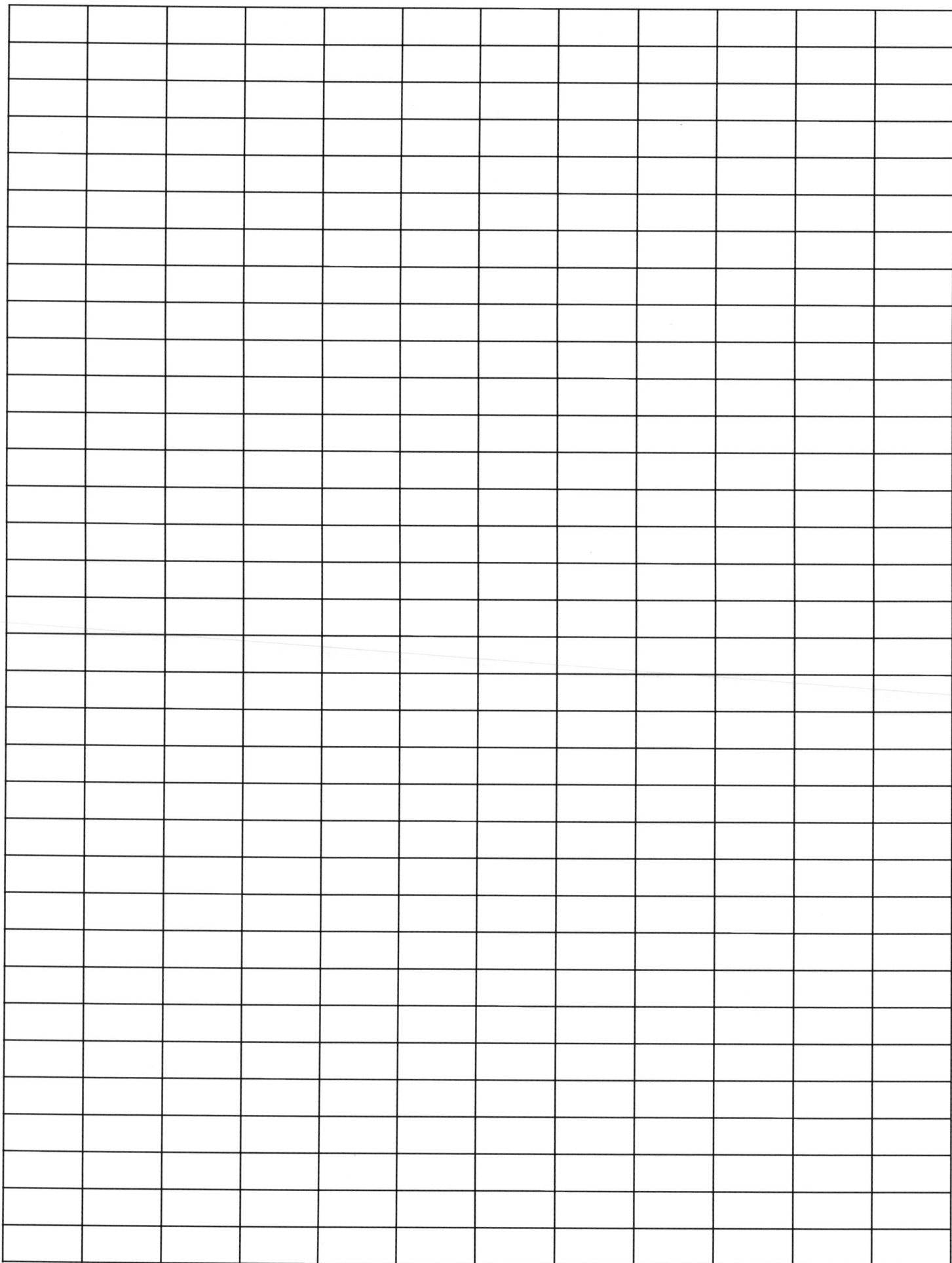

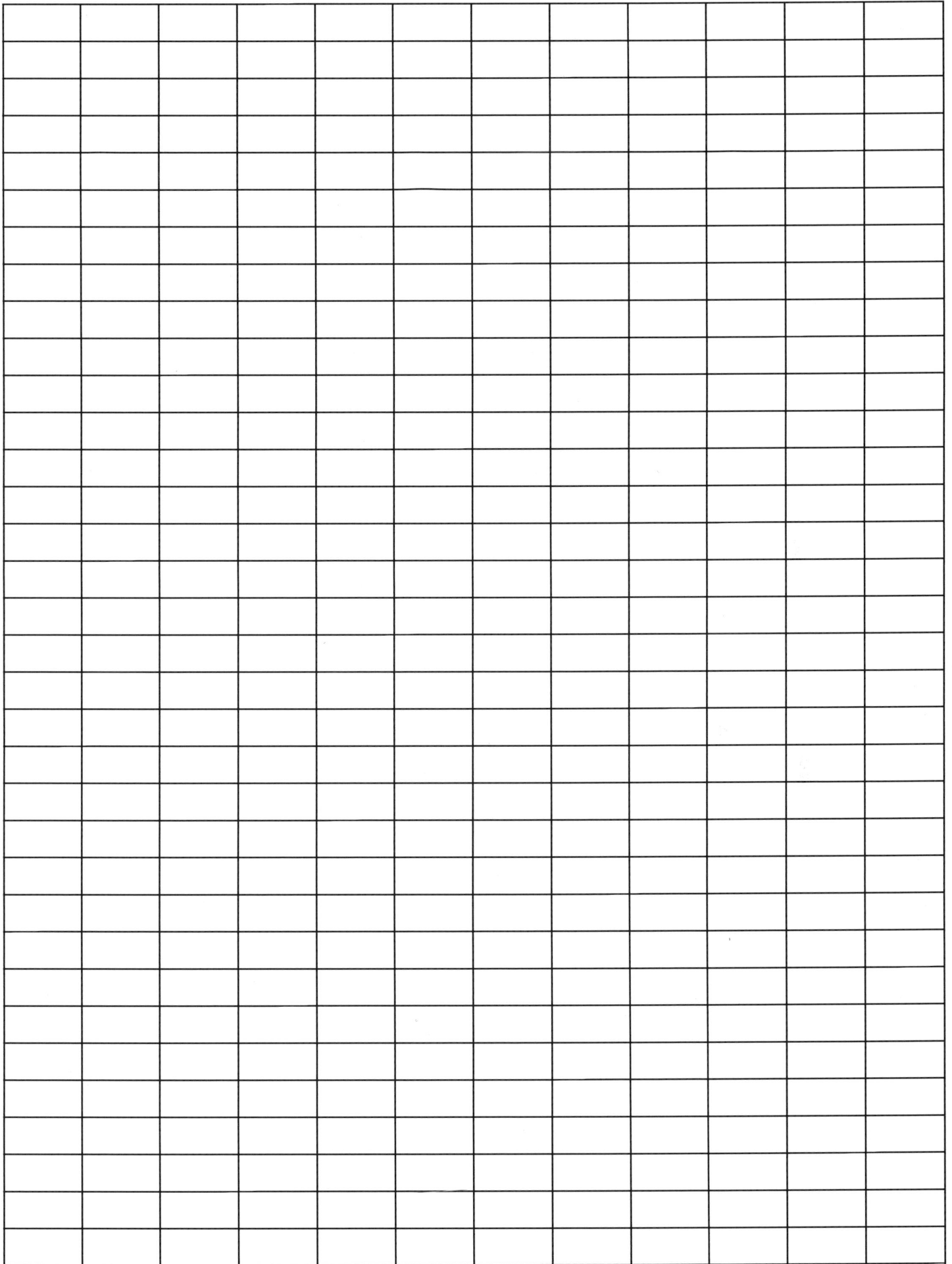

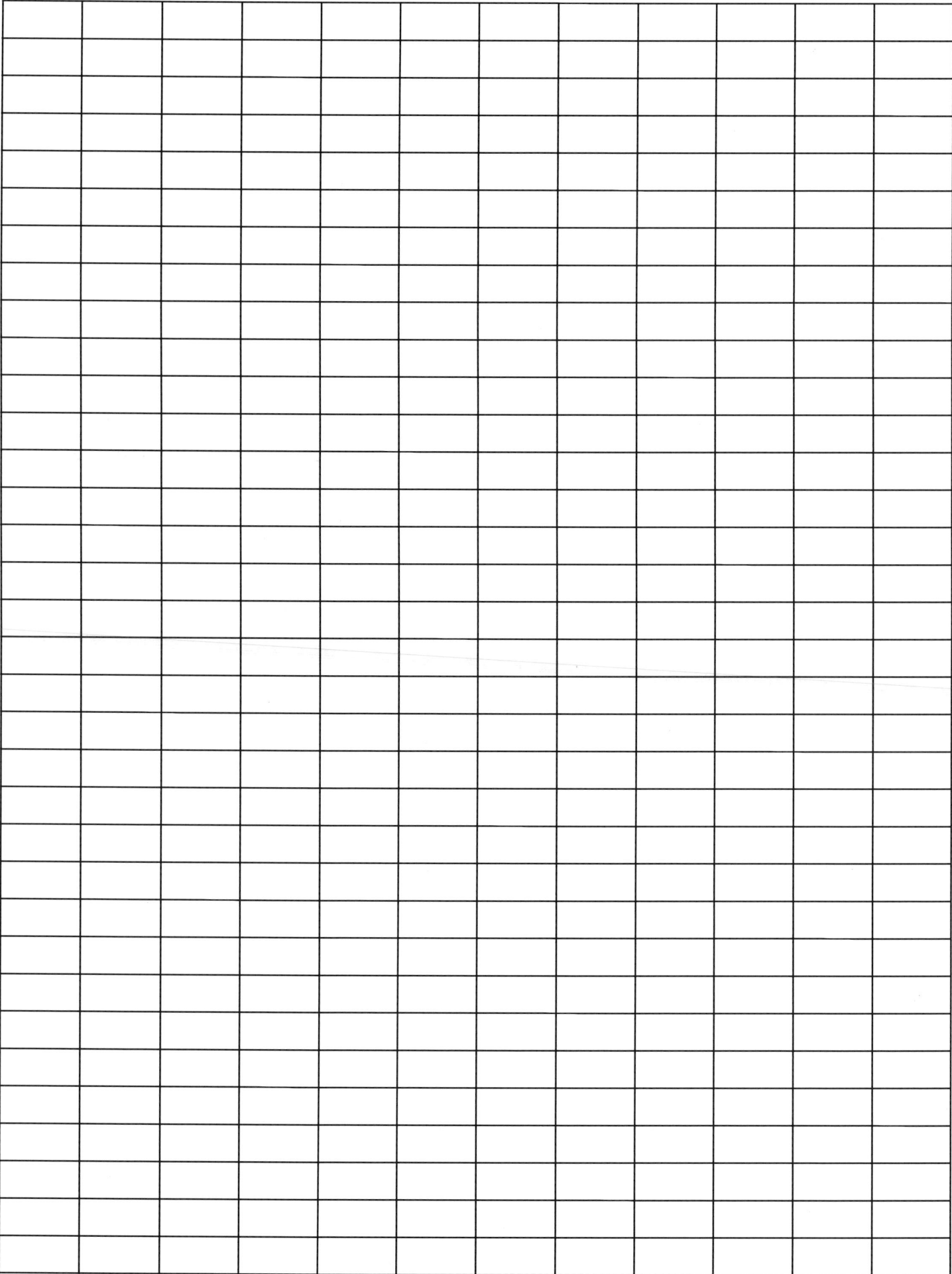

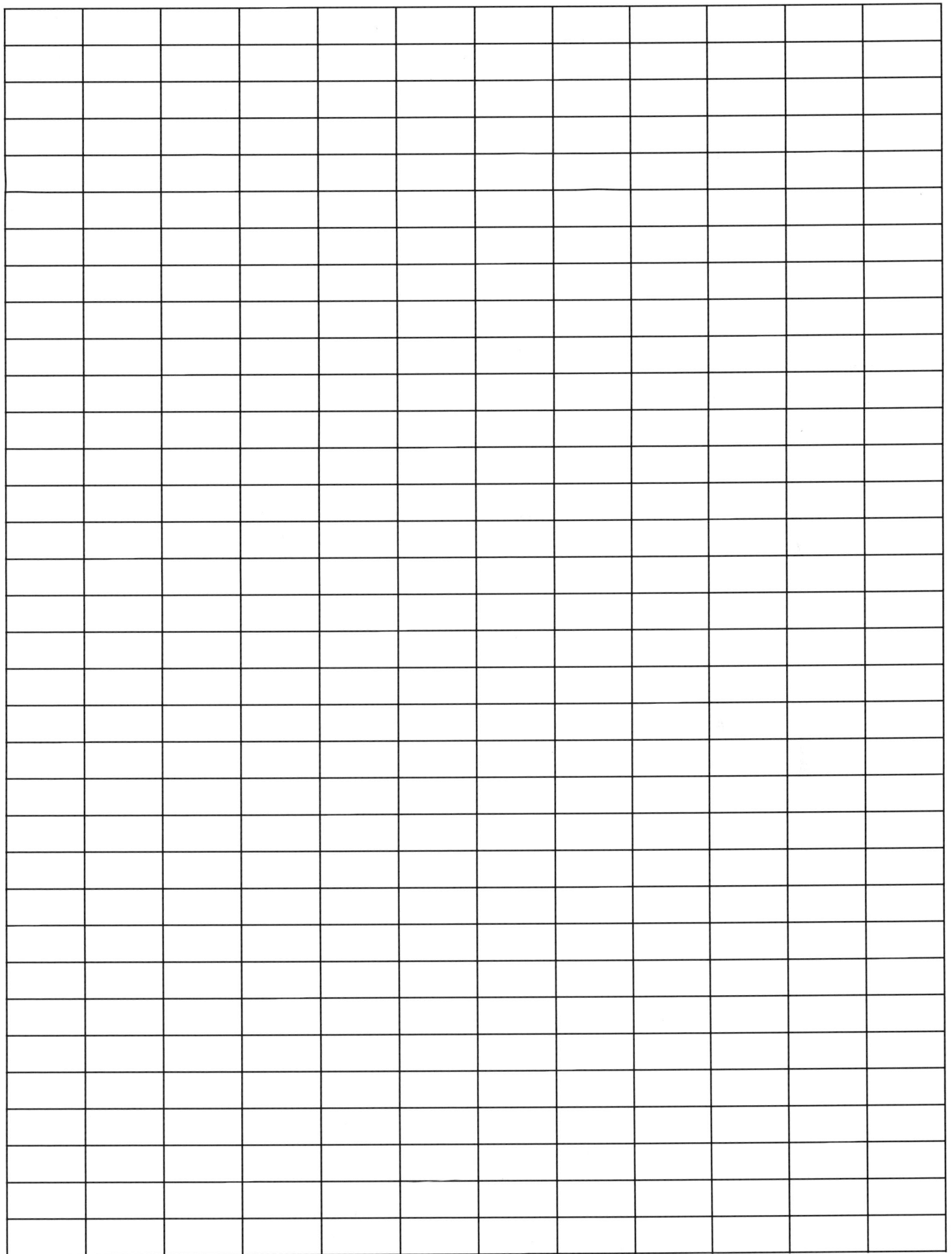

# లక్ష రామనామ లిఖితం సంపూర్ణం

పేరు: _____

గోత్రం: _____

Made in the USA
Columbia, SC
07 June 2025